स्वाहा

नारायण धारप

साकेत
प्रकाशन

स्वाहा

कादंबरी

नारायण धारप

■

प्रकाशन क्रमांक - १७१०

पहिली आवृत्ती - ऑगस्ट, २००१

साकेत आवृत्ती - २०१५

तिसरी आवृत्ती - २०१८

चौथी आवृत्ती - २०२४

■

प्रकाशक

साकेत बाबा भांड

साकेत प्रकाशन प्रा. लि.

११५, म. गांधीनगर, स्टेशन रोड

छत्रपती संभाजीनगर - ४३१ ००५

फोन- (०२४०)२३३२६९२/९५.

www.saketprakashan.in

saketpublication@gmail.com

■

पुणे कार्यालय

साकेत प्रकाशन प्रा. लि.

ऑफिस नं. ०२, 'ए' विंग, पहिला मजला

धनलक्ष्मी कॉम्प्लेक्स, ३७३ शनिवार पेठ

कन्या शाळेसमोर, कागद गल्ली

पुणे -४११ ०३०

फोन- (०२०) २४४३६६९२

■

अक्षरजुळणी : धारा प्रिंटर्स प्रा.लि.

छत्रपती संभाजीनगर

■

मुद्रक :

ट्रिनिटी अकॅडमी फॉर कॉर्पोरेट ट्रेनिंग लि.

आंबेगाव, पुणे - ४११ ०४१

■

मुखपृष्ठ : संतुक गोळेगावकर

■

किंमत : ३०० रुपये

Swaha

Novel

Narayan Dharap

© सर्व हक्क सुरक्षित, २०१५

प्रमिला नारायण धारप

१८८७, सदाशिव पेठ

पुणे - ३०

ISBN-978-93-5220-014-6

प्रकाशकीय

नारायण धारप हे नाव आताच्या वाचन करणाऱ्या पिढीला नवीन असलं, तरीही आपल्या रहस्यमय लेखनाने त्यांनी एक काळ गाजवला होता, ही गोष्ट कधीच न विसरण्यासारखी आहे. गेल्या शतकातील साठच्या दशकात त्यांनी लेखनाला सुरुवात केली आणि त्यानंतर अखेरपर्यंत ते सातत्याने लिहीत राहिले आहेत. मराठी साहित्यात रहस्यकथेचे आणि कादंबरीचे दालन समृध्द करणारे जे काही मोजकेच स्वतंत्र लेखन करणारे लेखक आहेत, त्यांत नारायण धारपांचे स्थान अव्वल आहे.

कथानकात पुढे काय होणार याची उत्सुकता कायम ठेवत, वाचकाला आपल्या लेखनात गुंतवून ठेवणे, इतकेच नाही तर त्या वातावरणाचा एक भाग बनविण्याचे कसब ज्या काही लेखकांना साध्य झाले; त्यापैकी नारायण धारप एक आहेत, ही गोष्टही आवर्जून नमूद करण्यासारखी आहे. त्यामुळेच दूरदर्शन आणि इतर प्रसारमाध्यमांची फारशी चलती नव्हती, त्या काळात सामान्य वाचक अतिशय आतुरतेने त्यांच्या लेखनाची वाट पाहत असत. वाचनालयात विशेषतः सर्क्युलेटिंग लायब्रीजमधून त्यांची पुस्तके वाचायला मिळविण्यासाठी वाचक रांगा लावीत असत, ही गोष्ट त्यांच्या लेखनाची वाचकप्रियता स्पष्ट करण्यास पुरेशी आहे.

माणसाला नेहमीच कोणतेही रहस्य जाणून घेणारी मुळातच उत्कंठा असते. हे समाधान वाचनातून मिळते, तितके दुसऱ्या कोणत्याही माध्यमातून मिळत नसल्यामुळे वाचनाकडे आकर्षित झालेली नवी पिढी रहस्यमय कथा, कादंबऱ्याच्या प्रतीक्षेत आहे. या वाचकांची वाचनाची भूक भागविण्यासाठी नारायण धारप यांचे रहस्यमय साहित्य पुन्हा नव्याने प्रकाशित करण्याचा आम्ही निर्णय घेतला आहे.

नारायण धारप यांचे रहस्यमय साहित्य चांगल्या आणि दर्जेदार स्वरूपात प्रकाशित केल्यामुळे वाचकांना त्याचा अतिशय योग्य प्रकारे आणि मनासारखा आस्वाद घेता येईल, असे वाटते. नव्या स्वरूपातील या अस्सल मराठी रहस्य साहित्याचे वाचक नक्कीच स्वागत करतील, अशी खात्री आहे.

- प्रकाशक

मार्च १९९३

एका उंच चिरेबंदी दगडांच्या भिंतीत तो लोखंडी गजांचा दरवाजा होता. आतल्या बाजूचा बोल्ट सरकवलेला होता. दरवाजाच्या गजातून दिसत होतं की आत एक सरळ रस्ता गेलेला आहे. पंचवीस पावलांवर रस्ता वळून झाडीत जात होता.

लांबवर एका इमारतीचा तिसरा मजला दिसत होता— बहुधा रस्ता त्या इमारतीकडेच जात असावा. आतला सर्व परिसर अगदी शांत, स्तब्ध होता. आत कोणाचाही वावर नसावासा दिसत होता.

त्या गजांच्या दरवाजासमोर आता एक वयस्क जोडपं उभं होतं. पुरुषाचा पोशाख जुन्या जमान्यातला होता— डोक्याला लाल फेटा, अंगात गुडघ्यापर्यंत पोहोचणारा काळा कोट, खांद्यावरून काखेतून अंगावर घेतलेलं उपरणं, खाली दोन काचांचं धोतर, पायात जुन्या पद्धतीचे चढाव; आणि त्याच्याबरोबरच्या स्त्रीचाही पोशाख सरंजामी थाटाचा होता— डोक्यावरून पदर घेतलेलं टोपपदरी लुगडं, कपाळावर चांगला मोठा कुंकवाचा टिळा, कानात मोत्यांच्या कुड्या, हातात गोठ-पाटल्यांचे जोड, गळ्यात चारपदरी चपलाहार, हाताच्या बोटात चमचम करणारी हिऱ्याची अंगठी, पायाच्या बोटात चकचकत्या चांदीची नवी जोडवी, खाली कोकणी वहाणा.

दोघं गजांच्या दरवाजाबाहेर उभे होते— पण त्यांचा पवित्रा कोणाची वाट पाहण्याचा दिसत नव्हता. काही वेळ ते तसेच उभे राहिले आणि मग ती स्त्री म्हणाली, "किती थांबणार आता? उघडा की!"

"त्यांच्यापैकी कुणी आत भेटलं तर?"

“भेटलं तर काय झालं?” ती बाई ठसक्याने म्हणाली, “सांगता येईल की कसं काय चाललंय चौकशी करायला आलो होतो– उघडा आता!”

त्या गृहस्थांनी गजातून आत हात घातला आणि आतला कोयंडा सरकवला. ज्या सफाईने, सहजपणे, आवाज न होता तो सरकला त्यावरून उघड होत होतं की दरवाजाला तेलपाणी व्यवस्थित होत आहे– एक चांगली खूण! त्या गृहस्थांनी मनाशी विचार केला. दरवाजा जरासा ढकलताच दोन्ही बाजूंच्या बिजागऱ्यांवर अगदी सहजपणे फिरला.

ते दोघं आत आले. आपल्यामागे त्यांनी मोठा दरवाजा बंद केला, बोल्ट सरकवला आणि ते त्या फरसबंद वाटेवरून निघाले. रस्त्याला दोनतीन वळणं होती आणि ती घेतल्यानंतर आतली इमारत समोर आली.

तीन मजली इमारत. पाच फुटांच्या जोत्यावर बांधलेली. इमारतीची सर्व रुंदी व्यापणारा रुंद व्हरांडा होता. अंगणातून गोलाकार पायऱ्या निघून लहानलहान होत व्हरांड्यात पोहोचत होत्या. समोरच इमारतीचं मोठं दार होतं. दोन्ही अंगांना उंच उंच खिडक्या होत्या. शिवाय दोन्ही बाजूंना आणखी एक एक खोली असावीशी वाटत होती. कारण उंच खिडकीपलीकडे एक दार आणि त्याच्या पलीकडे आणखी एक खिडकी दिसत होती. आताच्या क्षणी व्हरांड्यात उघडणारी सर्व दारं आणि सर्व खिडक्या बंद होत्या.

ते दोघंजण काही क्षण अंगणातच उभे राहिले. आधी व्हरांड्याकडे, मग वरच्या पहिल्या मजल्याकडे आणि मग त्यावरच्या दुसऱ्या मजल्याकडे त्यांची नजर गेली. सर्व दारं-खिडक्या बंद होती. कोठेही वावराची खूण नव्हती– किंवा हालचालीचा आवाज नव्हता.

दोघं एकमेकांकडे पाहत होते. त्या बाईचा मघाचा ठसका आता पार गेलेला दिसला. ते गृहस्थ अगदी हलक्या आवाजात म्हणाले,

“उरकलेलं दिसतंय–”

“हं.” ती स्त्री म्हणाली.

एक सुस्कारा सोडून ते म्हणाले, “चला! पहायला तर हवंच!”

ते आणि त्यांच्या मागोमाग ती स्त्री, दोघं पायऱ्या चढून व्हरांड्यात आले. मोठ्या दाराला त्यांनी स्पर्श केला मात्र– दार अलगद उघडलं. खिडक्यांच्या काचातून सकाळचा सूर्यप्रकाश आत आला होता. आतला प्रशस्त दिवाणखाना

उजळून निघाला होता. चकचकीत रंग. बंगल्याचा दर्शनी भाग असाच देखणा होता.

पण ते दोघं एकदम दिवाणखान्यात आले नाहीत. दारातच उभे राहून ते आतल्या अवकाशाचा कानोसा घेत होते. कदाचित कोणाच्या वावराची वा हालचालीची खूण कानावर येते का पहात असतील.

पण बंगल्यातली विलक्षण शांतता तशीच राहिली. त्या दोघांना आपले श्वासोच्छ्वास ऐकू यावेत इतकी शांतता.

आधी ते गृहस्थ आणि मग त्यांच्यामागोमाग ती स्त्री, असे दोघे आत आले. शांततेने त्यांचा धीर परत आलासा दिसला. मग त्यांनी दिवाणखान्याच्या दोन्ही खिडक्या उघडल्या. आत लख्ख प्रकाश झाला. मग त्यांनी दोन्ही बाजूंच्या दोन खोल्यांचीही दारं-खिडक्या उघडल्या. डावीकडच्या खोलीत ऑफीससारखी मांडणी केलेली दिसत होती. एक मोठं टेबल होतं. मागे कुशनची खुर्ची होती. समोर दोन खुर्च्या होत्या. शिवाय भिंतीला लागून चामड्यात मढवलेले सोफा होते. खुर्चीच्या मागे भिंतीला लागून मोठी स्टीलची कपाटं होती.

टेबलावर जाड काळी काच होती आणि काचेवर धुरळा साठला होता. बोट त्यावरून ओढलं तर मागे जाड ठसा राहण्याइतका धुरळा. निदान गेल्या काही दिवसांत तरी या टेबलापाशी कोणी बसलं नव्हतं याचाच हा एक पुरावा होता. घरात कोणाचाही वावर नाही याची एक एक खूण दिसायला लागताच त्या जोडीचा धीर आणखीनच वाढला.

उजवीकडची खोली उघडली गेली. गुलाबी रंगाचे पडदे, सोफासेटवरच्या फुलांच्या डिझाइनच्या चिंटझच्या उशा, भिंतीला दिलेला पेस्टेल शेडचा रंग, यावरून अशी कल्पना होत होती की ही लेडीज रूम आहे. खिडक्या उघडताच खोली सकाळच्या प्रकाशाने उजळून निघाली. सर्व वस्तू जागच्या जागी होत्या. भिंतीशेजारी शिसवीच्या स्टँडवर लंबवर्तुळाकार जाड बिलोरी आरसा होता. त्याच्या शेजारी स्टँडवर फ्लॉवरपॉट होता– पुष्पपात्रात फुलांची आकर्षक रचना होती. निशीगंध, डालिया, फर्न, कृष्णकमळं...फक्त सर्व फुलं कोमेजलेली होती.

ते दोघं परत दिवाणखान्यात आले. डावीकडे दोन दारं होती. एक दार सॅनिटरी ब्लॉककडे जात होतं, दुसरं दार साठवणीच्या खोलीकडे जात होतं. हॉलच्या उजव्या भिंतीत स्वयंपाकघर, जेवणघर यांच्यात उघडणारी दारं होती.

ते दोघं आधी स्वयंपाकघरात गेले. गॅस होता. फ्रीजर होता. ओव्हन होती. काळ्या टाइलचा ओटा होता. भिंतीला रॅक होतं. ताटाळं होतं. सर्व भांडी व्यवस्थित ठेवलेली होती. हूकला कप लावलेले होते. ओटा स्वच्छ होता. त्यांनी फ्रीज उघडला. वरच्या कप्प्यात दूध होतं. झाकणाच्या मागच्या कप्प्यात लोणी, सॉस, अंडी, जॅम, लिंबं होती. खालच्या ट्रेमध्ये भाजीपाला होता. फ्रीझर कंपार्टमेंटमध्ये एक मोठा आइस्क्रीमचा पॅक होता. प्लास्टिकच्या डब्यात नारळाचा चव होता. जाळीत सरबताच्या, सीरपच्या उंच बाटल्या होत्या. त्यांनी फ्रीज बंद केला.

मधल्या दरवाजाने ते डायनिंग रूममध्ये आले. मध्ये आठ सीटचं डायनिंग टेबल होतं. खुर्च्या टेबलाला भिडून ठेवल्या होत्या. प्रत्येक सीटसमोर पांढऱ्या विणकामाची वर्तुळाकार जाळी होती. मोठ्या भिंतीला लागून साइडबोर्ड होता. टॉपवर डिशेस, चमचे, काटे, डाव इत्यादी ठेवलं होतं. साइडबोर्डवरच्या आणि डायनिंग टेबलावरच्या काळ्या लॅमिनेटवर धुळीचा अगदी पातळसर थर दिसत होता. तेवढं त्यांना पुरेसं होतं. ते जास्त वेळ डायनिंग रूममध्ये थांबलेच नाहीत.

हॉलमध्ये येऊन ते दोघं जिन्याने वर गेले. वरच्या मजल्याची रचना अगदी हुबेहूब खालच्या मजल्यासारखीच होती. वर आलेला जिना तसाच वळून तिसऱ्या मजल्याकडे जात होता. खालच्या हॉलच्या बरोबर वर तसाच हॉल होता. बाकी खोल्यांची रचनाही तशीच होती. फक्त वरच्या मजल्यावरच्या खोल्या बेडरूम होत्या. हॉलमधून उघडणाऱ्या सर्व खोल्यांची दारं बंद होती. त्या दोघांनी प्रथम समोरची, स्वयंपाकघराच्या वरची खोली उघडली.

आतला पलंग लहान होता. भिंतीवर नटांची, खेळाडूंची छायाचित्रं टेपने चिकटवली होती. एका कोपऱ्यात बॅडमिंटनची रॅकेट, तिच्या शेजारीच नवीन कॅन्व्हास शूजची जोडी होती. आठ ते पंधरा वर्षे वयाच्या मुलाची खोली; पण मुलांच्या खोलीत अपेक्षित असणारी गैरशिस्त इथे मुळीच नव्हती. कोठेही कपडे, पुस्तक, मासिकं पडलेली नव्हती. पलंगावरची चादर ताठ घातलेली होती. उशी सरळ होती, पायथ्याशी पातळसर शालीची घडी होती. पलंगाखालीच पांढऱ्या सपातांचा जोड होता. त्या दोघांची नजर खोलीभर फिरता फिरता शेवटी लहानशा टेबलावरच्या फोटोवर स्थिरावली. साधारण बारा वर्षे वयाच्या मुलाचा हसरा फोटो. अंगात पांढरा टीशर्ट होता. खांद्यावर रॅकेट होती. डोळे कॅमेऱ्याकडे होते— फोटो पहाणाराकडेच सरळ पहात होते. स्वतःशीच मान हलवत ते गृहस्थ

पुढे गेले, त्यांनी फोटो उचलला आणि टेबलावर पालथा ठेवला. ते दोघं त्या खोलीतून बाहेर आले.

शेजारच्या खोलीचं दार उघडून ते आत गेले. हीही बेडरूमच होती; पण उघड दिसत होतं की ती एका विवाहित दांपत्याची आहे. मध्ये मोठा डबल बेड होता. भिंतीला लागून दोन मोठ्या अलमाऱ्या होत्या. तिथेच उंच आरशाचा ड्रेसर होता आणि ड्रेसरवर एका दुहेरी फ्रेममध्ये दोन फोटो होते. साधारण पस्तिशीचा एक पुरुष आणि तीस-बत्तीस वयाची एक स्त्री. फोटो काढला गेला तेव्हा दोघंही हसत होते. खोलीत आलेल्या गृहस्थांनी ती दुहेरी फोटोची फ्रेम ड्रेसरवर पालथी ठेवली. ते पुढे गेले, त्यांनी त्या दोन अलमाऱ्या एकामागून एक उघडल्या. एकीत उंची साड्यांची रांग होती, खालच्या कप्प्यात प्रसाधनांची दाटी होती, मधल्या मोठ्या ड्रॉवरमध्ये दागिन्यांच्या पेट्या होत्या. दुसऱ्या अलमारीत उत्तम कापडाचे पण सोबर रंगाचे सूट, शर्ट, मॅनीले, टीशर्ट, पँट टांगल्या होत्या. खाली रुमाल, मोजे, टाय यांच्या रांगा होत्या. ड्रॉवरमध्ये गॉगल, घड्याळं, पेन्स, अंगठ्या, टाय पिना होत्या. एक मोठं पैशांचं पाकीटही होतं. त्यांनी अलमाऱ्यांची दारं बंद केली आणि ते दोघं खोलीबाहेर पडले.

समोरच्या दोन खोल्यांपैकी एक रिकामी होती— उघड दिसत होतं की ही खोली कोणाच्याही वापरात नव्हती. शेजारची आणि त्या मजल्यावरची शेवटची खोली त्यांनी उघडली. ते दोघं जरा वेळ दारातच उभे राहिले. ती खोली आतापर्यंत पाहिलेल्या खोल्यांपेक्षा एकदम वेगळी होती. खोलीत कोणतंही आधुनिक उंची फर्निचर नव्हतं. एक साधी नवारीची खाट होती. खाटेवर एक उशी आणि गडद लाल रंगाची धाबळी होती. एका भिंतीपाशी शिसवीचा दीडदोन फूट उंचीचा देव्हारा होता. देव्हाऱ्यात पारंपरिक मूर्ती होत्या. पंचायतन, बाळकृष्ण, सरस्वती, गणपती, शाळिग्राम, देवीचा पत्रा, एका बाजूस चांदीच्या बैठकीवर शंख होता, शेजारी घंटा होती, उदबत्तीचं घर होतं.

देवांवर वाहिलेले हार आणि वाहिलेली फुलं पार सुकून गेली होती.

त्या दोघांनी खोलीत दोन पावलंच प्रवेश केला होता— ते तसेच माघारी फिरले आणि बाहेर आले.

दोघं हॉलमध्येच जरासे अनिश्चितपणे उभे राहिले. ते गृहस्थ एकदा वर जाणाऱ्या जिन्याकडे आणि एकदा त्या स्त्रीकडे पहात होते. ती काहीच बोलली नाही. शेवटी ते हलक्या आवाजात म्हणाले,

“वरही जायलाच हवं, नाही का?”

त्या स्त्रीने मानेनेच ‘हो’ची खूण केली; पण आता प्रथमच त्या दोघांच्या चेहऱ्यावर जराशी अस्वस्थता दिसत होती. ते गृहस्थ शेवटी म्हणाले,

“चला! जितकं लवकर उरकेल तितकं चांगलं! चला!”

ते आणि त्यांच्या मागोमाग ती स्त्री सावकाश पावलांनी कोपऱ्यातल्या जिन्याकडे निघाले. जिन्याच्या पायथ्याशी काही सेकंद त्यांची पावलं अडखळली. आणि मग मनाचा हिय्या केल्यासारखी त्यांची पावलं जिन्याच्या पायऱ्या चटाचटा चढायला लागली. जिना एक वळण घेऊन तिसऱ्या मजल्याच्या दारापाशी पोहोचत होता. दार बंद होतं. दाराबाहेरच्या चौकटीत ते गृहस्थ थांबले. पाचसात सेकंदातच ती स्त्रीही त्यांच्या मागोमाग चौकटीत पोहोचली. तिचा श्वास जोराने येत होता– कदाचित पायऱ्या चढण्याच्या श्रमानेही असेल.

त्या गृहस्थांचा हात हलकेच दारापाशी गेला. दाराला एक अगदी लहानसा धक्का देताच दार आत उघडलं. डावीउजवीकडे पहात त्या गृहस्थांनी आत पाऊल टाकलं आणि नजर चारी बाजूंना फिरवली.

या वरच्या माळयाची रचना खालच्या मजल्यापेक्षा अगदी सर्वस्वी वेगळी होती. सर्व मजला केवळ दोन भागांतच विभागला होता. जवळजवळ एकतृतीयांश भाग एका भिंतीने बंद केला होता. भिंतीत एकच मोठं, दुहेरी पालाचं, नक्षीकाम केलेलं लाकडी दार होतं. ते बंद होतं. खोलीचा बाकीचा सर्व भाग रिकामा होता. आता तिन्ही बाजूंच्या खिडक्यांतून लख्ख सूर्यप्रकाश आत येत होता. खोलीचा एकही कोपरा अंधारात नव्हता. तो लख्ख प्रकाश केवळ एका रिकाम्या खोलीच्या बोडक्या भिंतीवर पडत होता. साध्या एकरंगी भिंती. वरची पांढरीशुभ्र तक्तपोशी. खोलीत लक्ष खिळवून ठेवायला काहीच नव्हतं. तेव्हा मग नजर आपोआपच त्या बंद कोरीवकामाच्या दाराकडे ओढली जात होती.

आताही त्या दोघांची नजर त्या दारावरच खिळली होती. आणि आता त्या दोघांच्या नजरेतली भीती लपून राहत नव्हती. एखादी अत्यंत अप्रिय पण अत्यंत आवश्यक गोष्ट करावी तसे ते दोघे सावकाश सावकाश त्या मोठ्या दारापाशी गेले आणि त्या गृहस्थांनी अगदी हलकेच पुढे वाकून दाराला कान लावला. आसपास जरी संपूर्ण शांतता होती तरीही त्यांनी उजवा हात सरळ समोर धरला होता– शांतता राखण्याची खूण! डोळे घट्ट मिटून चांगलं अर्धा

मिनीट तरी ते दाराच्या आतल्या भागाचा कानोसा घेत होते– आणि मग हुश्श् करून त्यांनी एक खूप मोठा सुस्कारा सोडला आणि मागे सरून कपाळावर आणि मानेभोवती आलेला घाम उपरण्याने पुसला, आणि मग ते त्या स्त्रीकडे वळले.

तोंडाने एक शब्दही न बोलता दोन्ही हातांनीच त्यांनी 'सर्व काही ठीक आहे' अशी खूण केली. खोलीबाहेर पडल्यावर त्यांनी आपल्यामागे दाराचा कोयंडा अलगद सरकवला.

त्यांनतर त्या दोघांचा मुक्काम काही दिवस त्या बंगल्यातच होता. त्यांना आपल्या आसपास सर्वत्र नवेपणाच्या खुणा दिसत होत्या. दारं-खिडक्या-व्हेंटीलेटर-कठडे सर्वांचा रंग चकचकीत नवा होता. भिंतींचा, छपराचा रंग नवीन मुलायम होता. फरशा, मोझेक, टाइल सर्व चकचकीत होतं. आसपास मोठी बाग होती. खूप जुनी झाडं होती. बंगल्याच्या डाव्या बाजूस दहा-अकरा फूट व्यासाचं जुन्या बांधकामाचं तळं होतं. आता तळ्याच्या वरवंडीचा सनला आणि रंग नव्यासारखा होता. (अशी शोभेची तळी जास्तीत जास्त तीन फूट खोलीची असतात– पण हे मात्र खूपच खोल वाटत होतं.)

पण बंगल्यात राहणारी ही दुक्कल– त्यांचं या नवेपणाकडे अजिबात लक्ष नव्हतं. ते दोघं एका वेगळ्याच व्यापात गढले होते. वरच्या मजल्यावरची एक एक खोली 'साफ' करण्याच्या उद्योगात ते मग्न होते. वरच्या दोन्ही खोल्यांतले फोटो त्यांनी तळमजल्यावरच्या एका कपाटात ठेवून दिले. खोलीतली सर्व कपाटं उघडून त्यांच्यातल्या कपड्यांचा ढीग फरशीवर पसरला. एकेकाची व्यवस्थित घडी घालून ती मोठ्या बॅगेत ठेवून दिली. कपड्यांचे खिसे तपासायला ते विसरत नव्हते. तिन्ही खोल्यांतले कपडे तीन मोठमोठ्या बॅगात भरले गेले. मागे राहिलं ते फक्त– नोटा, दागिने, घड्याळं, कॅमेरा, दुर्बीण, चांदीच्या देवाच्या मूर्ती आणि पूजेची उपकरणं.

आल्यानंतरच्या तिसऱ्या दिवशी ती दुक्कल बंगल्याबाहेर पडली. आपल्यामागे त्यांनी सर्व दारं व्यवस्थित लावली. मोठ्या दारालाही कुलूप घातलं. आणि मग गेटलाही कुलूप घालून सर्व सामान घेऊन ते दोघं गेले.

२.

ऑगस्ट १९९६

'ऑगस्ट सोळाला आम्ही येतो आहोत.' अमेरिकेहून ताईची तार आली होती आणि श्रीधरची केवढी धावपळ चालली होती. विनीता, त्याची थोरली बहीण, विवाह झाल्या झाल्या अमेरिकेस गेली होती ती आता जवळजवळ सात वर्षांनी परत येत होती.

देवांच्याकडच्यांनी विनीताचा चाणाक्षपणा, हजरजबाबीपणा, धीटपणा हे पाहूनच तिला पसंत केली होती. यशवंतरावांचा भारतातला मुक्काम फक्त एक महिना होता. त्यांच्या येण्याआधीपासूनच त्यांचे आईवडील त्याच्यासाठी योग्य स्थळाची निवड करण्याच्या उद्योगाला लागले होते. त्यांनी किती मुली पसंत केल्या होत्या, श्रीधरला माहीत नव्हतं– फक्त विनीता त्यांच्यातली एक होती हे नक्की. तीच त्यांच्याकडच्या सर्वांना पसंत पडली. सात दिवसांत विवाहविधी उरकला आणि सात-आठ दिवसांत विनीता यशवंतरावांबरोबर अमेरिकेला गेलीसुद्धा.

देवांच्या मागण्या काहीच नव्हत्या. खूप मोठा हुंडा किंवा खर्चीक मानपानाची मागणी केली असती तर श्रीधरला कर्जच काढावं लागलं असतं. वेळ आली असती तर त्याने ते नक्कीच केलं असतं– त्याच्या बहिणीच्या आयुष्याचं सोनं होणार होतं. अशी संधी पुन्हा पुन्हा थोडीच येते? पण सुदैवाने ती वेळ आलीच नाही.

विवाहस्थळ, रिसेप्शन, जेवणावळी– सर्व काही देवांनी परस्परच ठरवलं. त्यांचेच शेकडो आमंत्रित होते. एकेका जेवणावळीला वीस वीस हजार खर्च आला असता. (त्यांचा मेनू पाहून त्याला वाटलं.) कार्यालयाचे दिवसाचे वीस हजार. आणखी वर जर काही द्यायची वेळ आली असती तर? तो आणि त्याचे पाचसात आमंत्रित– त्याला समजत होतं त्यांना कमीपणाची वागणूक मिळत आहे– पदोपदी अपमान होत आहे– पण तो सर्व काही निमूटपणे सहन करीत होता.

कार्यालयातूनच यशवंतराव आणि विनीता परस्पर त्यांच्या हनीमूनवर गेले. श्रीधरचा निरोप घ्यायचंसुद्धा विनीता विसरली असती– जर त्यानेच पुढे होऊन तिच्या खांद्यास हलकाच स्पर्श केला नसता तर.

"ताई, सुखी हो!" तो खालच्या आवाजात म्हणाला.

तिचे डोळे पाणावलेही नव्हते. अर्थात फक्त सिनेमातच माहेर सोडून जाणाऱ्या बहिणी भावाच्या गळयात पडून रडतात. तरीही–

"जाते." कोरड्या आवाजात म्हणून ती वळलीही.

अमेरिकेला गेल्यावर महिन्याभरात तिचं पत्र आलं नाही तेव्हा त्यानेच देवांच्याकडून यशवंतरावांचा पत्ता मिळवला आणि तिला पत्र लिहिलं. पंधरा दिवसांनी तिचं उत्तर आलं. अगदी त्रोटक. ठीक चाललं आहे. एका टुरिस्ट ऑफिसात तात्पुरती नोकरी धरल्याचं लिहिलं होतं. त्याने त्या दोघांचा एखादा अलीकडचा फोटो, त्यांच्या घराचा फोटो मागितला होता. त्याबद्दल अवाक्षरही नव्हतं. विनीता आणि यशवंतराव यांच्याबद्दलची माहिती मिळवण्याचं नंतरचं एकमेव साधन म्हणजे विनीताच्या सासऱ्यांशी पत्रव्यवहार करणे– कारण ते सर्व परगावी राहणारे होते आणि त्यांचा एकही नातेवाईक शहरात राहत नव्हता. सुरुवातीच्या त्याच्या पत्राला त्यांची उत्तरं आली ती अगत्याची होती, सविस्तर होती. एका पत्रात तर त्यांनी यशवंतरावांच्या स्वतंत्र घराचा फोटोही पाठवला होता; पण मग हळूहळू त्यांच्या पत्रांतली आस्था कमी होत चालली, तपशील तुटक होत चालला. पत्राला उत्तर यायला कधी कधी पंधरा दिवसही लागायला लागले. त्यामागचं कारण त्याला उमगतच नव्हतं. त्याने केलेली चौकशी त्यांना आवडत नव्हती? का प्रत्यक्ष यशवंतराव-विनीतालाच आवडत नव्हती? कोणाचे कसे गैरसमज होतील कशाचा भरवसा देता येतो? त्याची बहीण खूप चांगल्या ठिकाणी पडली होती, त्यामानाने त्याची परिस्थिती मध्यम होती आणि तशीच राहणार होती– पण तो हे कोणालाही– विशेषतः ज्यांच्या डोळयांवर संशयाची कावीळ आली आहे अशांना– कसं पटवून देणार की या श्रीमंत बहिणीकडून त्याला सुतळीचा तोडासुद्धा नको होता– फुटकी कवडीसुद्धा नको होती– निःस्वार्थीपणाची काही पाटी गळयात अडकवून वावरता येत नाही– ते ज्याचं त्यानं ओळखायचं असतं. दुसरीही एक शंका त्याच्या मनात येत होती– विनीता त्याची सख्खी बहीण असली तरी तिचा जरासा स्वार्थी स्वभाव त्याला माहीत होता– त्याला माहीत नसणार तर कोणाला? कदाचित लग्नानंतर यशवंतरावांचं घरच्याशी वागणं बदललं असेल– त्याचा राग घरचे लोक त्याच्यावर काढत असतील– कोणी सांगावं? ती कोठे का असेना, सुखात असावी एवढीच त्याची देवापाशी प्रार्थना होती.

अमेरिकेला गेल्यानंतर जवळजवळ तीन वर्षांनी विनीताचं पत्रं आलं. पत्रासोबत बाळाचा फोटो होता. गोरापान वर्ण, गुटगुटीत शरीर. फरच्या मऊशार ब्लँकेटमध्ये गुंडाळलेला. सोबत पत्रही होतं. जेवढ्यास तेवढं. खुशाल आहे. दोघांच्या प्रकृती छान आहेत. यशवंतरावांचं छान चाललं आहे. ग्रीनकार्डसाठी सलग मुक्काम आवश्यक असल्याने एवढ्यात इंडियाला येणं शक्य नाही. बाळाचं नाव सुनील ठेवलं होतं– पण विनीता त्याचा उल्लेख 'सनी' असा करत होती, यशवंतरावांना ती 'यश' म्हणत होती आणि पत्राच्या शेवटी तिने स्वतःचं नाव 'विनीत' लिहिलं होतं. त्याबद्दल श्रीधरला काहीच म्हणायचं नव्हतं– फक्त तिच्या मानसिकतेत होत चाललेल्या बदलाची ती लक्षणं होती; पण घरी रुसणारी-फुगणारी, हट्ट धरणारी, अल्लडपणे वावरणारी त्याची बहीण– ती आई झाली होती! मनातला अभिमान, मनातलं नवल, त्या नवजात अर्भकाबद्दल मनात उचंबळून आलेली माया– यावर तर कशाचाच परिणाम होणार नव्हता! विनी त्याची बहीण होती, यश त्याचे मेहुणे होते, सनी त्याचा लाडका भाचा होता!

खरं तर त्याला खूप वाटलं– भाच्यासाठी एखादी छानशी वस्तू भेट म्हणून पाठवावी– पण त्याच्या खिशाचा आवाका तो केवढा! आणि भेटवस्तूच्या किमतीपेक्षा त्यामागची भावना जाणण्याचा सुसंस्कृत विचारीपणा या ऐश्वर्यात लोळणाऱ्या 'विनी'ला असेल का? न जाणो, गरीब भावाकडून आलेली ही साधी भेट ती लपवूनसुद्धा ठेवील! कटू पण सत्य गोष्ट! शेवटी त्याने अभिनंदनाचं एक साधं पत्रच लिहून टाकलं.

आणि आता त्यांची यायची वेळ जवळ आली होती. ते सर्व त्याच्याकडे राहिले तर तो आपल्या कुवतीप्रमाणे त्यांची बडदास्त ठेवणारच होता– ते त्याच्याकडे राहिले तर! पण यशवंतरावांच्या घरच्यांच्या ऐवजी आपल्याकडे विनीताने तार करावी यात त्याला एक वेगळेपणा दिसत होता– तिच्या सासरकडच्या माणसांशी असलेल्या संबंधांबद्दल मनात पुन्हा एक शंका आली होती. चांगले गोड शब्द, सुहास्य या तर ईश्वराच्या देणग्या होत्या! पण माणूस कंजूषासारख्या त्या स्वतःपाशीच ठेवतो– कोठेही वापरत नाही! त्याला वाटलं.

तारेखेशिवाय विनीताने इतर काहीच कळवलं नव्हतं तेव्हा त्यांची वाट पाहत राहणं एवढंच त्याच्या हाती होतं. सोळा तारखेला रात्री नऊ वाजता ते आले. एअरपोर्टवरून आता सरळ घरापर्यंत आणून सोडणारी बस सर्व्हिस होती. बसचा आवाज ऐकताच तो वरून खाली आला होता. आधी विनीता उतरली–

खूपच जाड झाली होती आणि गोरीपान! सुनील तिच्या मागोमाग उतरला– अगदी युरोपियन वाटावा इतका गोरापान! मग यशवंतराव उतरले. त्यांच्या हातात एक केस होती. मागच्या डिकीतून त्यांनी दोन मोठ्या बॅग रस्त्यावर काढून घेतल्या.

"तुम्ही जा तिघं वर– विनीता, जा, यशवंतरावांना घेऊन जा." त्यांना नमस्कार करीत श्रीधर म्हणाला, "मी सामान घेऊन येतोच वर. जा." त्याच्या मनात आल्याखेरीज राहिलं नाही– यशवंतरावांना त्यातल्या त्यात लहान अशी बॅग वर न्यायला काय हरकत होती? वास्तविक ते तर अमेरिकेतून आलेले– जिथे सर्व कामं स्वतःची स्वतः करण्याकडे प्रत्येकाचा कटाक्ष असतो. ते तिघं वर गेल्यावर त्याने बॅगा उचलल्या. तशा जडच होत्या. जिन्यावर दोन दोन पायऱ्यांवर त्याला थांबावं लागलं; पण शेवटी कशातरी त्या वरपर्यंत आणल्या. दाराच्या आत आणून त्या भिंतीपाशी ठेवून त्याने दार आपल्यामागे लावून घेतलं. ते तिघंही बाहेरच्या खोलीत खुर्च्यांवर बसले होते. अर्थात बसायला तीच तेवढी जागा होती. तीन खोल्यांचा त्याचा ब्रह्मचाऱ्याचा ब्लॉक.

श्रीधर तिथेच एका खुर्चीवर बसला.

"आधी खाण्यापिण्याचे विचारतो– बाकीचं मागाहून." तो म्हणाला.

"आम्ही पाचलाच निघण्यापूर्वी खाऊन घेतलं आहे." यशवंतराव म्हणाले.

"मग आता काय घ्याल? चहा? कॉफी? मुसंब्यांचा रस?"

"कॉफी?" विनीताकडे पाहत यशवंतराव म्हणाले.

"चालेल." ती म्हणाली.

"मधल्या बोळात उजवीकडे सिंक आहे, बाथरूम आहे– तुम्ही हात तोंड धुऊन घ्या, आत बेडरूम आहे तिथे कपडे बदला, जरा फ्रेश व्हा– मी तोपर्यंत कॉफी करतोच–" आणि मग सुनीलकडे पाहत– "विनीता, याला मराठी कळतं का?"

"एक शब्द नाही." विनीता म्हणाली– पण थट्टेने नाही, गंभीरपणे.

"का गं असं? मग तो त्याच्या मामांशी, आजी-आजोबांशी, चुलत्यांशी कसा बोलणार गं?"

विनीता काहीच बोलली नाही. सुनील या नवीन अनोळखी माणसाकडे– जो त्याच्या आईशी इतक्या सलगीने वागत होता– मोठ्या कुतूहलाने पाहत होता. आपल्या साध्या इंग्लिशमध्ये श्रीधरने त्याला विचारलं,

"तुला माहीत आहे मी कोण आहे?"

"नाही." सुनील जरा वेळाने म्हणाला.

"मी तुझ्या आईचा भाऊ आहे."

सुनील काहीच बोलला नाही.

"म्हणजे मी तुझा कोण झालो?"

"अंकल." जरा वेळ थांबून सुनील म्हणाला.

"बरोबर. आणि तू माझा भाचा, हो की नाही?"

"हो." जरा वेळाने.

"तुझं नाव सुनील, हो की नाही?"

"नाही. सनी."

"राइट, सनी. माझं नावं श्रीधर. श्री अंकल म्हणालास तरी चालेल."

"श्री अंकल, श्री अंकल, श्री अंकल" सुनील हसत होता.

"तुझे डॅडी-ममी वॉश घेत आहेत– येतोस माझ्याबरोबर?"

सुनील तयार झाला. त्याला घेऊन श्री स्वयंपाकघरात आला. हे लोक येणार म्हणून त्याने काही काही खास खरेदी केली होती. चॉकलेट. वेफर्स. साधी आणि मधाची आणि खारी बिस्किटे. दोन प्रकारचे आइस्क्रीमचे पॅक.

"तुला काय हवं? आइस्क्रीम? चॉकलेट? वेफर्स?" त्याने विचारलं.

"सगळं." सुनील तत्काळ म्हणाला.

"मग तुझ्या आईलाच विचारायला हवं–" एका डीशमध्ये वेफर्स, बिस्किटे, आणि दोन चॉकलेट ठेवून ती डीश त्यानं सुनीलसमोर सारली आणि तो कॉफीच्या तयारीला लागला.

यशवंतराव आणि विनीता हाततोंड धुऊन, कपडे बदलून बाहेर आले. तोपर्यंत श्रीधरची कॉफी तयार झाली होती. ते सर्वजण स्वयंपाकघरातच टेबलाभोवती बसले. शेवटी श्रीधरने विचारलंच–

"तिकडे गावी जाणार असाल?" काही वेळ त्या दोघांपैकी कोणीच काही बोललं नाही. मग यशवंतरावच म्हणाले, "सध्या एवढ्यात तरी विचार नाही. मग मागून पाहू."

काय समजायचं ते श्रीधर समजला.

"उद्या सकाळी आम्ही एखाद्या चांगल्या हॉटेलमध्ये शिफ्ट होऊ–"

यशवंतराव म्हणाले.

"पण इथे राहा की! मी तर एकटाच आहे–" श्रीधर म्हणाला.

"थँक्स– पण नको. खरं तर सातआठ महिने राहण्याचा माझा विचार आहे– इथे काही काही कॉंटॅक्ट आहेत– एखादा बंगला लीजवर घ्यायचा विचार आहे– इथे काय पद्धत आहे माहीत नाही– पण ते मग पाहू."

श्रीधरला दिसत होतं की ते तिघेही प्रवासाने थकलेले आहेत. सुनील तर टेबलापाशीच पेंगा खायला लागला होता.

"झोपायचं का?" श्रीधरने विचारलं. "तुम्ही सगळे अगदी एक्झॉस्ट झाला आहात– अं?"

"राइट." यशवंतराव म्हणाले.

"या. तुमची व्यवस्था दाखवतो." श्रीधर म्हणाला. नेहमी वापरात नसलेली एका घडीची खाट त्याने त्याच्या पलंगाशेजारीच उघडली होती. तो पलंग आता सहा बाय सहाचा झाला होता– त्या तिघांना पुरेसा होता.

दाराशीच थांबून यशवंतराव म्हणाले-

"अगं! श्रीला ते द्यायचं विसरलीसच की!"

एखादी गिफ्ट असेल, श्रीधरला वाटलं.

"अहो, आता रात्री कशाला? उद्या पाहू की!" तो म्हणाला.

"नो! नो! वेळेलाच महत्त्व आहे, श्री! जा. काढ गं!"

विनीता बाहेरच्या खोलीत आली, तिने एक बॅग उघडली आणि आतून एक पेटी काढली. तोपर्यंत यशवंतराव तिथे पोहोचले होते. विनीताच्या हातातली पेटी त्यांनी आपल्या हातात घेतली, उघडली आणि तशीच श्रीधरच्या हातात दिली.

आत पोलरॉइडचा अगदी नव्या मॉडेलचा कॅमेरा होता.

"दोन फिल्म पॅक पण आहेत." यशवंतराव म्हणाले.

"अरे! थँक यू! थँक यू!" श्रीधर आनंदाने म्हणाला. अत्यंत आवडती आणि तितकीच अनपेक्षित भेट! तो आनंद काही वेगळाच होता.

"यू आर फॉंड ऑफ फोटोग्राफी, नो? विनी म्हणत होती–" यशवंतराव म्हणाले.

"खरोखरच थँक यू!" श्रीधर म्हणाला. त्याला एकदम आठवलं, सुनीलच्या जन्मानंतर आपण त्याच्यासाठी काहीही तिकडे पाठवलं नाही. वेल्, झालं ते

झालं. आता या ना त्या हाताने तो त्याची भरपाई करू शकत होता– आपोआपच संधी चालून आली होती.

पेटी त्याने तिथेच टेबलावर ठेवली. मग त्यांची झोपायची तयारी सुरू झाली.

त्याला पहाटेस साडेचार-पाचलाच उठण्याची सवय होती. चहा, दाढी, व्यायाम, स्नान आणि तीनचार मैलांच्या रपेटीसाठी बाहेर जायचं– त्याचा रोजचा कार्यक्रम होता. त्याने घरातले कार्यक्रम उरकल्यावर तो बाहेर पडला. येताना त्याने बेकरीतून पाव, अंडी, मॅगीची दोन पाकिटं, दुधाची पिशवी आणली. तो परत आला तेव्हा विनीता नुकतीच उठून स्वयंपाकघरात आली होती.

"यशवंतराव नाही जागे झाले?" श्रीधरने विचारलं.

"आठच्या आधी कधीच उठत नाहीत. रात्री मोबाइलवरून कोणाकोणाला सारखे फोन चालले होते– उठतील सावकाश."

"आपला चहा करून घ्यायचा का?"

एखादी बहीण अगदी सहजपणे 'अरे तू कशाला? मी करते की!' म्हणाली असती. अगदी नवखी असती तर फारतर म्हणाली असती– मला चहा-साखरेचं दाखव– पण विनीता गप्पच बसली. श्रीधरने चहा टाकला आणि तो म्हणाला, "यशवंतराव उठले की आपण नास्ता करूया– ब्रेड आहे– बटर आहे– अंडी आहेत– वाटलं तर फ्राय करू, नाहीतर बॉइल करू– ब्रेडचाही हवा तर टोस्ट करू– आणि दुपारचं एका चांगल्या हॉटेलात जेवण करू." तिने विचारायच्या आधीच तो म्हणाला, "मी दोन दिवसांची रजा घेतली आहे– तेव्हा मी मोकळाच आहे."

तोंड धुऊन, दात घासून विनीता टेबलापाशी येऊन बसली. तिने चहाचा कप पुढे ओढला. श्रीधरने विचारलं, "विनीता, या यशवंतरावांचं काम कसलं आहे? म्हणजे नोकरी आहे का स्वतःची कंपनी, स्वतःचा व्यवसाय असं काही आहे?"

"कॉम्प्युटरच्या लाइनमध्ये आहेत– त्यातसुद्धा आता इतक्या वेगवेगळ्या लाइन्स झाल्या आहेत की मलाही नक्की सांगता यायचं नाही– इकडे यायच्या आधी त्यांनी नोकरी सोडली आहे. काहीतरी स्वतंत्र व्यवसाय करण्याचा विचार आहे. त्यासाठीच इथे काही काही जणांच्या भेटीगाठी ठरल्या आहेत."

"विनीता, विचारतो त्याचा राग मानू नकोस. या देवांच्याकडूनच सुरुवातीस मला तुमची ख्यालीखुशाली समजत होती– पण पुढेपुढे त्यांनी माझ्या पत्रांना उत्तरं अशी तुटक द्यायला सुरुवात केली की मी पत्र लिहिणंच सोडून दिलं. असं का व्हावं काही कारण सुचतं तुला?"

हवेत मान उडवीत विनीता म्हणाली,

"अरे अगदी स्वार्थी आणि हावरट माणसं आहेत ती– सदानकदा कशाची तरी अपेक्षा करीत असतात–"

श्रीधर काहीच बोलला नाही. काय बोलणार? आणि त्याच्याबद्दलही त्यांची अशीच कल्पना नसेल कशावरून?

"पण आता इथे इंडियात आला आहात ते तरी त्यांना कळवलं आहे का?"

"मोघम कळवलं होतं ऑगस्टच्या सुमारास येताहोत म्हणून–"

अगदीच असमाधानकारक उत्तर– पण पुन्हा एकदा– तो काय बोलणार? टीका किंवा सूचना करण्याचा त्याला काय अधिकार होता?

नऊ वाजेपर्यंत यशवंतरावांचं उठण्याचं चिन्ह दिसेना, तेव्हा विनीतानेच त्यांना हाक मारून जागं केलं, मग सुनीलही जागा झाला. सुनीलची कॉफी झाली. मग त्यांनी स्नान वगैरे होत असताना श्रीने पावाचे टोस्ट केले आणि यशवंतराव-विनीता यांच्यासाठी अंडी उकडली. सुनीलकरिता दोन अंडी फ्राय केली. 'बारा वाजेपर्यंत येतो' असं सांगून यशवंतराव बाहेर गेले.

ते परत येईपर्यंतचा वेळ श्रीधरने स्वतःचं आवरण्यात, मग रोजचा पेपर वाचण्यात आणि मग सुनीलशी खेळण्यात घालवला.

बरोबर बारा वाजता यशवंतराव आले. त्यांनी एका मोठ्या हॉटेलमध्ये खोली घेतली होती. मग त्याच हॉटेलमध्ये जेवण घ्यायचं ठरलं. टॅक्सीतून ते सरळ तिथेच गेले आणि जेवण झाल्यावर दीडच्या सुमारास श्रीधर परत आला.

त्या तिघांच्या वावराने घरभर बराच पसारा झाला होता. त्याची सगळी आवराआवर करताना त्याच्या मनात संमिश्र विचार येत होते. विनीताचं वागणं त्याच्या परिचयाचं होतं आणि विशेषतः त्याच्या तिच्याकडून कोणत्याच अपेक्षा नव्हत्या– पण तिच्या सासरकडच्यांच्याबद्दल काय?

यशवंतरावांच्या परदेशगमनात आणि पर्यायाने आलेल्या सुखसमृद्धीत त्याच्या घरच्यांचा, आईवडिलांचा काही ना काही वाटा होताच की नाही? समजा, त्यांनी

एखाददुसऱ्या भेटवस्तूची अपेक्षा केली तर त्यात काय चूक होतं? तिने जर त्याच्यासाठी, आपल्या भावासाठी, पाचसात हजारांची वस्तू भेट म्हणून आणली, तर मग तशीच एखादी वस्तू यशवंतरावांच्या भावासाठी म्हणा, पुतण्यासाठी म्हणा, कोणाकरताही म्हणा, घेण्याचं तिने त्यांना का सुचवलं नाही? आपण इंडियात येत आहोत हे तरी यशवंतरावांनी त्यांना कळवलं होतं की नाही? का घराचा सर्वच कारभार विनीताच्या हाती होता? सर्वच विचार मनाला जरासे खिन्न करणारे होते.

३.

दुसऱ्या दिवशी कामावरून परत आल्यावर श्रीधरने यशवंतरावांना त्यांच्या हॉटेलवर फोन केला. आधी फोनवर सुनील आला. मग त्याने त्याच्या आईला बोलावून आणलं.

"काय म्हणताय? ठीक आहे ना?" श्रीधरने विचारलं.

"हो. ठीक आहे."

"काय झालं जागेचं? काही जमलं की नाही?"

"आताच कोणाबरोबर तरी गेलेत–"

"ठीक आहे. बाकी सगळं?"

"ओ.के."

"अच्छा. मग काही ठरलं तर मला कळव. माझा फोन नंबर आहे ना तुझ्याजवळ? नसला तर आताच सांगतो– लिहून घे."

त्याने नंबर सांगितला आणि फोन बंद केला.

रात्री नऊला यशवंतरावांचा फोन आला.

जागेचा त्यांचा शोध यशस्वी झाला होता.

"अरे आजच संध्याकाळी पाहून आलो." यशवंतराव सांगत होते. "शहराच्या जरा बाहेरच आहे; पण मेन रोडवर आहे. पाचदहा मिनिटांत टॅक्सी मिळण्यासारखी आहे. स्वतंत्र बंगला आहे. मोठं आवार आहे. प्रशस्त आहे."

"वा! छानच झालं!"

"तिकडच्यासारखे लीजचे व्यवहार इथे साधेसोपे नाही. भाडं पंधरा हजार म्हणतो आहे. पाचसहा महिन्यांचा प्रश्न आहे. बहुतेक घ्यायचा विचार आहे. मुख्य म्हणजे वेल फर्निश्ड आहे. गॅस, फ्रीज, वॉशिंग मशीन, फर्निचर सर्व काही आहे. उद्या सकाळी व्यवहार पुरा झाला तर मग संध्याकाळीच शिफ्ट व्हायचा विचार आहे."

"मी येऊ का बरोबर? वेळ सांगा– तुमच्या हॉटेलवरच येतो."

"सहाला जमेल?"

"येतो. जागेचं ठरलं नाही तरी भेटीगाठी होतीलच ना!"

"छान. ये."

संध्याकाळी सहाला श्रीधर हॉटेलवर पोहोचला तर ते तिघं तयारच होते. हॉटेलचं बिल चुकतं करून यशवंतराव लाउंजमध्येच त्याची वाट पाहत होते. तो आलेला पाहताच त्यांनी बॉयला खोलीतून सामान खाली आणण्यासाठी पाठवलं. मोठ्या दारापाशीच ते दोघं बोलत उभे राहिले.

"जाणार कसे आहात?" श्रीधरनं विचारलं.

दारापाशी उभ्या असलेल्या टॅक्सीकडे यशवंतरावांनी बोट केलं.

"आज संध्याकाळचं जेवणाचं काय करणार आहात? आणि घरकामासाठी कुणीतरी लागेल की नाही?"

"अरे, तिकडे बायका अगदी स्वावलंबी झालेल्या असतात. घरची रोजची सारी कामं त्यांनाच करावी लागतात. अर्थात तिकडे सोयीही खूप असतात–"

वरून बॉय सामान घेऊन आला. त्याच्या मागोमाग विनीता आणि सुनीलही आले. विनीताच्या काखेला पर्स होती, हातात एक हॅंपर होता. तिकडे बोट करत यशवंतराव म्हणाले, "हॉटेलच्या मॅनेजरला विनंती केली होती– त्याने दोघांना पुरेल एवढं अन्न हॅंपरमध्ये भरून दिलं आहे. आजचा प्रश्न तर मिटला. उद्या व्यवस्था करायला खूप वेळ आहे. चल."

यशवंतराव पुढे बसले. श्रीधर, विनीता आणि सुनील मागे बसले.

गाडी हायवेवर आली. स्टेशनजवळच एक रस्ता वळून जात होता. मोठमोठ्या प्लॉटमधून आलिशान इमारती. मध्ये इतकी अंतरं आणि झाडी, की एका इमारतीतून दुसरी दिसणारही नाही. बहुतेक इस्टेटींच्या भोवती उंच उंच दगडी अथवा विटांच्या भिंती. अशात एका दगडी भिंतीतल्या लोखंडी गजांच्या दारापाशी

गाडी थांबली. यशवंतराव खाली उतरले. त्यांनी खिशातून किल्ल्यांचा जुडगा काढला आणि त्यातल्या एकीने दरवाजाचं मोठं लोखंडी कुलूप उघडलं आणि दरवाजा आत उघडला. ते पुन्हा गाडीत येऊन बसताच गाडी सुरू झाली आणि वळणाचा रस्ता घेऊन मोठ्या अंगणात आली. समोरच तीन मजली इमारत होती. व्हरांड्याकडे जाणाऱ्या पायऱ्यांपाशी गाडी थांबली. ड्रायव्हरने उतरून मागची डिकी उघडून आतल्या बॅगा बाहेर काढून ठेवल्या. बिलाचे पैसे आणि वर दहाची टीप घेऊन तो परत गाडीत बसला आणि मोठं वळण घेऊन गाडी झाडीतून दिसेनाशी झाली.

गोलाकार पायऱ्या लहान होत होत मुख्य दरवाजापाशी पोहोचत होत्या. इमारत प्रशस्त होती; पण निदान बाह्यरूपावरून तरी अशी कल्पना होत होती की इमारतीची देखभाल नीट होत नसावी. दारांचे रंग विटले होते. खिडक्यांच्या तावदानांवरून धुळीचे थर साचले होते. आसपास बाग होती; पण बागेतली झाडंही सुकल्यासारखी, मरगळून गेल्यासारखी वाटत होती.

यशवंतराव पायऱ्या चढून वर गेले आणि खिशातल्या चावीने त्यांनी मोठा दरवाजा उघडला. त्यांच्या मागोमाग विनीता, सुनील आणि शेवटी दोन्ही बॅगा घेऊन श्रीधर असे आत शिरले.

बटनांचा खट् खट् आवाज आला. आतले दिवे एकामागोमाग एक असे लागले. प्रशस्त दिवाणखाना. डावीउजवीकडे तीन-तीन खोल्यांची दारं. समोरच वरच्या मजल्याकडे जाणारा जिना; पण दिवाणखान्यातही सर्वत्र त्याच त्या दुर्लक्ष झाल्याच्या खुणा होत्या. वरच्या दिव्यांवर कोळिष्टकं होती. दोन्ही अंगांना जी दारं होती त्यांच्या कडी बोल्टपाशी हातांनी पडलेले तेलकट डाग होते. भिंतींचा रंगही विटल्यासारखा फिकट वाटत होता.

यशवंतरावांनी पुढे होऊन एक एक दार उघडलं. एका हाताला स्वयंपाकघर, जेवणघर, दुसऱ्या हाताला बसण्याउठण्याच्या खोल्या, बाथरूम वगैरे. मग ते जिन्याने वर निघाले. श्रीधरने बॅगा दारापाशीच राहू दिल्या आणि बाहेरचं मोठं दार आपल्यामागे लावून घेऊन तो त्यांच्यामागोमाग वर गेला.

वरचीही रचना खालच्या मजल्यासारखीच होती; पण वरच्या खोल्या झोपण्यासाठी होत्या. पलंग, कपाटं, टीपॉय, खुर्च्या, रॅक, ड्रेसर्स, सर्व काही सोयी होत्या.

"अगदी स्पेशस आहे, नाही?" यशवंतरावांनी विचारलं. अर्थात त्यांना अमेरिकेत अशाच प्रशस्त घरात राहायची सवय झालेली होती. फक्त तिकडची राहणी जशीच्या तशी इकडे भारतात आणावी का नाही यावर मतभेद होण्याची शक्यता होती.

"आलोच आहोत तर वरचा तिसरा मजलाही पाहून घेऊ या–" यशवंतराव म्हणाले आणि जिन्याने वर निघाले.

वरच्या मजल्याची रचना अगदी वेगळी होती. वरचा मजला घराच्या सर्व भागावर पसरला होता; पण एका भिंतीने त्याचे दोन भाग केले होते. त्या भिंतीत एकच मोठं दार होतं आणि दाराला बाहेरून कडीकोयंडा, बोल्ट वगैरे काही दिसत नव्हतं. सर्व मजल्यावर इतरत्र दुसरं काहीही नव्हतं. यशवंतराव पुन्हा एकदा त्या मधल्या मोठ्या कोरीव कामाच्या दारापाशी आले आणि त्यांनी दाराला एक धक्का दिला. आधी जरा हलका आणि मग सर्व शक्ती एकवटून; पण दार तसूभरही हललं नाही. जरा आश्चर्याने आणि जरा त्रासिकपणे त्यांनी त्या दाराकडे पाहिलं आणि एकवार खांदे उडवून त्या दाराचा नाद सोडून दिला. खोलीच्या भिंतीवरून आणि धुरकटलेल्या तावदानांच्या खिडक्यांवरून नजर टाकीत श्रीधर म्हणाला,

"यशवंतराव, आधी घराची सफाई करून घ्यायला हवी."

"हो– सुरुवातीस तरी कोणाची तरी जरुरी भासणारच."

"माझ्या माहितीचा एकजण आहे– तो अशी लहानसहान कामं करतो. चुणचुणीत आहे, कामसू आहे आणि मुख्य म्हणजे अगदी विश्वासू आहे. त्याला पाठवून देतो."

"छान. थँक्स."

विनीता मधल्या त्या दाराकडे टक लावून पाहत उभी होती. त्या दोघांच्या बोलण्याकडे तिचं लक्षच नसावंसं वाटत होतं.

"विनी–" यशवंतरावांनी हाक मारली.

ती तशीच त्या दाराकडे पाहत उभी राहिली होती.

"विनी!" यशवंतरावांनी जरा मोठ्याने हाक मारली.

"अं?" एकदम दचकून ती भानावर आली. इकडे तिकडे पाहून मग ती यशवंतरावांकडे वळली.

"काही म्हणालात? काय म्हणालात?"

"तुझं लक्षच नाही का आमच्याकडे? होतं तरी कुठे लक्ष तुझं?"

"कुठे नाही– काही झालं का?"

"काही नाही! चला, खाली आता!"

पण तिसऱ्या मजल्यावरून खाली यायला निघाल्यावर विनीताने दोनतीनदा तरी वळून त्या बंद दाराकडे नजर टाकली.

स्वयंपाकघराच्या एका कपाटात खूप जुनेरी होती. जुने टॉवेल, पंचे, इतर कापडं, निरुपयोगी पण स्वच्छ, झाडण्यास-पुसण्यास योग्य. त्यांनी डायनिंग टेबल, खुर्च्या साफ करून घेतल्या. साइडबोर्डवर जग, ग्लासेस, डिशेस होत्या. त्या धुऊन घेतल्या आणि चौघांनी जेवण केलं.

नव्या जागेत आणि जरा अपारंपरिक पद्धतीचं जेवण. जेवण झाल्यावर श्रीधर जायला निघाला.

"आम्ही आता वरची एक बेडरूम साफ करून घेतो. ही जराशी धूळ, जरासा कचरा सोडला तर बाकी सगळं छान आहे." यशवंतराव म्हणाले. "तुझा तो कोण माणूस आहे त्याला मात्र पाठव–"

"पाठवणार नाही– घेऊनच येणार आहे." श्रीधर म्हणाला. "नाहीतरी तुम्ही येणार म्हणून तीन दिवसांची रजाच काढली होती मी. त्याला बरोबरच आणीन. उद्या सकाळी येतो. ओ.के.?"

"ओ.के."

"ठीक आहे– जातो तर– विनीता! जातो! गुड नाइट!"

पुन्हा एकदा विनीता कोणत्या तरी स्वप्नरंजनात गर्क झालीशी दिसली.

"हो– हो– अच्छा–" ती म्हणाली.

श्रीधरने त्यांचा निरोप घेतला.

४.

श्रीधर गेल्यावर यशवंतरावांनी त्याच्यामागे बाहेरचं मोठं दार बंद करून घेतलं आणि दोन्ही बॅगा घेऊन ते वरच्या मजल्यावर आले. येताना त्यांनी खालच्या दिवाणखान्यातला एक दिवा तसाच जळता ठेवला. सर्व जागाच नवी होती. अंधारात दिशेचा अंदाज अजिबात आला नसता.

सुनील इतका पेंगायला लागला होता की शेवटी त्यांनी त्याला वरच्या मजल्यावरच्या एका खोलीतल्या सोफ्यावर झोपवला. त्यांनी आणि विनीताने एक बेडरूम साफ करून घेतली. कपाटात इस्त्रीच्या चादरी, पलंगपोस, उशांचे अभ्रे, सर्व काही होतं.

तिकडे अमेरिकेत सुनीलची झोपण्याची खोली स्वतंत्र असायची; पण इथे त्याला सर्वच नवीन होतं. तेव्हा त्यांनी त्या रात्री आपल्याच पलंगावर त्यालाही झोपवलं. आणि ते दोघंही इतके थकले होते की दिवे मालवून गादीला पाठ लावताच दोघांनाही गाढ झोप लागली.

यशवंतरावांची झोप अगदी निवांत होती.

पण विनीताची झोप मात्र स्वप्नांनी चाळवली गेली.

तिसऱ्या मजल्यावरचं कोरीव लाकडी पालांचं दार तिच्या स्वप्नात अनेक वेळा आलं. प्रत्यक्षात यशवंतरावांना धक्का मारूनही ते दार उघडता आलं नव्हतं; पण इथे तिच्या स्वप्नात समोर येताच ते दार अलगद आत उघडत होतं.

स्वप्नात आपले आपल्याला कधीच दिसत नाही; पण तिला याची खात्री होती की त्या दारासमोर आपणच उभे आहोत आणि मनातल्या भावनाही जाणवत होत्या. विलक्षण भीती आणि मनस्वी आकर्षण.

मोठ्या कुतूहलाने तिने त्या दारातून आत पाऊल टाकलं होतं–

पण हे काय?

दरवेळी तिच्यासमोर वेगळाच देखावा येत होता.

एकदा खडकाळ मैदानावरून चढत गेलेला भूखंड होता. त्याच्या शेवटाशी एका करडा उभाच्या उभा कडा होता आणि त्यात एका गुहेचं कृष्णद्वार होतं...

एकदा एक प्राचीन किल्ला होता. आणि अंधाऱ्या अरुंद वाटांवरून तिची पावलं खाली-खाली- तळघराकडे जात होती...

एकदा एक जुनी इमारत होती. तिची पावलं जिन्यामागून जिने चढत होती. वाट वरच्या अंधाऱ्या अडगळीच्या खोलीकडे जात होती...

मनोमन अशी कल्पना होती की या वाटेच्या शेवटास काहीतरी वाईट आहे, काहीतरी भयानक आहे– तिकडे आपण जाता कामा नये–

पण स्वप्नातले प्रसंग आणि क्रिया आपल्या नियंत्रणाखाली कधीच नसतात. नको त्या गोष्टी मनुष्य करीतच असतो. पापण्या शिशाच्या होतात, काही केल्या उचलता येत नाहीत. पाय शिशाचे होतात, काही केल्या माघारी फिरता येत नाही...

विनीता सकाळी जागी झाली तेव्हा तिला अजिबात आनंदी, ताजं, हुशार वाटत नव्हतं. यशवंतरावच बाहेर गेले, येताना त्यांनी थर्मासमध्ये चहा आणि नाष्ट्यासाठी सँडविच, इडली असे पदार्थ आणले. घराची घडी व्यवस्थित बसेपर्यंत त्यांची जेवणीखाणी अशी बाजारी वस्तूंवरच चालणार होती; पण त्याची त्यांना मोठी खंत नव्हती.

नऊच्या सुमारासच श्रीधर हजर झाला. त्याने बरोबर त्याचा तो कामगार आणला होता. त्याला एकदा आतली व्यवस्था दाखवली, बादली-ब्रश-झाडू-खराटा, साबण, फडकी इत्यादी सामान दिलं. मग श्रीधर म्हणाला, "चला ना जरा बाहेर चक्कर मारू या–"

"हो– चला ना– मीसुद्धा आवार पाहिलेलंच नाही–" विनीता म्हणाली आणि ते सर्व जण मोठ्या दाराच्या पायऱ्या उतरून खाली अंगणात आणि मग वळसा घालून आवारात आले. बंगल्याच्या चारी बाजूंना झाडी होती. नियोजन वगैरे काही नव्हतं. लँडस्केचिंगही नव्हतं. मुळात जशा अवस्थेत होती तशीच राहू दिलीशी वाटत होती. लहानसहान चढउतार होते, पायवाटा होत्या, छोटी छोटी लॉन आपोआप तयार झाली होती. बंगल्याच्या उजव्या बाजूस ते शोभेचे तळे होते. वीस-पंचवीस फूट व्यास असेल. सभोवती सनल्याची वरवंडी होती; पण आता सनल्याचा गुळगुळीतपणा गेला होता. पाण्यावरही शेवाळाचा पातळसर थर होता. एकूण देखावा मनाला आनंद देण्याऐवजी जरासा खिन्नच करत होता.

"सुरुवातीस अगदी प्लेझंट असलं पाहिजे, नाही?" यशवंतराव म्हणाले. "दुर्लक्ष झाल्याने त्यातला चार्म गेला आहे– आता पाहू– वेळ मिळाला की जरा जरा लक्ष द्यायला होईल."

तळ्याला वळसा घालून ते बंगल्याच्या मागच्या बाजूस आले. मागे तर झाडी चांगलीच गर्द होती. अगदी सकाळच्या वेळीसुद्धा झाडांच्या फांद्यातून खाली उन्हाचा कवडसासुद्धा पडत नव्हता.

बंगल्याच्या डाव्या बाजूने ते परत दर्शनी भागाकडे आले. श्रीधरने बाहेरूनच आतल्या कामगाराला खुर्च्या आणायला सांगितल्या. श्रीधर, यशवंतराव आणि विनीता व्हरांड्यात बसले. सुनील तिथेच, नाहीतर खाली अंगणात, नाहीतर घरात स्वतःच्याच खेळात रमला होता.

"जेवायची काय सोय करणार आहात?" श्रीधरने विचारलं.

"बहुतेक बाहेर कोठेतरी जाऊ."

"माझ्या ओळखीच्या एक बाई आहेत. त्या लोकांच्या घरी डबे पाठवण्याचा व्यवसाय करतात. जिन्नस घरगुती असतात, चव चांगली असते. रविवारी आणि सणासुदीला गोडधोड काहीतरी खास पाठवतात."

"नको. आज सकाळी बाहेर गेलो की थोडीशी खरेदी करणारच आहोत. ही विनी आहे– ती स्वयंपाकघरात काही आहे का नाही, असलं तर किती आहे ते पाहील– मग कोठेतरी सगळी खरेदी करून येऊ. तसं तीनचार महिने तरी नक्कीच राहायचं आहे– तेव्हा असं टेंपररी करून चालायचं नाही. तू काही काळजी करू नकोस."

"बरं, घरकामाचं काय? एखादी बाई किंवा घरगडी नको का?"

"श्री, सध्या काहीच नक्की नाही." विनीता म्हणाली. "आम्ही असे बाहेर जाणार– सगळं घर कोणावर सोपवायचं म्हणजे सुरक्षितता वाटत नाही. नाही त्या आपत्तीला आमंत्रण नको. बघू या. अगदी नाहीच जमलं तर मग काहीतरी सोय करू."

श्रीधरच्या ध्यानात आलं की, अमेरिकेसारख्या देशात इतकी वर्षे राहिल्याने त्या दोघांची मानसिकताच बदलली होती. कायमच्या काही व्यवस्था, वास्तूंना, वस्तूंना-माणसांना काही बांधिलक्या– त्यांच्या हिशेबात यांना काहीच महत्त्व नव्हतं.

"श्रीधर, हा माणूस दिवसभर काम करणार आहे का?"

"साधारण पाच वाजेपर्यंत करील."

"दिवसाकाठी काय द्यावे लागेल?"

"पैशांचं मी पाहतो हो यशवंतराव–"

"असं कसं? साधारण काय दर असतो?"

"किमान ऐंशी रुपये दिवसाला."

"ठीक आहे. मी ते सेटल करतो. आणि थँक्स."

"छे! तुम्ही फारच औपचारिकपणे वागता हो–"

"हा औपचारिकपणा नाही, श्रीधर. कोणीही मदत केली की त्याचे आभार मानणं हा शिष्टाचारच आहे. मग तो अगदी कोणी आप्तस्वकीय का असेना– असू दे. इथेच थांबतोस का? बरोबरच जाऊ या का जेवायला?"

"नको. आता तुमचं मार्गी लागतं आहे– मग मी दुपारचा कामावर जाण्याचा विचार करतो आहे. आता रजेची काही जरुरी नाही. एकदोन दिवसांनी चक्कर टाकीन. माझा फोन नंबर देऊन ठेवू का?"

"नको. नंबर माझ्यापाशी आहे."

"मग मी जातो तर–"

त्या तिघांचा निरोप घेऊन श्रीधर मोठ्या दाराबाहेर पडला.

५.

साधारण अकराच्या सुमारास यशवंतराव, विनीता आणि सुनील घराबाहेर पडले. हमरस्त्याला लागताच टॅक्सी मिळायला उशीर लागला नाही. भाजीच्या, किराणाभुसार मालाच्या, बेकरीच्या इत्यादी दुकानांतून त्यांनी वस्तू खरेदी करून ठेवल्या. 'जाताना पिकअप करू' सांगून बाजूला ठेवायला सांगितलं. मग एका चांगल्या हॉटेलमध्ये जेवण करून त्यांनी टॅक्सी केली आणि सर्व सामान टॅक्सीत भरून ते परत बंगल्यावर आले. आठ-आठ दिवसांचा भाजीपाला, दूध, फळं इत्यादी आणून ठेवायची त्यांची पद्धतच होती.

कामावर लावलेल्या माणसाने खालचा व्हरांडा, खालच्या मजल्यावरच्या सर्व खोल्या साफ केल्या होत्या. फरक एकदम जाणवत होता. यशवंतरावांना त्याचं काम एकदम पसंत पडलं. त्याला आत बोलावून त्यांनी विचारलं,

"दुपारच्या जेवणाचं काय करणार आहेस रे?"

"सकाळीच नास्ता करून कामावर आलो आहे साहेब. आता एकदम संध्याकाळीच जेवणखाण."

"चहा वगैरे हवा का?"

तो जरासा वरमून गप्पच बसला.

"ठीक आहे. चहा झाला की तुला हाक मारीन."

विनीताने दुपारी एकच्या सुमारास त्याच्यासाठी चहा बनवला आणि त्याला चहाबरोबर पाव दिला. दुपारी चार-सव्वाचारपर्यंत काम करून त्याने दुसऱ्या मजल्यावरची मधली खोली, डाव्या हाताच्या दोन खोल्या एवढा भाग साफ केला.

"आज एवढं पुरे." यशवंतराव म्हणाले. "उद्या मोकळा आहेस का?"

"हो, साहेब."

"श्रीधरराव म्हणत होते दिवसाला ऐंशी रुपये होतील. बरोबर?"

"हो, साहेब."

"हे घे आजचे पैसे. उद्या असाच सकाळी ये. जमेल ना?"

"हो, साहेब."

एक सलाम ठोकून तो निघून गेला.

दुपारभर सुनीलने घरात आणि अंगणात धावपळ केली होती आणि आता अगदी दमून तो दिवाणखान्यातल्या सोफ्यावर अगदी गाढ झोपला होता.

"तुझा काय प्रोग्रॅम आहे?" यशवंतरावांनी विनीताला विचारलं.

"मी आता आराम करणार आहे. सकाळपासून सारखी धावपळ चालली आहे. तुला चहा हवा का?"

"नको. मग मी आता जरा बाहेर जाऊन येतो. सात-सव्वासातपर्यंत परत येतोच आहे."

"खुशाल जा. मी इथेच असेन, नाहीतर बाहेर अंगणात असेन."

यशवंतराव बाहेर गेल्यावर तिने मोठ्या दाराला आतून कडीकोयंडा लावला, बोल्ट सरकवला आणि ती दिवाणखान्यात मागे वळली. सकाळपासून धावपळ चालली होती हे तिचे शब्द खरे होते– पण तिला मनातून तर अजिबात थकवा जाणवत नव्हता. उलट मन एका उत्तेजित अवस्थेत होते.

गड्याने वरचा मजला कसा साफ केला आहे ते पाहावं अशा विचाराने ती जिना चढून वर आली. खरोखरच सफाई चांगली झाली होती. कुठेही कामचुकारपणा केलेला नव्हता. आता दुसऱ्या मजल्यावरच्या दोन आणि तिसरा मजला एवढंच सफाईचं काम बाकी राहिलं होतं.

ती तशीच वर तिसऱ्या मजल्यावर गेली. वरच्या खोलीच्या दारातच उभी राहून ती खोलीवरून नजर टाकत होती. वरचा मजला दोनच भागांत विभागला गेला होता. जो भाग डोळ्यांना समोर दिसत होता तो पार रिकामा होता. तिन्ही बाजूंच्या भिंतीत खिडक्या होत्या आणि पश्चिमेकडच्या खिडक्यांतून उतरतीचं पिवळं ऊन खोलीत आलं होतं आणि सर्व खोल्या त्या लख्ख प्रकाशात उजळून निघाल्यासारख्या वाटत होत्या; पण त्या रिकाम्या खोलीत पाहण्यासारखं काहीच नव्हतं. आणि अर्थात शेवटी नजर खिळत होती ती मधल्या भिंतीतल्या त्या बंद दारावर.

आता प्रथमच विनीता त्या दाराच्या जवळ गेली आणि दाराकडे नीट लक्ष देऊन पाहायला लागली. दोन्ही पालांना चार-चार पॅनेल होती. दाराच्या चारी बाजूंनी उत्तम कोरीव कामाची नक्षी होती. दाराला बाहेरून कडी-कोयंडा-कुलूप असं काहीही दिसत नव्हतं; पण यशवंतरावांनी इतका जोर लावला होता तरी दार अजिबात हललं नव्हतं.

मनाला एक जरासा अस्वस्थ करणारा विचार मनात येऊन गेला.

बाहेरून दार उघडता येत नव्हतं– त्याचं एक कारण असं असू शकत होतं की ते आतून बंद केलेलं आहे.

तिला हा विचार मुळीच आवडला नाही. छे! छे! अशक्य गोष्ट!

दुसरं कारण हे असू शकत होतं की वर्षानुवर्षे न उघडल्यामुळे किंवा पाऊसपाण्याचा, ओलसर हवेचा परिणाम होऊन दाराचं लाकूड जरासं फुगलं असण्याची शक्यता होती. एखादा खूप मोठा दणका दिला तर, किंवा पाचसात बळकट माणसांनी एकाच क्षणी जोराचा नेट लावला तर ते दार उघडेलही– पण इतकी यातायात करण्याचं कारणही नव्हतं. त्यांना काही जागा कमी पडत नव्हती.

तिसरी एक जराशी विलक्षण शक्यता मनात येऊन गेली. कोणीतरी हे दार मुद्दाम बंद केलं असेल. स्क्रू किंवा पट्टी मारून. वरवर तसं काही दिसत नव्हतं– पण तिने दाराच्या आतल्या चौकटीवरून चारी बाजूंनी सावकाश हात फिरवला–

तिला एक मोठी विलक्षण संवेदना जाणवली.

एखाद्या अतीव प्रिय वस्तूला...

नाही– नाही– निर्जीव वस्तू नाही–

एखाद्या अत्यंत प्रिय अशा व्यक्तीला स्पर्श करावा अशी–

अर्थात हा वेडपटपणा होता.

तिच्यासमोर एक निर्जीव, लाकडी दार होतं... हाताभराच्या अंतरावर डोळ्यांना दिसत होतं–

पण डोळे मिटले की ते दार डोळ्यासमोरून पार जायचं–

त्याच्या जागी– त्याच्या जागी–

ती झटकन पाऊलभर मागे सरली. त्या बंद दाराकडे तिने पाठ फिरवली आणि झपाझपा चालत ती त्या खोलीबाहेर पडली आणि तशीच दुसऱ्या मजल्यावर आली, तशीच खालच्या मजल्यावरच्या दिवाणखान्यात आली.

समोरच कोचावर सुनील लहानशा शरीराची घडी करून गाढ झोपला होता. त्याच्याजवळ येऊन बसली–

आणि मग तिला आतून अगदी भडभडून रडू आलं–

तिने डोळे घट्ट मिटून घेतले होते. दोन्ही हातांच्या मुठी गच्च आवळून त्या दोन्ही कानांशी धरल्या होत्या आणि ती स्वतःशीच पुनःपुन्हा म्हणत होती–

"नाही रे! नाही रे माझा राजा! नाही रे!"

पण आवाजात कितीही आर्तता असली, कितीही व्याकुळता असली, तरी तिला जाणवत होतं– हे नुसते शब्द आहेत.

तिला सारखं वाटत होतं– सुनीलला उचलून छातीशी घट्ट घट्ट धरावा. सुनीलच्या चेहऱ्यावर मातीचे पुसटसे डाग होते– दुपारी बागेत, अंगणात खेळताना लागली असेल; पण आता त्याचा चेहरा किती शांत, किती निरागस दिसत होता– आपल्या मनात अशी कालवाकालव का होत आहे हेच तिला समजेना– आणि मघाचे ते मोठे विलक्षण शब्द इतक्या आवेगाने आपल्या तोंडून कसे बाहेर पडले याचाही तिला काहीही उलगडा होत नव्हता.

एक मोठा उसासा सोडून ती सोफ्यावरून उठली आणि टीव्ही लावून तो पाहत बसली. मघाचा मनातला भावनेचा आवेग आता ओसरला होता. मानसिक उलथापालथीमागचं कारण शोधण्याइतकी विचक्षणता तिच्यात नव्हतीच. तो क्षण मागे गेला होता. मनाची ती भावविवशता अनैसर्गिक होती, तिच्या उत्पत्तीचा शोध घ्यायला हवा, वरवर निरर्थक वाटणाऱ्या शब्दांमागे आणि ऊर्मीमागे एखादं खोल, गंभीर मानसिक कारण असू शकेल हा विचारही तिच्या मनाला शिवला

नाही. आणि ती ते विसरूनही गेली होती. आणि विसरली नसती तरीही यशवंतरावांजवळ तिने त्याचा शब्दानेही उल्लेख केला नसता. यशवंतराव म्हणजे अत्यंत व्यवहारी स्वभावाचा माणूस भलत्यासलत्या विचारांना आणि अनुभवांना त्यांच्या सृष्टीत स्थानच नव्हतं.

यशवंतराव परत आले ते खुशीतच आले.

"अगं, इथेही टेकअवे डिनरची सोय झाली आहे बरं का- एका चायनीज रेस्टॉरंटमधून आणलं आहे-"

रोजच्या सवयीप्रमाणे यशवंतरावांचा संध्याकाळचा बाथ, मग जरा गप्पा, मग टीव्ही पाहत पाहत जेवण आणि मग झोपायची तयारी-

रोजच्या सवयीत सर्व काही दडपून टाकण्याची शक्ती असते.

६.

आपल्याला स्वप्न पडत आहे हे विनीताला समजत होतं. त्याचप्रमाणे त्या स्वप्नातली जागा म्हणजे आपली नवीन जागा हेही समजत होतं; पण त्या जागेत कितीजण वावरत होते! त्यांचे चेहरे तिच्यासमोरून सरकत होते- पुरुष, स्त्रिया, मुलं- तिची खात्री होती की यांच्यापैकी कोणासही तिने यापूर्वी पाहिलेलं नाही- आणि तरीही तिला सारखं वाटत होतं यांना आपण पाहिलेलं आहे- अगदी जवळून पाहिलेलं आहे- पण स्वप्नात अशी न सुटणारी कोडी नेहमीच असतात-

पण त्या स्वप्नाच्या अवस्थेतही तिला जाणवत होतं की आपल्याला भीतीची किंवा धसक्याची कोणतीही जाणीव होत नाही आहे-

डोळ्यांसमोरून ती अनोळखी माणसांची पलटण जात असतानाच तिला केव्हातरी शांत झोप लागली.

ती एकदम सकाळी जाग आली.

अजून त्या दोघांचा एक प्रकारचा सुट्टीचाच मूड होता. कोणत्याही वेळा पाळायच्या नव्हत्या. आणि तिकडे त्या दोघांची आयुष्यं इतक्या वेगवेगळ्या वाटांनी जात असत की एक दुसऱ्याच्या दिनक्रमात कोणतीही ढवळाढवळ करीत नसे. तेव्हा नऊच्या सुमारास यशवंतराव सकाळचा सर्व कार्यक्रम आटोपून बाहेर निघाले तेव्हा तिने त्यांना कुठे जाता? कितीपर्यंत परत याल? असले प्रश्न विचारले नाहीत.

आजपासून ती घरीच स्वयंपाक करणार होती. शिवाय तो सफाई करणारा कामगार येऊन दाखल झाला होता. तेव्हा ती घरीच असणार होती. यशवंतराव गेल्यावर त्या माणसाला तिने आधी दुसऱ्या मजल्यावरच्या उरलेल्या खोल्या साफ करायला सांगितलं.

काल ती गोष्ट तिच्या लक्षात आली नव्हती ती आता आली– खालचा मजला खरोखरच एकदम वेगळा दिसायला लागला होता. इतके दिवस कोणाचा हातच फिरला नव्हता– आता जराशी सफाई होताच आतला खरा सुबकपणा समोर यायला लागला होता.

सुनील झोपलेलाच होता. त्याच्या निद्रित आकृतीकडे पाहत विनीता पलंगापाशी कितीरी वेळ उभी होती. अंगावरची चादर अस्ताव्यस्त झाली होती. ओठ किंचित दुमडले होते. ती खूण तिच्या चांगली परिचयाची होती. काहीही कारणाने तो अस्वस्थ झाला की त्याचे ओठ असे दुमडत. मग आता काय त्याला झोपेत एखादं अस्वस्थ करणारं स्वप्न पडत होतं? खासच शक्य होतं. तिला नाही का रात्री नाही नाही ती माणसं दिसली तिच्या स्वप्नात? पण आता क्षणभर विलक्षण मोह झाला की त्याला पलंगावरून असाच उचलावा आणि छातीशी अगदी घट्ट धरावा– ती ऊर्मी जरी क्षणभरातच विरून गेली तरी तिला त्याचं नवल वाटल्याखेरीज राहिलं नाही. प्रेमाचं प्रदर्शन करण्याचा तिचा स्वभाव नव्हता आणि एवढ्यातल्या एवढ्यात हे दोनदा घडलं होतं– आदल्या दिवशी संध्याकाळी तिने सुनीलला असच एकदम जवळ घेतलं होतं– तिला कशाची भीती वाटत होती?

त्याच्याकडे पाहता पाहता वाटलं, त्याचा चेहरा किंचितसा फिकट तर दिसत नाही ना? तिने आधी त्याच्या कपाळाला हात लावून पाहिला– बोटांना घामाचा किंचितसा ओलावा जाणवला. गळ्यापाशी हात लावला तेव्हा तिला त्याचं अंग किंचित कोमट असल्यासारखं वाटलं. आदल्या दिवशी त्याने खूप धावपळ केली होती. कितीतरी वेळा जिन्याची चढउतार केली होती. त्याच थकव्याने असेल. ती त्याला एवढ्यात जागा करणारच नव्हती. खोलीबाहेर पडताना तिने आपल्यामागे दार अलगद ओढून घेतलं.

कामगार शेजारच्या खोलीत सफाई करीत होता. त्याच्या झाडूचा, सामान हलवण्याचा, खिडक्यांच्या दारांच्या उघडझापीचा आवाज येत होता. विनीता त्या खोलीत गेली आणि म्हणाली,

"अरे, तू असं कर– आधी वरचाच मजला साफ करायला घे– सुनील शेजारच्या खोलीत झोपला आहे– ती खोली आता साफ करायची म्हणजे त्याला उठवावं लागेल– त्याला झोपू दे–"

"ठीक आहे." कामगार म्हणाला. विनीता म्हणाली,

"चल, तुला वरची खोली उघडून देते."

जिन्याने ती आणि तिच्या मागोमाग कामगार, असे ते वर आले.

तिसऱ्या मजल्यावर उघडणारं दार विनीताने उघडलं.

पूर्वेकडच्या खिडक्यांतून सकाळची लख्खं उनं आत आली होती.

खोली उजळून निघाली होती.

विनीताच्या मनात क्षणभर विचार येऊन गेला– कालच्यापेक्षा आज ही खोली जराशी वेगळी दिसते का? पण ते कसं शक्य होतं? या खोलीला कुणाचा हातसुद्धा लागला नव्हता.

पुढे होऊन विनीताने तिन्ही भिंतीतल्या खिडक्या उघडल्या. समोरासमोरच्या खिडक्या उघडल्या जाताच खोलीत वारा वाहायला लागला. कामगार सफाईची तयारी करत असताना ती एका एका खिडकीतून बाहेर पाहत होती. एका बाजूला भिंतीतल्या लोखंडी दरवाजाकडे जाणारी वाट दिसत होती. दुसऱ्या खिडकीतून खालची आता उजाड झालेली बाग आणि मधला मोठा गोलाकार हौद दिसत होता. तिसरी खिडकी खालच्या झाडीवर उघडत होती. प्रकाश स्वच्छ होता. देखाव्याला एक पारदर्शकता होती. झाडाफुलांचे मिश्र गंध तिच्यापर्यंत पोहोचत होते.

एक क्षणभर तिची मनःस्थिती विलक्षण द्विधा झाली.

मनात संपूर्ण विरुद्ध भावना उफाळून येत होत्या.

जणू काही एकाच देहात दोन विनीता वावरत होत्या.

एकीला वाटत होतं, ही वास्तू, हा परिसर अत्यंत धोक्याचा आहे, अत्यंत दुष्ट आहे, इथे क्षणभरसुद्धा थांबता कामा नये, छोट्या सुनीलला घेऊन आताच्या आता घराबाहेर, फाटकाबाहेर पडायला हवं, फाटकाबाहेरच यशची वाट पाहत थांबायला हवं आणि तो आला की बाहेरच्या बाहेरच त्याला घेऊन निघून जावं, पुन्हा फाटकाच्या आत पाऊल टाकू नये–

तर दुसरी विनीता– तिच्या मनात असा काही अवर्णनीय आनंद भरून राहिला होता– इतकं विलक्षण समाधान होतं– की वाटत होतं या अतीव सुखातच समाधी लागणार आहे– बाहेरचं सारं जग आता आपल्यातच विरघळून जाणार आहे–

दोन्ही भावना संपूर्ण परस्परविरुद्ध होत्या. आणि त्या दोन्हींपैकी एकीचेही तिला स्पष्टीकरण देता आलं नसतं आणि दोन्ही भावना तिच्या आतापर्यंतच्या साध्या आयुष्याशी संपूर्ण विसंगत अशा–

तो अभिज्ञानाचा (किंवा वेडेपणाचा) क्षण मागे गेला.

ती आत खोलीत वळली.

आणि मग सावकाश सावकाश खाली आली.

सुनील अजूनही झोपलेलाच होता. त्याला जागा न करता ती तशीच खाली स्वयंपाकघरात आली. आदल्या दिवशीची किराणामालाची खरेदी तशीच मधल्या टेबलावर ठेवली होती. एक एक जिन्नस काढून ती योग्य जागी डबा-बाटली- बरणी शोधून ठेवण्याचं काम जिकिरीचं आणि वेळ घेणारं होतं. खूप कंटाळा येत होता– पण तिच्याखेरीज हे काम दुसरं कोण करणार होतं? आता नाही तर जरा वेळाने तिलाच करावं लागणार होतं.

मधून मधून ती कानोसा घेत होती. सुनील जागा झाला तर आसपास नवी खोली– अपरिचित जागा पाहून तो गोंधळण्याचा संभव होता. मध्येच ती खरोखरच एकदा वर गेली– सुनील जागा होण्याच्या बेतातच असावा– तिच्या पावलांचा आवाज ऐकताच त्याचे डोळे उघडले–

विनीता येऊन त्याच्या शेजारी पलंगावर बसली. तो जागा झाला होता; पण शरीरातला आळस अजून गेला नव्हता. तिच्या मांडीवर एक हात टाकून त्याने परत डोळे मिटून घेतले. ती त्याच्या पाठीवरून सावकाश सावकाश हात फिरवत होती. त्याचं अंग किंचित गरम लागत होतं यात शंकाच नव्हती. यशवंतराव परत आले की त्यांच्याशी याबद्दल बोलायचं तिने ठरवलं.

"झाली का झोप?" तिने विचारलं.

"अं."

"चलतोस का खाली? कोको? ओव्हल्टीन?"

"अं."

तिने त्याला पलंगावरून उचलला, खांद्यावर घेतला आणि ती खाली आली. बेसिनपाशी त्याचं तोंड, चेहरा, डोळे धुतले, नॅपकिनला पुसले आणि त्याला टेबलापाशी बसवला.

त्याचं सकाळचं दूध तयार करता करता तिच्या मनात अनेक विचार येत होते. हा दिवसभर एकटा एकटा असणार हा एक विचार होता. गेल्या सात वर्षांत तिचा भारतीय समाजाशी असलेला संबंधच पार तुटला होता. तिकडचं आयुष्य तिला अगदी मनापासून आवडलं होतं. इकडे येण्याची ही यशवंतरावांची कल्पना तिला मुळीच पसंत नव्हती– पण अत्यंत सौम्य शब्दांत नाराजी दाखवण्यापलीकडे तिने जास्त विरोध केला नव्हता. मनात एक आशा होती– महिन्याभरात, जास्तीत जास्त दोन-अडीच महिन्यात, त्यांचं इथलं काम संपेल आणि ते परत अमेरिकेला जातील–

वेळ जाण्याचा तिला प्रश्न नव्हता– पण सुनीलचं काय? दोन-तीन महिने तो या मोठ्या घरात एकटाच्या एकटा असणार? त्याची खेळणी होती आणि शिवाय ती स्वतः दिवसभर मोकळीच असणार होती– पण तिला जाणवत होतं, हा दिनक्रम सुनीलच्या दृष्टीने फारसा योग्य असणार नाही.

अर्थात श्रीधर होता– एखादा शनिवार-रविवार सुनील श्रीधरकडे सहज राहू शकला असता– पण (मनात एक अपराधीपणाची जाणीव असूनसुद्धा) तिला ती कल्पना फारशी पसंत पडत नव्हती. यशवंतराव परत आल्यावर त्यांच्याशी याही विषयावर चर्चा व्हायला हवी होती.

सुनीलची अंघोळ वगैरे झाल्यावर त्याला खूपच हुशारी आलीशी दिसली. त्या कामगाराची सफाई पाहण्यात त्याला आदल्या दिवशी खूप मजा आली होती.

"वर जातोस का?"

"वर?"

"एकदम वर– तिसऱ्या मजल्यावर– तिथे तो साफसफाई करतो आहे– तुला हवं तर जा पाहायला–"

हॉलमधून तो जिन्यावरून वर चालला. त्याची जराशी बुटकी, लहान पायांवर दुडुदुडु चालणारी छोटीशी आकृती पाहून पुन्हा एकदा तिच्या काळजात अशी काही कळ आली–

आपल्याला काय होतंय हे तिला कळेनाच. जीव असा कासावीस का होतो आहे? शरीराला असा कंप का सुटला आहे?

हातातलं सर्व काम तसंच टाकून ती सुनीलमागोमाग वर निघाली. जिन्याचा कठडा एका लहानशा हातात धरून सुनील वर चालला होता. तिसरा मजला चढताना त्याची पावलं जराशी रेंगाळायला लागली होती; पण शेवटी तो तिसऱ्या मजल्यावर पोहोचला आणि त्या मोठ्या खोलीच्या दारात उभा राहिला.

आतून येणाऱ्या लख्ख प्रकाशात त्याची लहानशी आकृती अगदी उजळून निघाली होती. तो तिथेच आत पाहत उभा राहिला होता. मग तिच्या पावलांचा आवाज त्याच्या कानावर आला. तिला वर येताना पाहून तो खुदकन हसला. आणि मग तिच्या बोटाला धरून तिच्याबरोबर तो त्या मोठ्या खोलीत गेला.

कामगाराचं झाडू मारण्याचं काम झालं होतं. बादलीतल्या मिश्रणाने तो आता भिंती आणि खिडक्या साफ करीत होता. मागाहून कोरड्या फडक्याने पुसेल; पण एव्हानाच खोलीत बदल दिसायला लागला होता. सुनीलला घेऊन विनीता एका खिडकीपाशी आली. तिची नजर सहज बाहेर गेली. नकळत नजरेसमोर सूर्य आला. डोळे क्षणभर अगदी दिपून गेले. काही वेळ तिला काहीच दिसेना. नजर आत केली आणि डोळे चोळले आणि उघडले–

पण ती काय परत एकदा सूर्याकडेच पाहत होती?

कारण डोळ्यांसमोर कसला तरी लखलखाट झाला–

पण तो काहीतरी भ्रमभास असला पाहिजे–

तिच्या डोळ्यांसमोर तिसऱ्या मजल्याची खोलीच होती; पण क्षणभर तिचा आपल्या डोळयांवर विश्वासच बसेना– दोनच दिवसांपूर्वी जी खोली मलिन, कळाहीन वाटली होती ती आता इतकी उजळलेली, इतकी दिमाखदार, इतकी आकर्षक कशी दिसू शकेल? पण दिसत होती–

त्या कामगाराचा सफाईचा हात फिरताच त्या खोलीत एवढं परिवर्तन झालं होतं– दाराखिडक्यांच्या काचा लखलखत होत्या, भिंती उजळून निघाल्या होत्या, सर्व लाकडी पृष्ठांवर एक चकाकी होती– एखाद्या पिंजऱ्यात पाखरू अडकावं तसा जीव त्या खोलीच्या अवकाशात जखडून पडत होता–

जेव्हा सुनील तिच्या पायांना बिलगून 'आई! आई!' करायला लागला तेव्हा विनीता एकदम भानावर आली. तिचं लक्ष मनगटावरच्या घड्याळाकडे गेलं.

बारा वाजत आले होते! बारा! ती या वरच्या मजल्यावरच्या खोलीत होती तरी किती वेळ? केव्हा वर आली होती? काय करत होती? अशीच खिडकीपाशी उभी राहिली होती? कामगाराचं काम संपत आलं होतं- त्याने तिच्याकडे पाहिलेलं असणारच- तिच्या वागण्यात त्याला काहीही अनैसर्गिक वेगळं असं दिसलेलं नसणार- नाही तर तो इतका बिनधास्तपणे आपलं काम करीत राहिलाच नसता.

आणि सुनील? तो काय करत होता? तो इतका वेळ काय करत होता ते तिला लगोलग समजलं. शेवटच्या सफाईसाठी कामगाराने एका बादलीत स्वच्छ पाणी आणि एक स्वच्छ फडका ठेवला होता- सुनील इतका वेळ त्या पाण्याशीच खेळत होता. हात, पाय, पोट, अंगावरचे कपडे, सर्व काही ओलंचिंब करून ठेवलं होतं. "अरे! सनी! काय रे हे!" ती त्याच्याकडे पहात म्हणाली- आणि अगदी ओठावर आलेले शब्द तिने मागे घेतले. ती त्या कामगाराला विचारणार होती- "अरे! तुझं कसं लक्ष नव्हतं- हा एवढा पाण्यात खेळत होता तर-?" पण मग तिच्या लक्षात त्यातली चूक आली- कामगार सहजच म्हणाला, "अहो बाई! तुम्ही होतात की इथे मुलाकडे पाहायला! मी कशाला मध्ये बोलू?" आणि त्याचे ते शब्द योग्य ठरले असते- सुनीलच्या अंगावरचे ओले कपडे काढून टाकताना, पदराने त्याचं तोंड, हातपाय, पोट पुसताना तिच्या मनात सारखा विचार येत होता- खरोखर आपण तो अर्धा पाऊण तास (कदाचित जास्तही!) काय करत होतो? कोणत्या तंद्रीत होतो? मनाला जरासा भिवविणाराच प्रश्न!

ती खाली आली. यशवंतरावांची परत यायची वेळ झाली होती. तिने सुनीलला मॅगी बनवून दिली, त्याबरोबर दोन केकही दिले. एकदा त्याचं पोट भरल्यावर तो बाहेर खेळायला गेला आणि मग तिला स्वतःचं सर्व काही आवरायला, स्वयंपाकाकडे लक्ष द्यायला फुरसद मिळाली.

यशवंतराव दीडच्या सुमारास परत आले. आले ते मोठ्या खुशीत दिसत होते. त्यांची जी काही कामं होती किंवा योजना होत्या त्या यशस्वी होत असल्याची ही खूण होती.

कपडे बदलल्यावर त्यांनी वरच्या मजल्यावरून एक चक्कर टाकली. खाली आल्या आल्या ते म्हणाले, "माणूस फार छान आहे हं कामाला! घर कसं चकाचक व्हायला लागलं आहे- तू पाहत होतीस ना मधून मधून?"

"हो– पाहत होते ना–" ती म्हणाली– आणि बोलता बोलता तिला तो तिसऱ्या मजल्यावर आलेला जरासा चमत्कारिक अनुभव आठवला.

जेवायला सुनील त्यांच्याबरोबर होता आणि मग लागलीच तो खोलीत जाऊन झोपला. जरा नवलाची गोष्ट. नाहीतर दुपारभर त्याचा काही ना काही खेळ चालू असायचा. जाता जाता विनीताने त्याच्या कपाळाला हात लावून पाहिला. अजूनही कपाळ जरासं गरम होतं. (मघाशी पाण्यात चिंब भिजलेले कपडे, शरीर!) पण आताच यशवंतरावांपाशी याबद्दल काहीही बोलायचं नाही, तिने मनाशी ठरवलं. या लहान वयात या लहानसहान तक्रारी चालणारच, तिला माहीत होतं.

चारच्या सुमारास गडी खाली आला. विनीताने त्याच्यासाठीही चहाचा एक कप बनवला. दारापाशीच बसून चहा घेता घेता तो म्हणाला,

"वरचं काम संपलं साहेब."

"असं का? छान! मी पाहून येतो–" यशवंतराव म्हणाले. वरचे दोन्ही मजले स्वच्छ झाले होते. तक्रारीला काही जागाच नव्हती.

"तुला आणखी एखादा दिवस मोकळा आहे का?" यशवंतरावांनी विचारलं. "मोकळा असला तर बाहेरून साफ करशील का? फक्त तुला एखादी शिडी आणावी लागेल– वाटलं तर मदतीला आणखी एखादा गडी आणलास तरी चालेल–"

"मी उद्या सकाळी येऊन सांगतो साहेब."

"छान. मग आतापर्यंतचा हिशेब पुरा करून टाकतो." त्याच्या हातावर ऐंशी रुपये ठेवत यशवंतराव म्हणाले.

"ठीक?" त्यांनी विचारलं.

नमस्कार करीत त्याने पैसे खिशात ठेवले.

"उद्या सकाळी नऊला येऊ? तेव्हा सांगतो–" तो म्हणाला.

"ठीक आहे."

सहाच्या सुमारास ते बाहेर जायला निघाले. सुनील आळसावलेलाच होता; पण यशवंतरावांनी त्याला कडेवर घेताच स्वारी खूश झाली.

मोठ्या गेटपासून वळून बंगल्याकडे पाहत यशवंतराव म्हणाले,

"दोनच दिवस होताहेत आपल्याला आल्याला, नाही का?"

"हो."

"पहिल्या खेपेस पाहिलं तर घर अजिबात आकर्षक वाटलं नव्हतं–" जरा वेळ थांबून ते मग म्हणाले, "आता किती छान दिसतंय नाही का?"

विनीतानेही मागे वळून पाहिलं; पण खालच्या दोन मजल्यांपेक्षा तिची नजर तिसऱ्या मजल्यावरच खिळून राहिली होती. तिकडे नजर गेली की सकाळचा तो जरासा चमत्कारिक अनुभव आठवल्याखेरीज राहत नव्हता.

आणि तो चमत्कारिक विचारही–

आताच्या आता या बंगल्यातून बाहेर पडावं, यशवंतरावांना दारापाशीच गाठावं आणि तिघांनी निघून जावं– दूर, दूर निघून जावं–

"किती दिवसांसाठी घेतली आहे जागा?" तिने शेवटी विचारलं.

"अगं! तुला सांगितलं नाही का? सहा महिन्यांसाठी घेतली आहे– महिना पंधरा हजारप्रमाणे नव्वद हजार आणि वर दहा हजार कमिशन, करारनामे, स्टँपपेपर इत्यादी... गुड बारगेन, नाही का?"

"समजा, सोडायची वेळ आली तर?"

"बंगला सोडायचा? का?"

"नाही– आपलं विचारते– सोडायची वेळ आली तर–?"

"त्यांना काय? खुशाल सोडा म्हणतील की! मात्र एक दमडीसुद्धा परत द्यायचे नाहीत!"

"कुणाचा आहे, कुणी बांधला, केव्हा बांधला– काही चौकशी केलीत का?"

"त्याच्या चौकशा आपल्याला कशाला? एजंटकडे प्रॉपर्टी टॅक्स भरल्याच्या, टेलिफोन-वीज-पाणी यांची बिलं भरल्याच्या पावत्या होत्या– चारपाच महिन्यांचा तर प्रश्न आहे– कशासाठी खोलात जाऊन चौकशी करायची?"

ते बाहेर पडल्यानंतर अर्ध्याएक तासाने श्रीधर बंगल्यावर आला. बाहेरचं मोठं गेट उघडं होतं; पण आतली दारं बंद दिसत होती. घरात कोणीही नसणार याची त्याला कल्पना आली. आधी फोन केला असता तर कदाचित ते घरीच राहिले असते– पण त्याचं काही खास काम नव्हतं. कामगाराने त्याचं काम व्यवस्थित केलं की नाही एवढंच पाहायला तो आला होता–

मोठं गेट उघडून तो आत आवारात आला.

दोन दिवसांपूर्वीचं घराचं रूप किती पालटलं होतं! का ती आपली त्याची समजूत होती? त्याने बंगल्याला एक चक्कर मारली. आतला सारा भाग साफ केल्यासारखा दिसत होता. बाहेरचा व्हरांडा तर अगदी नव्यासारखा लखलखीत दिसत होता. मुळातलं कामच उत्तम असलं पाहिजे, त्याला वाटलं. जरासा हात फिरताच मूळ रूप उघड होत होतं.

'मी सहज आलो होतो. काम ठीक केलेलं दिसतं. काही निकड आली तर फोन करा. नाहीतर एकदोन दिवसांनी चक्कर मारीन. —श्रीधर.'

एका कागदावर निरोप लिहून ठेवून त्याने तो मोठ्या दरवाजाखालून आत सारला आणि मग तो मागे गेट बंद करून निघून गेला.

७.

त्यांनी जेवण बाहेरच घेतलं आणि काही किरकोळ खरेदी करून ते परत आले. संध्याकाळभर विनीता सुनीलच्या हाताला, मानेला स्पर्श करून पाहत होती. दुपारचा कोमटपणा गेलेला दिसला. त्याचाही मूड आता परत आला होता.

फाटक उघडून ते आत आले. आता पार काळोख होता.

"यापुढे बाहेर जाताना व्हरांड्यातला दिवा ठेवायला हवा—" यशवंतराव म्हणाले. "सावकाश ये हं— पाय कशात तरी अडखळायचा—"

ते पुढे गेले. विनीता गेटच्या आतच उभी राहिली. समोर आता त्या तीन मजली वास्तूची अगदी अस्पष्ट आकृती दिसत होती.

मग खट्‌ आवाज करून व्हरांड्यातला दिवा लागला.

दिवा साठचाच असेल; पण किती मोठा प्रकाश वाटत होता! आणि आता तिला स्वतःशी कबूल करावं लागलं—

दर्शनी व्हरांडा, मागची दारं-खिडक्या, खाली येणाऱ्या वर्तुळाकार पायऱ्या— सर्व किती सुबक दिसत होतं! एखाद्या चित्रासारखं!

सुनीलचा हात धरून त्याच्या छोट्या पावलांच्या संथ गतीने ती समोर चालली होती. यशवंतरावांनी मोठं दार उघडून आतल्या हॉलमध्ये दिवे लावले.

विनीताने तर श्वासच ओढून घेतला— काय सुंदर देखावा!

स्वतःचा बंगला असता तर तिला खासच अभिमान वाटला असता! काही क्षण खरोखरच ती समोरचा देखावा पाहत उभीच राहिली, आणि मग तिच्या हातातून आपला हात एक हिसका मारून सोडवून घेत सुनील पळत पळत समोरच्या दाराकडे निघाला तेव्हा ती भानावर आली.

त्याच्यामागोमाग ती सावकाश सावकाश घरात आली.

यशवंतरावांनी आल्या आल्या मोठी बॅग उघडून त्यातून सुनीलची खेळणी त्याला बाहेर काढून दिली. गाड्या, ट्रक, बिल्डिंग ब्लॉक, लहान यांत्रिक खेळणी- पाहता पाहता तो त्यांच्यात रमून गेला.

यशवंतराव आणि विनीता टेलिव्हिजनसमोरच्या कोचावर बसले,

"आज चारपाच चांगल्या पार्टीजची गाठ झाली." यशवंतराव म्हणाले. जरा नवलाचीच गोष्ट, विनीताला वाटलं. धंदा-काम-व्यवसाय याबद्दल ते तिच्यापाशी कधीही काही बोलत नसत. "तुला सांगायचं कारण म्हणजे उद्या संध्याकाळी त्यांना आपल्याकडे बोलावलं आहे- रात्री येतील- आमची बोलणी उशिरापर्यंत चालणार आहेत- आणि तुझ्यावर कोणतीही जबाबदारी नाही- आम्ही बाहेरच जेवण घेऊन येणार आहोत- तुझ्या माहितीसाठी तुला सांगतोय-"

"इथली व्यवसायाची पद्धत जरा वेगळी आहे-" ते म्हणाले. "पण लोक इथून तिथून शार्प!"

यशवंतराव सोफ्यावरून उठले, दिवाणखान्यात येरझारा घालायला लागले. एकदा आडवी, एकदा उभी, अशी चक्कर मारता मारता ते दारापाशी पोहोचले. तिथेच त्यांना श्रीधरचा तो कागद दिसला. कागद उचलून तो वाचता वाचता ते म्हणाले, "अगं विनी! श्रीधर येऊन गेला वाटतं!" कागद तिच्या हातात आणून देत ते म्हणाले, "तसं काही खास काम नव्हतं- सहज आला होता-"

तो कागद एकदा वाचून विनीताने बाजूस ठेवून दिला.

खेळता खेळता सुनील पेंगा खायला लागला होता.

"सनी सकाळपासून अगदी मरगळून गेल्यासारखा करतो आहे-" विनीता पुढे होऊन त्याच्या मानेला हात लावत म्हणाली. "अंगही दिवसभर जरा कोमटच आहे-" आणि मग सुनीलकडे वळत, "झोप आली का सनी?"

पण उघड दिसत होतं की तो कसाबसा जागा राहत आहे.

"त्याला घेऊन जाते वर- येणार आहात का?"

“तू जा– मी काही कागद बघतो– जा– गुड नाईट सनी!”

तो तोंडातल्या तोंडात काहीतरी पुटपुटला. विनीता सहसा त्याला उचलून कडेवर घेत नसे– एकतर आता तो जरासा जडही झाला होता– आणि अनावश्यक लाड शक्यतो टाळण्याकडे तिचा कल होता.

पण आता तिने त्याला उचलून कडेवर घेतला, मग छातीशी अगदी घट्ट धरला आणि त्याचे पटापट मुके घेतले.

“अरे! केवढं प्रदर्शन!” यशवंतराव अर्धवट थट्टेने म्हणाले.

“एखादे वेळी वाटतं जवळ घ्यावंसं!” विनीता म्हणाली. “एकदा मोठा झाला की अंगाला हात लावू द्यायचा नाही!” तिच्या आवाजात जरासं कौतुक होतं, जरासा विषादही होता.

अमेरिकेत सुनीलची स्वतःची नर्सरीसारखी वेगळी खोली होती. भिंतींना रंगीबेरंगी कागद होता. कपाटातून त्याची खेळणी होती. इथेही हवं असलं तर त्याच्यासाठी एक वेगळी खोली सजवता आली असती– पण या नव्या आणि अपरिचित वातावरणात त्याला एवढ्यात एकट्याला झोपू द्यायला नको असं तिला वाटत होतं. त्यांच्याच मोठ्या बेडरूममधे तिने त्याची झोपण्याची सोय केली होती. आता वर येताच तिने त्याचे बाहेरचे कपडे उतरवून ठेवले, रात्रीचे कपडे चढवले आणि त्याला कॉटवर झोपवला. त्याच्या केसांवरून हात फिरवत, त्याच्या गालाला ओठांचा हलकाच स्पर्श करीत ती म्हणाली, “गुड नाईट, सनी!”

तिला वाचनाची खूप आवड होती– इतकी की रात्री एखादी मनोवेधक, रोमहर्षक कथा वाचायला घेतली तर बारा-बारा वाजेपर्यंत ती वाचतच राहायची– आणि मग दुसऱ्या दिवशी त्याची भरपाई करायला लागायची. मग ती एखादं जरासं कठीण, तर्काचा काथ्याकूट असलेलं, आकलनास जरा कष्ट पडणारं पुस्तक वाचायला घेई– डोळे उघडे असत तोपर्यंत वाचनात गोडी येई, पण डोळ्यांवर झोपही लवकर येई– पुस्तक बाजूस ठेवून दिवा बंद करीपर्यंत जेमतेम ती जागी होती– मग झोपली.

रात्री कशाने तरी जाग आली. खालच्या अंगणातल्या दिव्याचा परावर्तित प्रकाश खोलीत येत होता. भिंतीवरच्या घड्याळातले काटे दिसण्याइतपत प्रकाश

नव्हता– पण आसपासच्या शांततेवरून मध्यरात्र उलटून गेली असावी असा कयास होत होता. शेजारी यशवंतराव गाढ झोपेत होते. एकदा जाग आली की पाणी पिणं, बाथरूमला जाणं हा कार्यक्रम झालाच. बिछान्याकडे परतताना ती सहज सुनीलपाशी वाकली. तोही झोपेतच होता; पण चेहरा ओढलेला होता; कपाळावर आठ्या होत्या, ओठ दुमडलेले होते– काहीतरी स्वप्न पाहत असावा, आणि ते काही मोठं आकर्षक नसावं– पण अर्थात स्वप्नासारखं वैयक्तिक आणि खाजगी असं दुसरं काहीही नाही– स्वप्नांवर इतरांचीच काय, स्वतःचीही हुकूमत चालत नाही– त्यांचे विषय, त्यांचा कालावधी आणि त्यांची तीव्रता– सर्वच अनाकलनीय असतं. माणूस त्यांचा केवळ मूक आणि असहाय भागीदार असतो–

पण सुनीलच्या स्वप्नाची विनीताला जरा जरी कल्पना आली असती तरी ती इतकी निश्चिंत मनाने झोपायला वळलीच नसती–

जिचं वर्णन सुनीलने दुसऱ्या दिवशी 'गोरी बाई' (फेअर लेडी) असं केलं होतं ती आता तिसऱ्या मजल्याच्या दारात उभी राहून त्याला हाताने वर यायची खूण करीत होती– आणि जिन्याच्या पायथ्याशी उभ्या असलेल्या सुनीलची जिन्यावरून वर यायची मुळीच इच्छा नव्हती– खूप भीती वाटत होती– शिवाय आई रागावेल अशी त्याला भीतीही वाटत होती– तो रडणार होता–

विनीताला कशाचाच अर्थ लागत नव्हता. सुनीलच्या चार-साडेचार वर्षांच्या वयाच्या मानाने हे जरा विलक्षणच वाटत होतं.

कोण 'फेअर लेडी'? तिने तर त्याला काही गोष्ट सांगितली नव्हती. त्याची गोष्टींची पुस्तकं व्यंगचित्रातल्या पात्रांची होती– बोलणारे, रागावणारे, चिडणारे, हसणारे ससे, सिंह, कोल्हे, हत्ती इत्यादी...

पण त्याचं हे स्वप्न बालिश वाटत नव्हतं. सक्ती, नाराजी, भीती यांची एक काळी किनार त्या स्वप्नाला होती. आणि तिला स्वतःला वरच्या त्या खोलीत जाणवलेली एक अतीव सौख्याची, समाधानाची भावना आठवली–

दुसऱ्या सकाळीही जेव्हा सुनीलचं अंग कोमट लागलं तेव्हा विनीताने तो विषय यशवंतरावांपाशी काढला. यशवंतराव मोठे टापटिपीचे गृहस्थ होते. त्यांच्या सामानात लहान मुलांना थंडी-पडसं-खोकला-ताप-जुलाब-उलट्या इत्यादीवर देण्यासाठी अनेक पेटंट पेड्रीयाट्रिक सीरप होती. त्यापैकी एकाचा चमचाभराचा डोस त्यांनी सुनीलला दिला. "संध्याकाळपर्यंत ठिकाणावर आला नाही तर मग अवश्य डॉक्टरांकडे जाऊ या–" ते म्हणाले.

सकाळी कामगार एक शिडी आणि जोडीदार घेऊन हजर झाला. त्या दोघांनी बंगल्याच्या बाहेरच्या भिंतींची सफाई, अंगणातले राडेरोडे हलवणे, वाळक्या फांद्यांना हलवणं इत्यादी कामांना सुरुवात केली.

सुनील बाहेर येऊन त्यांचं काम मोठ्या कुतूहलाने पाहत होता.

यशवंतराव बाहेरच्या दिवाणखान्यात काहीतरी वाचत होते.

तिला वाटलं ही चांगली संधी आहे. सकाळच्या सुनीलच्या स्वप्नाच्या वर्णनाने ती जरा अस्वस्थ झालीच होती. या तिसऱ्या मजल्याच्या खोलीशीच सगळं काही जोडलं असल्यासारखं वाटत होतं.

"मी जरा वर जाऊन येते हं–" ती यशवंतरावांना म्हणाली आणि सरळ वर तिसऱ्या मजल्यापाशी पोहोचली.

तिने खोलीचं दार उघडलं–

आणि ती दारातच थबकली.

क्षणमात्र तिला आत प्रकाशाचा लखलखाट झाल्यासारखा वाटला.

अगदी डोळे दीपवण्याइतका प्रखर.

एकदा डोळे मिटून तिने ते परत उघडले.

समोरच्या भिंतीतली खिडकी उघडी होती आणि पूर्वेकडचा हातभर वर आलेला सूर्या बरोबर समोर होता– ते ऊन सरळ तिच्या चेहऱ्यावर पडलं असलं पाहिजे– (खरं तर हे आपलं एक स्वतःचं समाधान करण्यासाठी होतं– तिला माहीत होतं तो लखलखाट उन्हाचा नव्हता–)

ती खोलीत आली. दाराच्या आत पावलावरच उभी राहिली.

नवलाने आणि अविश्वासाने नजर खोलीभर फिरत होती.

त्या कामगाराने अगदी जीव ओतून खोली साफ केली असली पाहिजे–

दार-खिडक्यांच्या फ्रेम चकचकीत होत्या. तावदानांच्या काचा अक्षरशः लखलखत होत्या. भिंतीवरचा रंग झळाळत होता. वरची तक्तपोशीसुद्धा! त्याने वरपर्यंत सफाई केली तरी कशी? काल तर त्याच्यापाशी शिडी नव्हती–

मग ती खोलीत आली. क्षणमात्र तिला चक्रावल्यासारखं झालं.

काहीतरी बदल झाला होता– पण काय ते तिचं तिलाच समजत नव्हतं.

एखादा कोरा कागद फिरवताच समोर एकदम एखादं चित्र अनपेक्षितपणे यावं तसं... बदल होता, अनपेक्षित होता, जरासा भीतिदायक होता; पण

अप्रिय खास नव्हता... पत्र्याची एखादी पट्टी एकाच कडेवर घासली की धारदार होते तसंच... साधी लाकडाची काडी एका अंगास तासताच अगदी अणकुचीदार व्हावी तसं... तिला कळत होतं या उपमा दुःख, इजा अशासारख्या जराशा काळ्या रंगावर झुकलेल्या आहेत... पण त्याच तिच्या मनात येत होत्या...

आता खोलीतला बदल अनैसर्गिक वाटत नव्हता... योग्यच वाटत होता...

"ममी!" खालून सुनीलची हाक आली.

विनीता खोलीच्या दारापाशी आली.

दाराच्या पायथ्याशी एक लहानशी आकृती उभी होती.

तिने क्षणमात्र खरोखरच त्याला ओळखलं नाही.

लहानसं मूल... लहानसं मूल... मग आठवण आली... सनी, अर्थात!

"अरे ये ना वर!" ती दोन्ही हात पुढे करून म्हणाली.

त्याचे डोळे असे मोठेमोठे का झाले? त्याचे ओठ असे एकदम का दुमडले? तो रडणार होता की काय? सनी! तिचा सनी!

काळजात कोठेतरी कळ उठली.

ती त्या आवेगाखाली एकदम दाराबाहेर आली–

एखादी मोठी सावली अंगावरून मागे गेल्यासारखं तिला वाटलं... पण या क्षणी ती स्वतःचा विचार करण्याच्या मनःस्थितीत होती कुठे?

जिन्याच्या पायऱ्या धाडधाड उतरून ती खाली सुनीलपाशी पोहोचली आणि तिने त्याला एकदम छातीशी घट्ट धरलं...

तो अगदी रडण्याच्या बेतातच आला होता– पण आता त्याचे पाणावलेले डोळे तिच्यावर खिळले होते आणि तो हसत होता–

"सनी! काय झालं रे आता?" तिने विचारलं.

"ममी! तीच ती स्वप्नातली फेअर लेडी!" तो म्हणाला, "मी तुला सांगितलं नाही? मला स्वप्नात दिसत होती– खोलीत बोलावत होती ती?"

त्याच्या डोक्यावरून तिने एकदा वरच्या त्या उघड्या दाराकडे पाहिलं. हे खोलीचं गौडबंगाल तिच्या आकलनापलीकडचं वाटत होतं.

सुनीलला तसाच कडेवर घेऊन ती खाली आली. दुसऱ्या मजल्याचा जिना उतरून ती खालच्या दिवाणखान्यात आली. आसपासच्या भिंतींकडे, दारं-खिडक्यांकडे तिची नजर आपोआपच जात होती. सकाळच्या उन्हानी सगळीकडेच

लख्ख प्रकाश होता– पण तिसऱ्या मजल्यावरच्या खोलीचा तो लखलखीत जिवंतपणा काही वेगळाच वाटत होता.

हॉलमध्ये यशवंतराव नव्हते. कोठेतरी बाहेर गेलेले असणार.

सुनीलला घेऊन ती बाहेरच्या अंगणात आली. उजव्या हाताच्या भिंतीला शिडी लावून दोघा कामगारांचं काम चाललं होतं. वास्तविक ही भाड्याने घेतलेली जागा– यशवंतराव त्याच्या साफसफाईसाठी एवढा खर्च का करत होते? आतला भाग स्वच्छ केला ते एक वेळ समजण्यासारखं होतं. येणाऱ्या-जाणाऱ्यांच्या नजरांना जागा सुंदर, स्वच्छ, आकर्षक, टापटिपीची दिसायला हवी हे तिला समजत होतं.

सकाळी ती वरच्या मजल्यावर गेली तेव्हा सुनील इथेच बागेत कामगारांचं काम पाहत होता– तो एकदम वर तिसऱ्या मजल्याच्या जिन्यापर्यंत कशासाठी आला होता? हॉलमध्ये यशवंतराव असतील– त्यांच्याकडे तो का नाही गेला? पण आता तिला त्याला ते प्रश्न विचारायचे नव्हते– त्याचा तो घाबरलेला, रडवेला चेहरा सतत तिच्या डोळ्यांसमोर येत होता–

यशवंतराव एकच्या सुमारास परत आले. येताना त्यांनी ड्रिंकच्या बाटल्या आणल्या होत्या– संध्याकाळी त्यांच्याकडे कोणी कोणी येणार होते त्या 'पार्टी'ची ती तयारी होती.

जेवायला सुनील त्यांच्याबरोबरच बसला होता. त्याचं जेवण होऊन तो बाहेर खेळायला जाईपर्यंत विनीता काहीच बोलली नाही.

बोलायला तिला जरासा धीरच करावा लागला.

"यश, आपण या घरात राहायला आलो हे बरोबर केलं का?"

"बरोबर म्हणजे?"

"सनीच्या दृष्टीने म्हणते– जरा एकाकीच नाही का?"

"मग काय एखाद्या गर्दीच्या रस्त्यावर, आसपास तीनचार खोल्यांचे शेकडो ब्लॉक असलेल्या कॉलनीत राहायचं? विनी, तिकडे आपण–"

एक हात वर करून त्याला अडवत विनीता म्हणाली,

"तिकडचं सगळंच वेगळं होतं, यश."

तिच्याकडे बारीक नजरेने पाहत यशवंतराव म्हणाले, "तुझ्या मनात दुसरंच काहीतरी आहे, विनी."

"हो, आहे; पण शब्दांत मांडता येत नाही. शब्दांनी नीट सांगता येत नाही आणि गैरसमज मात्र होतात."

"ठीक आहे. प्रयत्न तर कर."

"सनी इथे हॅपी नाही आहे."

"हॅपी नाही म्हणजे काय? आणि तू कसं काय सांगू शकतेस?"

"रात्री त्याला वाईट स्वप्न पडलं होतं."

"बस? एवढंच? त्यावरून–"

"हेच ते– शब्दांनी सांगता येत नाही म्हणत होते ना? हेच ते!"

"तू स्वतः असमाधानी आहेस का?"

"जराशी अस्वस्थ आहे एवढं खरं."

"हे बघ– बी फ्रँक! असं आडून आडून बोलू नकोस!"

"मग सांगते तर– काल सकाळी दुसऱ्या मजल्याच्या खिडकीतून खाली पाहत होते– तू बाहेर गेला होतास– एकाएकी वाटलं सनीला उचलावा, तसंच्या तसं गेटबाहेर जाऊन थांबवावं– आणि तू परत आलास की तसंच्या तसं निघून जावं– या बंगल्यात परत पायसुद्धा टाकू नये– स्पष्ट सांग म्हणाला होतास ना?"

तिच्या शब्दांची थट्टा करण्याचा विचारसुद्धा यशवंतरावांच्या मनात आला नाही. "ठीक आहे." ते म्हणाले. "आपण आता स्पष्ट शब्दांत बोलतोच आहोत– या बंगल्यात, या जागेत काही वाईट प्रभाव आहे असं सुचवायचं आहे का? ज्याला तिकडे इव्हील इन्फ्ल्यूअन्स म्हणतात तसं काही?"

"ती अगदी टोकाची भूमिका होईल, नाही का?"

"लेट अस थ्रॅश इट आऊट! नो हाफमेझर्स! ठरलं?"

"मला काय जाणवतं ते सांगते– काल सकाळी सनीला इथेच सोफ्यावर झोपलेला पाहिला– काय वाटलं कोणास ठाऊक– त्याला उचलून मी छातीशी अगदी घट्ट घट्ट धरला– जणू काही त्याच्यावर काही आपत्तीच कोसळणार होती–" विनीता बोलायची जरा वेळ थांबली. मग जराशी अडखळत पुढे बोलायला लागली; "पण तिसऱ्या मजल्यावर अगदी अगदी वेगळं वाटलं– ती भावना वर्णन करून सांगताच येत नाही– एकदम स्वैर, एकदम समाधानी, एकदम स्वतंत्र... काहीतरी वेगळंच!"

यशवंतराव विनीताकडे नवलाने पाहत होते.

तिचा चेहरा काळजीने झाकोळला.

"आणि यश! मी तिसऱ्या मजल्यावर असताना सनी मला काहीतरी सांगण्यासाठी वर आला– जिन्याच्या पायथ्यापासूनच त्याने मला ममी! ममी! अशी हाक मारली– आणि यश! मला काही क्षण त्याची ओळखच पटली नाही! आणि त्याला वर बोलावलं तर त्याचा चेहरा असा काही विलक्षण झाला– वाटलं की तो आता रडणारच आहे– तुला माहीत आहे त्याला कसलं स्वप्न पडलं होतं ते? तो जिन्याच्या पायथ्याशी उभा होता– आणि वरून एक 'फेअर लेडी' त्याला ये ये करून बोलवत होती– आणि त्याला मनातून अजिबात वर जायचं नव्हतं– चारसव्वाचार वर्षांचं पोर ते! भावनातले बारकावे त्याला काय कळणार? काय हवं-नको तेवढं त्याला समजतं!"

"हेच त्याला स्वप्नात दिसलं होतं?"

"हो."

"तो एकटा एकटा आहे ही गोष्ट खरी– श्रीधर आला की त्याच्यापाशी चौकशी केली पाहिजे– प्लेपेन, नर्सरी असं काही जवळपास आहे का–"

"हो– ते छान होईल–"

हा विषय तिथेच थांबला. खरं तर दोघांना आणखी बोलायचं होतं– पण कसं बोलायचं ते सुचत नव्हतं. सर्वसाधारण आयुष्यातल्या रोजरोजच्या अनुभवात येणारी ही गोष्टच नव्हती–

दुपारी सुनील खालच्याच मजल्यावर झोपला.

चार वाजता कामगाराला विनीताने आत बोलावलं– त्या दोघांकरिता चहा करून बाहेर पाठवला. साडेपाचच्या सुमारास कामगार आत आला. बरोबर त्याने कपबशा विसळून आणल्या होत्या.

यशवंतराव बाहेरच्याच दिवाणखान्यात होते. कामगार तिथेच दारापाशी उभा होता. जरा वेळाने म्हणाला,

"आजचं काम झालं, साहेब."

हातातला कागद बाजूला ठेवून यशवंतराव उठले.

"चल. पाहू या," त्याच्याबरोबर ते बाहेर गेले. त्याच्याबरोबर त्यांनी बंगल्याला एक चक्कर मारली. जिभेवर आलेले स्तुतीचे शब्द त्यांनी मोठ्या प्रयासाने रोखले. कामगारांचं काही सांगता येत नाही. कामाची खूप स्तुती केली की शेपन्नास आणखी मागायचे!

केवळ त्या दोघांना बंगल्याचा बाहेरचा सारा दोन मजल्यापर्यंतचा भाग इतका साफ करणं कसं काय जमलं हे नवलच होतं; पण अगदी लक्षात येण्यासारखा फरक पडला होता एवढं नक्की.

दिवाणखान्यात परत आल्यावर त्यांनी कामगाराच्या हातावर शंभर शंभरच्या दोन नोटा ठेवल्या. रक्कम त्याच्या अपेक्षेपेक्षाही जास्त असावी. त्याचा चेहरा खुलला. त्याने दोन्ही हातांनी नमस्कार केला.

"आणखी कुठे ओळखीचं काम निघालं तर सांगा साहेब." मळकट पिशवी खांद्याला अडकवीत तो म्हणाला.

"हो, अवश्य सांगीन. अवश्य." यशवंतराव म्हणाले.

शिडी आणि इतर सामान घेऊन ते दोघं गेले.

स्वयंपाकघरात आल्या आल्या यशवंतराव म्हणाले, "आपण श्रीधरकडे जायचं का? तो इथे येऊन गेला होता– भेट होईल– कामाचंही सांगता येईल– आणि तुम्हा दोघांना तिथे सोडून मी माझ्या कामावर जाईन, तो एकदम इथेच संध्याकाळी येईन– रात्रीचं मला जेवायचं नाहीच आहे– मग?"

"हरकत नाही. सनी, मामाकडे येतोस का?"

"हो." तो हसत म्हणाला.

अर्ध्याएक तासात ते तिघे तयार झाले. व्हरांड्यातल्या दाराला कुलूप लावता लावता यशवंतराव म्हणाले, "जा– एक चक्कर मारून ये बंगल्याला– मी इथेच थांबतो–"

विनीता उजव्या बाजूने गेली आणि सर्व बंगल्याला चक्कर मारून परत डाव्या बाजूने व्हरांड्यात आली. यशवंतराव तिची वाटच पाहत होते.

तिच्या चेहऱ्यावर आनंद होता, आश्चर्यही होतं–

"विश्वास बसत नाही, नाही का?" ती म्हणाली. "केवळ दोघंच जणं– केवढा उरक आहे नाही कामाचा?"

जरा विचारमग्न चेहऱ्याने यशवंतराव म्हणाले, "मलाही त्याचंच जरा नवल वाटतंय– चारी बाजूंनी एवढं वरपर्यंत साफ करायला त्यांना कसं काय जमलं? आणि ते शोभेचं तळं पाहिलंस का?"

"नाही."

"मग ये–" ते वळून बंगल्याच्या उजव्या बाजूला आले. समोरच ते वीस फूट व्यासाचं तळं होतं. वरवंडीचा निळ्या रंगाचा गुळगुळीत सनला संध्याकाळच्या

उन्हात चकमक करीत होता. पाणी (खालच्या खोलवरच्या निळसर टाइलमुळे) निळसर दिसत होतं– पण स्फटिकासारखं पारदर्शक होतं.

"बघितलंस?"

विनीता त्या शोभेच्या तळ्याकडे नुसती पाहत उभीच होती.

"एक शिडीवर काम करत असेल– दुसरा खाली इथली सफाई करत असेल–" यशवंतराव म्हणाले. "त्याखेरीज एका दिवसात एवढं काम पुरं व्हायचंच नाही– नाही का?"

"हो– हो– पण किती छान दिसतं, नाही?"

"यस्– यस्–"

मग बोलण्यासारखं काहीच नव्हतं.

ते फाटकाबाहेर पडले.

श्रीधर घरी परत आला होता. यशवंतराव तिथे जास्त वेळ थांबले नाहीत. सुनीलकरिता कपाटातला गोळ्या-चॉकलेटचा डबा काढून श्रीधरने तो त्याच्यापुढे केला.

"काल तू आला होतास ना, श्री?" विनीताने विचारलं.

"हो– सहज आलो होतो–"

"कामगार फारच चांगला आहे, बरं का–"

"काल दिसलंच की मला–"

"आता तर बाहेरूनही साफ केलं आहे– सारा बंगलाच आता असा काही सुंदर दिसायला लागला आहे की सांगता सोय नाही!"

"पण अगदी एकाकी आहे, नाही का? म्हणजे अर्थात तुम्हाला तिकडे तशी सवय असेल–"

"नाही– तू म्हणतोस ते खरं आहे श्री. हा सनी अगदीच एकटा पडतो– त्याच्यासाठी काहीतरी सोय पाहावी लागणार आहे, नाही का?" सुनीलकडे पाहत पाहत विनीता बोलत होती. "यश म्हणत होता इथे काही काही शाळा– किंडर गार्डन– मॉंटेसरी असतीलच ना? तिथे जायला लागला तर दिवसाचे काही तास तरी रमेल–"

"मी चौकशी करतो– पण विनीता, सुनील जरा वेगळ्या वातावरणात लहानाचा मोठा झालेला आहे– आणि ही चार-पाच-सहा वर्षांची पोरं– अगदी रानटी

असतात– म्हणजे ती काही मुद्दाम करीत असतात असं नाही– पण तो त्यांचा स्वभावच असतो– तसा सुनील जरासा शायच वाटतो, नाही का? पण ठीक आहे– मी तपास करतो– आता पंधरावीस दिवसांच्या टूरवर जाणार आहे– खरं तर त्यासाठीच तुमची भेट घ्यायला आलो होतो– मग आल्यावर पाहू– बरं– कामगाराने काम कसं काय केलं?"

"अरे उत्तम! अगदी उत्तम! तू आता मला घरी सोडायला येणार आहेस ना? तेव्हा पाहशीलच!"

सुनीलच्या स्वप्नाबद्दल किंवा तिला स्वतःला आलेल्या जराशा चमत्कारिक अनुभवांबद्दल विनीता श्रीधरपाशी एक शब्दही बोलली नाही. कदाचित ती त्याला अनुभवी सल्लागार या भूमिकेत पाहू शकत नसेल. कदाचित असल्या या जराशा अस्वाभाविक कल्पना मनात येणं हाही तिला एक प्रकारचा कमीपणा वाटत असेल... अमेरिकेत पाचसात वर्षे राहून आलं म्हणजे माणूस काही जास्त बुद्धिमान, जास्त समंजस होत नाही– जास्त श्रीमंत होतो– पण साधारण लोक अशाशी ज्या जराशा लाचारीने वागतात त्यामुळे यांच्या मनात स्वतःबद्दल नाही नाही त्या कल्पना येणं अशक्य नाही– विनीताचे विचार अगदी असेच होते असं नाही– पण ती एक शब्दही बोलली नाही ही सत्य गोष्ट आहे.

"केव्हा जातो आहेस टूरवर?"

"उद्याच बहुतेक. तुम्ही यायच्या वेळेसच जावं लागणार होतं– पण जरा खटपटी लटपटी करून ते लांबणीवर टाकलं. आता तुम्ही जरा तरी सेटल झाला आहात– आता जायला हरकत नाही, हो की नाही?"

चहा श्रीधरनेच केला. त्यांचं बोलणं झालं ते अगदी फुटकळ होतं. पूर्वीच्या त्यांच्या काही (अगदी थोड्या) समान मित्र-मैत्रिणींची चौकशी झाली. यशवंतरावांच्या आईवडिलांकडे अजून तरी ते भारतात आल्याची काही खबर पाठवली का नाही असं विचारायचं श्रीधरच्या मनात आलं होतं– पण तो काहीच बोलला नाही. शेवटी हा यशवंतरावांचा खाजगी प्रश्न होता.

साडेसातच्या सुमारास श्रीधरने विनीता-सुनील यांना बंगल्यावर आणून सोडलं. अंगणातला दिवा लागला; पण त्याचा प्रकाश बाहेर पडत होता. मागे बंगल्याची तीनमजली छायाकृती मात्र होती.

विनीता मोठं दार उघडून आत गेली. आतल्या दिवाणखान्यातले दिवे एकामागोमाग एक लावले जाताच सारा तळमजलाच उजळून गेल्यासारखा दिसला. सुनीलचा हात धरून श्रीधर दिवाणखान्यात आला.

आत किती बदल झाला होता!

गेली होती ती जुनाट, धुरकटलेली, धुळीने, जळमटांनी माखलेली अंधारी जागा– आता सर्वत्र नजर खिळवून ठेवणारी लखलखीत स्वच्छता होती.

कामगाराने काम व्यवस्थित केलं की नाही हे विचारायची आवश्यकताच नव्हती– प्रत्यक्ष पुरावाच समोर होता.

पळत पळत पुढे जाऊन सुनीलने टीव्ही सुरू केला. एव्हानापासूनच तो रेसलिंग आणि कार्टून चॅनल पाहण्यात रमायला लागला होता.

अगदी पोहोचताच परत निघायला नको म्हणून श्रीधर हॉलमधल्या मोठ्या कोचावर बसला. विनीताही त्याच्याजवळ येऊन बसली.

"यशवंतराव?" श्रीधरने विचारलं.

"बाहेरच कोणाबरोबर तरी जेवण घेणार आहेत– आणि मग त्यांचा ग्रुपच इथे येणार आहे– धंद्याच्या गोष्टी असतील– बसतील रात्री उशिरापर्यंत–"

"काही निश्चित झालं का?"

"यशचं? छे! तसा गेल्या तीनचार दिवसांत सारखा भेटतो आहे– शेकड्यांनी फोन चालले आहेत– पण त्याची स्वतःची खात्री पटल्याशिवाय तो काहीही निर्णय घेणार नाही– आणि तीनचार महिन्यांत मनासारखं काही जमलं नाही तर परत स्टेटस् आहेतच–"

"हो– ते एक आहे म्हणा–"

"श्री–" विनीता काहीतरी बोलणार होती; पण गप्प बसली.

"काय?"

"काही नाही."

"अग सांग ना!"

"काही नाही."

"चू! काही मदत हवी आहे का? काही काम आहे का?"

"नाही-नाही–" ती हसत म्हणाली.

"यशवंतरावांसंबंधात काही आहे का?"

"यशसंबंधात? अरे अजिबात नाही!"

"हे बघ विनीता, सातआठ वर्षांनी तू हिंदुस्थानात परत आली आहेस– इथे सगळीकडे खूप बदल झाला आहे– काही अडचण आली असली, काही प्रॉब्लेम असला तर सांगायला संकोच करू नकोस–"

"ही तुझी टूर किती दिवसांची आहे?"

"पंधरा दिवस म्हणतात– पण काही नक्की नाही– कधी कधी जास्तही राहावं लागतं– एकदा तर दीड पावणेदोन महिने परत येता आलं नाही–"

"एवढंच वाटलं होतं– आम्ही आल्या आल्या ही फिरती निघाली नसती तर छान झालं असतं– बस्, एवढंच–"

"मग कॅन्सल करू का?"

"छे रे! एकदा लांबणीवर टाकली आहेसच ना? आणि कॅन्सल करून काय करणार आहेस? मनातलं सांग म्हणालास म्हणून जो विचार मनात आला होता तो सांगितला–"

"काही प्रॉब्लेम नाही ना?"

"नाही."

"नक्की?"

"अगदी नक्की!"

श्रीधर काही वेळ विनीताकडे पाहत बसला– पण मनात जर त्याला काही बोलायचं असलं तर त्याने ते मनातच ठेवलं.

"वरचे मजले पाहू या का?" शेवटी श्रीधरने विचारलं आणि विनीता आणि तो जिन्याने वर गेले.

८.

वरचा मजला अंधारात होता. श्रीधर जिन्याच्या शेवटापाशीच उभा राहिला. विनीताही काही क्षण तेथेच उभी राहिली– जागा अजून ओळखीची झाली नव्हती आणि दिव्यांच्या बटणांची नक्की जागा आठवणीत रुजलेली नव्हती. जरासा विचार करून मग तिकडे जावं लागत होतं. तिची अस्पष्ट आकृती अंधारात हलली आणि खोलीत एकदम प्रकाशाचा लखलखाट झाला.

श्रीधरचे डोळे तर अक्षरशः दिपलेच. प्रकाश तर प्रखर होताच; पण सभोवतालची दारंखिडक्याही लखलखीत होत्या. मग त्याचं लक्ष विनीताकडे गेलं. ती खोलीच्या मध्यभागी उभी राहून स्वतःभोवती गोल गोल फिरत होती आणि खोलीच्या चारी भिंती, सीलिंग यांच्यावरून नजर फिरवत होती. श्रीधरला तर क्षणभर वाटलं ती आसपासचं सगळंच विसरून गेली आहे–

"विनीता!" त्याने एकदम हाक मारली.

एखादा धक्का बसल्यासारखी ती एकदम जागच्या जागी थबकली आणि मग त्याच्या दिशेला वळली.

तिचा चेहरा पूर्ण प्रकाशात आला आणि श्रीधरला जाणवलं की मघाची तिच्या चेहऱ्यावरची जराशी साशंकता पार गेली आहे.

असं वाटत होतं की ती आता मोठमोठ्याने हसणारच आहे.

ती जशी काही बोलली नाही तशी त्याने तिला पुन्हा हाक मारली.

"विनीता!"

एखाद्या चित्राची घडी पडावी, एखाद्या फुलाच्या पाकळ्या आत फिराव्यात, एखादा दिवा मंद व्हावा– अगदी तशीच विनीताची अवस्था झालेली त्याला दिसली. जणू बाहेर फेकले गेलेले अनेक तंतू तिने स्वतःत परत ओढून घेतले– एक मोठा श्वास सोडून ती हलकेच म्हणाली,

"किती छान आहे नाही?"

"काय छान आहे? संध्याकाळ? दिवस? खोली?"

"नाही रे! सगळंच– सगळंच–"

या चमत्कारिक शब्दांचं काहीही स्पष्टीकरण तिने दिलं नाही. तिला तिथेच सोडून श्रीधर एकेका खोलीत डोकावून आला. बहुतेक खोल्यांतून दाराच्या आत डाव्या भिंतीला दिव्यांची बटणं होती. सर्व खोल्या झगझगीत होत्या– मूळचं रंगकाम उत्तम असलं पाहिजे– कामगाराचा एक हात फिरताच आतला अस्सल भाग उघडा झाला होता. सगळ्या खोल्यांतून चक्कर मारून तो परत मधल्या हॉलमध्ये आला– पण विनीता जागची हललीशीही वाटत नव्हती. तशीच खोलीच्या मध्यावर दोन्ही हात छातीशी घेऊन उभी होती. विचारून ती काही सांगणार नाही, त्याला माहीत होतं– तिचा जरासा आग्रही स्वभाव त्याच्या पूर्ण परिचयाचा होता. ही भेट शक्य तितकी लवकर आटोपती घ्यावी, त्याने विचार केला.

मग त्याला आठवलं– इमारतीला आणखीही एक वरचा मजला आहे– ती खूप मोठी खोली आणि मधल्या भिंतीतलं ते अजस्र लाकडी कोरीवकामाचं दार– जराशी चमत्कारिकच खोली–

"विनीता! वरच्या मजल्यावर एक नजर टाकून येतो हं–" म्हणत तो दाराकडे वळला.

"श्री!" विनीताची हाक आली.

इतका विलक्षण आवाज की तो दचकून थांबला आणि मागे वळून तिच्याकडे पाहायला लागला.

ती नुसतीच त्याच्याकडे पाहत उभी होती.

"काय गं?"

"वर काही पाहण्यासारखं नाही–"

"ती मोठी खोली नव्हती का?"

"साधी रिकामी खोली– त्यात काही पाहण्यासारखं नाही–" त्याने वर जाऊ नये ही तिची इच्छा उघड दिसत होती.

"श्री! चल खाली जाऊ– सनी काय करतो आहे पाहू–"

"तू हो पुढे– मी आलोच–"

"नाही– तू खाली जा– मी दिवे बंद करून मागोमाग येतेच–"

प्रत्येक गोष्टीतला तिचा आग्रह क्षणाक्षणाला जास्त जास्त चमत्कारिक वाटायला लागला होता– पण शेवटी हे तिचं घर होतं, तिचा संसार होता, तो केवळ एका भेटीसाठी आला होता–

"ठीक आहे– ये मागून–"

तो जिना उतरून खाली गेला.

सुनील टीव्हीसमोरच बसला होता. कार्टूनचा चॅनल पाहण्यात दंग झाला होता. श्रीधरने वाचलं होतं– जरी हे कार्यक्रम खास लहान मुलांसाठी तयार केलेले असले तरी त्यांच्यात हिंसाचाराचे खूप प्रसंग असतात– आणि शिवाय टीव्हीसमोर तासन्‌तास बसणंही काही चांगलं नाही– पण पुन्हा हा संसार तिचा होता, जबाबदारी तिची होती. श्रीधर सुनीलजवळच्या खुर्चीत बसला.

विनीताला खाली यायला जरा वेळच लागला. सुनीलबरोबर संभाषण सुरू करण्याचा श्रीधरचा विचार नव्हता. आईवडिलांखेरीज घरात इतर कोणाचा सहवास नसल्याने सुनीलचा प्रतिसाद मनमोकळा येत नसे.

जिन्यावर विनीताच्या सपातांचा आवाज झाला.

"आली वाटतं आई तुझी!" श्रीधर मागे वळत म्हणाला. सुनीलला मराठी शब्दांचा अर्थ अर्धवटच समजला असावा; पण श्रीधरबरोबरच त्यानेही मागे वळून पाहिलं. योगायोगाने श्रीधरची नजर अगदी याच क्षणी सुनीलच्या चेहऱ्यावर होती. सुनीलचे डोळे एकदम विस्फारले– काहीतरी ओरडण्यासाठी त्याने मोठा श्वास घेतला आणि तोंड उघडलं–

पण दुसऱ्याच क्षणी त्याचा चेहरा निवळला. हसत हसत तो म्हणाला,

"ममी!"

जितक्या आनंदाने त्याने आता आपल्या आईस हाक मारली होती तितक्याच भय-विमनस्कतेने तो क्षणापूर्वी जिन्याकडे पाहत होता. आपल्या पाहण्यात काहीही चूक झाली नाही याची श्रीधरला खात्री होती. त्याला वाटलं, आता जरा स्पष्टच बोलायला हवं. तो सुनीलला जरा हलवत म्हणाला,

"सनी! तू आता इतका घाबरला होतास! का?"

सुनील काहीच बोलला नाही; पण विनीताने श्रीधरचा प्रश्न ऐकला होता– ती त्या दोघांच्या मागे आली.

"विनीता, सनी आता तुझ्याकडे मागे पाहायला वळला– आणि त्याचा चेहरा असा काही विलक्षण झाला होता– मला वाटलं तो आता काहीतरी ओरडणारच आहे!"

"सनी? हो? मामा म्हणतो ते खरं आहे?"

"ममी– ममी–" तो गप्प बसला.

"सांग ना! सनी, सांग ना!"

"मला वाटलं– मला वाटलं– माझी ती स्वप्नातली फेअर लेडीच जिन्यावरून खाली येत आहे–"

"अरे सनी!" त्याला एकदम छातीशी घेत विनीता म्हणाली. आणि मग त्याच्या डोक्यावरून तिने श्रीधरकडे पाहिलं. तो, ती आणि सुनील दोघांकडे आश्चर्याने पाहत होता.

"अरे श्री, त्याला काल एक स्वप्न पडलं होतं. स्वप्नात त्याला एक बाई दिसली होती– तिलाच तो 'फेअर लेडी' म्हणतो– तिसऱ्या मजल्याच्या दारातून ती त्याला वर बोलावत होती आणि तो म्हणतो की, त्याला वर जायची खूप खूप भीती वाटत होती– तीच ती स्वप्नातली फेअर लेडी दिसल्यासारखं त्याला वाटलं असेल–"

समोरच्या टीव्हीच्या उजळलेल्या काचेकडे पाहत श्रीधर म्हणाला, 'हे तासन्तास टीव्हीवरचे शो पाहणं– एकटाच्या एकटा असतो– इतर मुलांबरोबर खेळला– बागडला असता तर हे टीव्ही कार्यक्रम पार विसरून गेला असता– एकटा म्हणजे तेच ते डोळ्यासमोर येणार–"

"खरं तर त्यासाठीच यश आणि मी तुला सांगायला आलो होतो– एखादी अशी संस्था किंवा प्लेग्रुप असला तर पाहा– म्हणजे तो असा दिवसभर एकटा एकटा असणार नाही–"

"राइट! फक्त आता टूरवरून परत आल्याखेरीज मला सवड मिळणार नाही– पण अवश्य तपास करीन–"

आता निघायला हवं होतं. सुनीलच्या केसांवरून हात फिरवत तो म्हणाला, "बरं आहे– जातो आता– यशवंतराव येतीलच ना एवढ्यात?"

"त्याचं काही सांगता येत नाही–"

"ठीक आहे तर– जातो– आता एकदम टूरवरून परत आल्यावरच गाठ पडेल– मग येतोच आहे– मग पाहू या सुनीलचं– मग जाऊ? सांभाळून राहा हं–!"

शेवटचे शब्द आपल्या तोंडून कसे बाहेर पडले याचं श्रीधरला स्वतःलाच नवल वाटत होतं. ही सूचना किंवा मोफत सल्ला कशासाठी? स्वतःच्या स्वतंत्र बंगल्यात राहणारी, चार देश फिरून आलेली अनुभवी विनीता– तिला या फुकट उपदेशाची काय गरज होती?

श्रीधर गेल्यावर त्याच्यामागे विनीताने बाहेरचं दार बंद करून घेतलं. बाहेरच्या त्या दाराला अजून लॅच बसवली नव्हती– तेव्हा यश येईपर्यंत तिला खालच्या मजल्यावरच थांबावं लागणार होतं.

"तुला काही जेवायचं आहे का?" तिने सुनीलला विचारलं.

बाहेर आणि मग श्रीधरकडे इतकं खाणं झालं होतं की त्याचा नकार अपेक्षितच होता. तिला स्वतःलाही काही खायचं नव्हतं.

सुनील परत टीव्ही पाहायला लागला.

विनीता हॉलमध्येच इकडे तिकडे फिरत होती– उगाच इकडंच सामान तिकडे करीत होती– पण मनात विचार वेगळेच चालले होते. श्रीधरबरोबर ती काही वेळापूर्वी दुसऱ्या मजल्यावर गेली होती, तेव्हा एक विलक्षण जाणीव झाली होती– एक समाधानाची, एक सुखाची, आनंदाची जाणीव– जी तिला आदल्या दिवशी वरच्या, तिसऱ्या मजल्यावर झाली होती.

खोलीच्या भिंतीपाशी उभी राहून ती सुनीलकडे पाहत होती. टीव्ही पाहणाऱ्या त्याची फक्त एक पाठमोरी छायाकृतीच तिला दिसत होती; पण मनात त्याच्याबद्दल विलक्षण काळजी वाटायला लागली होती. एवढ्यातल्या एवढ्यात त्याला तो 'फेअर लेडी'चा भास झाला होता– एकदा ती तिसऱ्या मजल्यावर असताना आणि आता एवढ्यात ती दुसऱ्या मजल्याच्या जिन्यावरून खाली येत असताना–

साधा भास नाही– त्यामागे भीती होती– आणि तिलाही मनातल्या मनात कसली तरी भीती वाटत होती– जणू काही ही भीती त्या दोघांच्यामध्ये एका ताणलेल्या पडद्यासारखी उभी होती– ते दोघं त्या पडद्याच्या दोन बाजूंना होते– पण दोघांनाही त्या पडद्याची आच जाणवत होती–

विचार अतिरंजित होते? असतीलही– पण सुनीलची प्रतिक्रिया तर खरी होती ना? त्यामागे काहीतरी कारण असणारच की नाही? भास-भ्रम या लेबलाखाली ते एखाद्या पोतडीत कोंबून ठेवणं ही फसवणूक होती– यशपाशी बोलायला हवं होतं– पण शब्दात न पकडता येण्यासारखी ती भावना किंवा जाणीव किंवा काळजी अगदी अगदी तरल होती–

ती भिंतीला पाठ लावून उभी होती. हात पाठीमागे होते. बोटांना काहीतरी चाळा हवा म्हणून ती बोटांनी मागची भिंत चाचपून पाहत होती. एका कपाटाचा कडीकोयंडा हाताला लागत होता. तिने बोटांनी कोयंडा उचलताच दार एकाएकी उघडलं– कदाचित घट्ट अडकवून ठेवलं असेल– तो दाब आता आतून बाहेर आला असेल– कदाचित तिनेच नकळत बोटांनी ओढलं असेल–

मागे वळून तिने त्या कपाटाकडे पाहिलं. आतापर्यंत ते कपाट उघडून पाहिल्याचं तिला आठवत नव्हतं. आता खाली वाकून तिने आत नजर टाकली. आत बऱ्याच फोटो फ्रेम दिसत होत्या. तिचं कुतूहल आपोआपच जागं झालं– एकएक करीत तिने त्या फ्रेम बाहेर काढल्या. काही लाकडांच्या जुन्या, काही प्लास्टिकच्या

स्वस्तातल्या, काही चांदीच्या, काही नक्षीकामाच्या, काही नुसतेच दोन काचात बसवलेले फोटो–

ही माणसं कोण होती?

तिने छतातला दिवा लावला आणि समोर सर्व फोटो ओळीने मांडले. पुरुष, स्त्रिया, मुलं, तरुण, प्रौढ, वयस्क, जुन्या वळणाच्या, नवीन वळणाच्या फॅशन; पण त्या फोटोतल्या चेहऱ्याकडे पाहता पाहता तिला एक अशी विलक्षण जाणीव होत होती– या सर्व माणसांना आपण पाहिलेलं आहे– आणि तेसुद्धा फार पूर्वी नाही– अगदी एवढ्यातच.

त्याक्षणी तिच्या ध्यानात ती गोष्ट आली नाही.

मागाहून आली. खूप खूप काही घडून गेल्यावर आली.

पहिल्या रात्रीच्या तिच्या स्वप्नात तिला ही सर्व माणसं दिसली होती. अगदी सर्व; पण या क्षणी तिला ते आठवत नव्हतं.

आठ-साडेआठ वाजले तसा सुनील टीव्हीसमोर बसल्याबसल्याच पेंगा खायला लागला. टीव्ही बंद करून विनीता म्हणाली, "सनी, चल झोपायची वेळ झाली– चल वर–"

आज्ञाधारकपणे सुनील उठला आणि तिच्या मागोमाग वर निघाला. विनीता जिन्याची एक एक पायरी चढायला लागली, तशी क्षणाक्षणाला मनात एक विलक्षण सुखसंवेदना पसरायला लागली. वर्णन करायला शब्द नव्हते; पण शंका घ्यायला जागा नव्हती.

दार उघडून ती खोलीत आली, वावरायला लागली.

"ममी! दिवा लाव ना!" दारातूनच सुनील म्हणाला– मग तिला उमगलं आपण अंधारातच वावरत आहोत–

दारापासच्या भिंतीजवळच्या पॅनेलवरचं बटण दाबून तिने दिवा लावला. सुनील त्याच्या कॉटवर आडवा झाला आणि कुशीवर वळून त्याने अंगावर शाल ओढली.

त्याला गुडनाइट करण्यासाठी विनीता त्याच्यावर जरा वाकली.

"गुड नाइट, सनी!" ती म्हणाली.

नशीब, की त्याने डोळे मिटलेले होते ते मिटलेलेच ठेवले; उघडून वरून त्यावर वाकलेल्या आकृतीकडे पाहिलं नाही. नशीब!

"गुड नाईट!" तो पुटपुटला.

ती कितीतरी वेळ त्याच्यावर वाकून उभी होती.

मग ती सावकाश सरळ झाली, खोलीतून बाहेर आली, आपल्यामागे तिने दार लोटून घेतलं, मग जिन्याने सावकाश सावकाश खाली आली–

हॉलमधल्या सोफ्यापाशी आल्यावर विनीताचे डोळे खाडकन उघडले. भांबावल्यासारखी चारी दिशांना पाहत होती. मग काहीतरी आठवल्यासारखे तिने आपले हात छातीशी घट्ट आवळून घेतले आणि ती पुन्हा पुटपुटत होती– "सनी? सनी? सनी?"

९.

यशवंतराव नऊच्या सुमारास परत आले. त्यांच्याबरोबर आणखी चौघं होते. त्यांच्यासाठी विनीता बाहेरच्या दिवाणखान्यात थांबली होती. यशवंतरावांनी त्या चौघांची औपचारिक ओळख करून दिली आणि मग ते चौघे बाहेर बसल्यावर ते विनीतामागोमाग स्वयंपाकघरात आले. फ्रीजमधून बाटल्या काढता काढता ते म्हणाले, "विनी, आमची सर्वांची जेवणं झालीच आहेत– आता आम्हाला कशाचीही गरज लागणार नाही– तू आता वर झोपायला गेलीस तरी चालेल–"

"किती वेळपर्यंत तुम्ही बसणार आहात?"

दोन्ही हात दोन्ही बाजूंना पसरीत यशवंतराव म्हणाले,

"काय सांगता येतं? पण एक सांगतो– आम्ही रात्री अगदी उशिरापर्यंत बसलो तरी गलका, आरडाओरडा काहीही व्हायचं नाही– तू अजिबात डिस्टर्ब होणार नाहीस– अगदी प्रॉमिस!"

त्यावर ती काय बोलणार!

"सनी?"

"मघाशीच झोपला आहे–"

"छान!"

बाटलीसकट हात वर उचलून तिचा निरोप घेऊन ते बाहेर गेले. विनीता स्वयंपाकघरातच टेबलापाशी उभी होती.

मनात दोन परस्परविरुद्ध इच्छांचा संघर्ष चालला होता.

वर जायची मनाला विलक्षण ओढ लागली होती–

आणि वर जायची मनाला जराशी भीतीही वाटत होती–

पण अर्थात वर हे जावं लागणारच होतं.

वरच्या मजल्याकडे जाणारा जिना चढता चढता, प्रत्येक पायरीगणिक ती जाणीव जास्त जास्त स्पष्ट होत होती. कशासारखी? पाण्याखालून वर पृष्ठावर एकदम हलकं, मोकळं वाटतं तशी. सूर्य झाकोळून टाकणारे ढग दूर झाले की स्वच्छ सूर्यप्रकाश आसमंतात पसरावा तशी. अंगावरचं खूप मोठं ओझं उतरलं जावं तशी.

पावलांना गती येत होती. मनात अधीरता जन्माला येत होती.

शेवटी ती वरच्या खोलीच्या दारापाशी पोहोचली तेव्हा अक्षरशः धापा टाकत होती. झोपण्याच्या खोलीतला निळसर रातदिवा जळत होता; पण तिला दिव्याची आवश्यकताच भासली नसती. सर्व खोली, सर्व आसमंत अगदी अगदी स्पष्ट दिसत होता–

वरच्या मजल्याच्या सर्व खोल्यांची दारं उघडी होती–

विनीता सर्व खोल्यांतून भरकटल्यासारखी भिरभिरत होती. कोणत्याही खोलीतला दिवा लागलेला नव्हता– पण तिची पावलं अडखळत नव्हती की तिची कोणत्याही फर्निचरशी टक्कर होत नव्हती–

ती खोल्याखोल्यांतून हिंडत होती– दारं, खिडक्या, भिंती, कपाटं, सर्वांवरून हात फिरवत होती–

शेवटी ती बेडरूममधे आली. पलंगावर सुनीलची लहानशी आकृती झोपली होती. एक हात उशीखाली होता. दुसरा लांब केलेला होता. गुडघ्यांची पोटाशी घडी केलेली होती. केस पुढे आले होते. कपाळावर घामाचा ओलावा दिसत होता. ओठ जरासे दुमडलेले होते.

विनीता त्याच्याकडे पाहत शांतपणे उभी होती.

तिचा चेहरा संपूर्ण निर्विकार होता.

काळजीचं, करुणेचं, प्रेमाचं पाखरू आत खोल कोठेतरी फडफडत होतं– एखाद्या खोल गर्तेच्या तळाशी पाकोळी फडफडावी तसं–

यशवंतरावांकडे आलेली माणसं निघाली तेव्हा रात्रीचे बारा वाजून गेले होते. त्या माणसांना निरोप देऊन त्यांच्यामागे घराचं दार लावताना हातावरच्या घड्याळाकडे यशवंतरावांचं लक्ष गेलं.

इतक्या उशिरा त्यांच्या रोजच्या खोलीत झोपायला गेलं तर विनीता हमखास डिस्टर्ब होणार- ते नकोच, त्यांनी मनाशी विचार केला.

सुनीलसाठी त्यांनी वरच्या मजल्यावरची एक खोली तयार केली होती; पण अजून तो तिथे एकट्याने झोपत नव्हता.

मोठ्या दाराबाहेरच्या व्हरांड्यातला एक दिवा तेवढा ठेवून बाकीचे सर्व दिवे त्यांनी मालवून टाकले. अंधाराची डोळयांना सवय होईपर्यंत ते तिथेच थांबले. आणि मग बाहेरच्या दिव्याचा जो अंधुक प्रकाश हॉलमधे पोहोचत होता त्या प्रकाशात ते जिना चढून वर गेले.

सुनीलसाठी बनवलेली खोली डावीकडे होती. त्यांनी अजिबात आवाज न करता दार उघडलं, आत येऊन आपल्यामागे दार अगदी अलगद लावून घेतलं, वरचा बोल्ट सरकवला आणि मग खोलीतला दिवा लावला. कपडे बदलण्याची काही सोयच नव्हती. फक्त अंगातला मॅनिला त्यांनी उतरवून ठेवला आणि मग बिछाना गाठला.

कॉटवर बसून त्यांनी सर्व खोलीवरून नजर फिरवली. त्या कामगाराने काम खरोखर अगदी मनापासून केलं होतं. खोलीची दारं-खिडक्या, खोलीच्या सर्व भिंती अगदी लख्ख, नव्यासारख्या वाटत होत्या. अर्थात पूर्वी ही खोली फारशी वापरात नसेल... तरीही...

हाताने उशीवर दोन रट्टे मारून त्यांनी ती सारखी केली, पायाजवळची शाल उलगडून ठेवली आणि मग उठून दिवा मालवून ते कॉटवर येऊन झोपले.

दिवसभराच्या भेटीगाठी, मुलाखती, चर्चा यांचं डोळयात जंजाळ माजलं होतं. अगदी या क्षणी जरी निर्णय आवश्यक नव्हता तरी मनात विचार यायचे ते येतच होते-

त्याच नादात त्यांना केव्हातरी झोप लागली.

तसेच ते अगदी गाढ झोपणारांपैकीच म्हणायला हवेत.

आणि त्यांची झोपही फारशी सावध नसायची.

तो वारसा विनीताकडे दिला होता.

मध्येच केव्हातरी त्यांना दाराचा आवाज ऐकल्यासारखा भास झाला... पण सकाळी जाग आल्यावर त्याची त्यांना आठवणही नव्हती.

रात्रभर विनीता झोप आणि जाग या दोन अवस्थांच्या मध्यरेषेवर मागेपुढे हेलकावे खात होती. अमेरिकेत असताना ते एकदा एका चाळीस मजली इमारतीच्या शेवटच्या मजल्यावर असलेल्या फिरत्या रेस्टॉरंटमध्ये गेले होते. जरी तो सर्वच्या सर्व मजला फिरत होता तरी त्या गतीची स्वतःला जाणीव होत नव्हती. वाटत होतं, सारं जग फिरत आहे– क्षणाक्षणाला समोरच्या खिडकीसमोर वेगळा देखावा येत होता–

आताही तिला काहीसा तसाच अनुभव येत होता–

किंवा सनीचं ते स्टिरिओ स्लाइड दाखवणारं खेळणं होतं– एक खटका दाबला की समोरचा देखावा बदलत होता– पण प्रत्येक चित्र अगदी स्पष्ट, अगदी खरं, त्रिमितीतलं–

अनेक चेहरे समोरून जात होते–

वाटत होतं यांना आपण पूर्वी कधीतरी पाहिलं आहे– काही सुखी होते, काही दुःखी होते, काही भयभीत होते– पण त्यापैकी कोणत्याही व्यक्तीशी तिचा काडीइतकाही भावनिक संबंध नव्हता– एक प्रकारच्या कोरड्या, अव्यक्तिगत, अलिप्त नजरेने ती सर्व काही पाहत होती–

प्रत्येकाचा व्यक्तिगत काळ वेगवेगळ्या गतीने जात होता. कोणाला रात्र संपता संपत नव्हती. कोणासाठी रात्र क्षणात उलटली होती.

या कशाचीही तमा नसलेली पृथ्वी आपल्या आसावर कलंडत होती. रात्ररेषा सरकत होती. तिची जागा सूर्याची सोनेरी रेषा घेत होती.

रात्रीच्या विस्मृतीतून माणसं बाहेर येत होती– हजारो वर्षांपूर्वीच्या मानवाला निद्रेचे स्वरूप कळलंच नव्हतं–

काही संस्कृतीमध्ये निद्रा म्हणजे अल्पकालीन मरण समजलं जात असे–

तर काही संस्कृतीमध्ये प्रत्यक्ष मृत्यू ही दीर्घ निद्राच समजली जात असे. (आणि जाग आली की आप्तस्वकीय जवळ असावेत म्हणून मृताला वसतिस्थानाखालीच पुरून ठेवण्यात येत असे–)

अगदी विसाव्या शतकातला माणूसही हे समजून चालत असतो की झोपेत आपले आपण स्वामी नसतो, मुखत्यार नसतो– मनावर आणि शरीरावर आपलं

नियंत्रण नसतं– जणू काही जेव्हा प्रकाश नव्हता, जेव्हा सारा अवकाश अंधारमय होता त्या प्राचीन अवस्थेशी जोडणारा हा धागा होता–

सूर्य वर आला की माणूस सुटकेचा श्वास टाकतो. सूर्याला 'मित्र' हे नाव जाणूनबुजूनच दिलेलं आहे. मित्र, सखा, सहकारी, सहायक.

शेवटी त्या बंगल्यावरही सूर्याचे किरण पसरलेच.

आधी जाग आली ती सुनीलला. रात्रीत अंगावरची शाल खाली गेली होती. ती त्याने व्यवस्थित गळ्यापर्यंत ओढून घेतली. मग त्याने डावी-उजवीकडे पाहिलं. शेजारच्याच गादीवर ममी झोपली होती; पण रात्री तिला खूप थंडी वाजत असलीशी वाटत होती. कारण तिने पांढरी शाल पार डोक्यावरून पांघरून घेतली होती. कार्टूनमधल्या त्या 'ममी'चीच त्याला आठवण झाली आणि हसू आलं. ती 'ममी' आणि त्याचीही ममीच! हसत हसत तो कॉटवरून उतरला आणि खिडकीपाशी आला. बाहेर छान ऊन पडलं होतं. डॅडी उठले की त्याला बाहेर नेतील.

त्याचं वय पाचच वर्षांचं असलं तरी खऱ्या अर्थाने एका वेगळ्या पद्धतीने तो वाढला होता. बाथरूमला जाण्यासाठी तो खोलीबाहेर आला. बाथरूमला जाऊन आल्यावर तो मधल्या हॉलमध्ये जरा वेळ उभा राहिला. बाकीच्या खोल्यांची दारं बंद होती. समोर जिना होता. काही पायऱ्या खाली जात होत्या– काही वर जात होत्या–

डॅडी कुठे दिसत नव्हते. कदाचित खालीच असतील.

सुनील जिन्याच्या पायऱ्या उतरून खाली आला. खाली सगळीकडे सामसूम होती; पण सकाळचा प्रकाश खिडक्यांतून आत आला होता. सुनील स्वयंपाकघरात आला, सिंकमध्ये त्याने तोंड धुतलं आणि मग फ्रीज उघडून ब्रेड, बटर, जॅम आणि एक सफरचंद असं सामान काढून घेऊन तो टेबलापाशी बसला.

त्याचा नास्ता झाल्यावर तो बाहेरच्या खोलीत आला.

खरं तर त्याच्या मनातून बाहेरच्या बागेत जायचं होतं– पण मोठ्या दाराचा वरचा बोल्ट सरकवलेला होता, तिथपर्यंत त्याचे हात पोहोचणंच शक्य नव्हतं– मग टीव्हीशिवाय दुसरं काही बाकी राहिलंच नव्हतं.

वीसपंचवीस मिनिटं टीव्ही पाहत बसल्यावर त्याला त्याचा कंटाळा आला. डॅडी-ममीला हाक मारून उठवलं पाहिजे, एवढंच त्याच्या मनात होतं. छोट्या

छोट्या पावलांनी तो परत वरच्या मजल्यावर आला. ज्या खोलीत तो आणि ममी झोपले होते त्या खोलीचा दरवाजा त्याने मघाशी उघडा ठेवला होता तसाच होता. सुनील पळत पळत दारापाशी आला आणि दारातूनच त्याने ममीला हाक मारली.

"ममी! ममी!"

पण मग त्याचा आवाज आपोआप थांबला.

ममीची कॉट रिकामी होती. ममी खोलीतही नव्हती.

बाहेरही कुठे दिसली नव्हती. खालीही आली नव्हती.

म्हणजे वरच गेलेली असणार– तिसऱ्या मजल्यावर.

तिसऱ्या मजल्याकडे जाणाऱ्या जिन्याच्या पायथ्याशी उभा राहून त्याने ममीला हाक मारली.

"ममी!"

आणि पाचसात सेकंद वाट पाहून मग आणखी मोठ्याने–

"ममी!"

वरच्या मजल्यावरून पावलांचा आवाज आला. रोज माणसं चालतात त्यांच्या पावलांच्या आवाजापेक्षा हा आवाज वेगळा होता– पण सुनीलचं एवढं बारीक लक्ष नव्हतंच. वरच्या खोलीच्या दारात ममी दिसणार या अपेक्षेने तो वर पाहत होता–

वर वळलेली त्याची नजर तशीच खिळून राहिली.

काहीतरी बोलण्यासाठी उघडलेलं तोंड तसंच राहिलं.

त्याला धड श्वास आत घेता येईना, बाहेर सोडता येईना.

मग तोंडातून आवाज आला.

पण ती 'ममी!' अशी आईला हाक नव्हती.

ती एक अतितारस्वरातली, जिवाच्या आकांताने फोडलेली एक दीर्घ किंचाळी होती.

मग त्याचे डोळे मिटले आणि तो तसाच्या तसाच मागे कोसळला.

गाढ झोपेत असलेले यशवंतरावही सुनीलच्या त्या किंचाळीने खडबडून जागे झाले. आसपासचं भान यायला त्यांना पाचसात सेकंदच पुरले. मग घाईघाईने उठून खोलीचं दार उघडून ते बाहेर आले.

डावी-उजवीकडे पाहताच त्यांना जिन्याच्या पायथ्याशी कोसळून पडलेला सुनील दिसला आणि विनीता त्याच्यावर वाकली होती.

"सनी! सनी!" यशवंतराव मोठ्याने ओरडले आणि धावत धावत पुढे झाले.

सुनील खाली अगदी निश्चल पडला होता. डोळे अर्धवट उघडे होते; पण काही पाहत नव्हते. तोंड अर्धवट उघडं होतं.

यशवंतरावांच्या हाकेसरशी विनीताने वर मान करून त्यांच्याकडे एक नजर टाकली. तिच्या नजरेत जरासा गोंधळ होता. यशवंतरावांनी सुनीलला दोन्ही हातात उचलून घेतला–

"विनी! काय झालं?" मागे वळता वळता त्यांनी विचारलं. आणि तिच्या उत्तराची वाट न पाहता त्यांनी सुनीलला बेडरूममधे आणला, कॉटवर झोपवला. विनीता खोलीत आल्या आल्या ते म्हणाले, "त्याच्या तोंडावर ओला कपडा ठेव– मी डॉक्टरांना फोन करतो–"

ते वळून खोलीबाहेर पडलेसुद्धा.

विनीता कॉटपाशीच उभी राहून सुनीलकडे पाहत होती. सुरुवातीस तिची नजर अगदी निर्विकार होती–

मग नजर एकदम बदलली.

"अगंबाई! सनी!" म्हणत ती कॉटवर वाकली. तिचा चेहरा एकदम कावराबावरा झाला. मग तिला काहीतरी आठवलं– ओला कपडा– ओला कपडा– ती धावत धावत बाथरूममध्ये गेली, दांडीवरचा नॅपकीन तिने ओला केला आणि परत धावत धावत सुनीलच्या कॉटपाशी येऊन तिने तो कपडा अलगद त्याच्या चेहऱ्यावर टेकवला–

त्याचे अर्धवट उघडे डोळे तसेच होते. त्या नजरेकडे तिला पाहवेना. तिने त्याचे डोळे अलगद मिटले.

हे काय भलतंच झालं होतं? सनीला पूर्वी कधीही असा ॲटॅक आला नव्हता. तिला आतून अगदी भडभडून रडू येत होतं– पण ही वेळ रडत बसण्याची नव्हती–

आल्या आल्या यशवंतरावांनी यलो पेजेसची डिरेक्टरी विकत घेतली होती. ती आता त्यांनी उघडली होती. डॉक्टरांची यादी काढून त्यात जवळपास कोणाचा पत्ता आहे का ते पाहत होते–

डॉ. गवई, एम.डी.

मोबाइलवर त्यांनी नंबर फिरवला.

सुदैवाने फोनवर आले ते स्वतः डॉक्टरच होते.

यशवंतरावांनी आपलं नाव सांगितलं.

"डॉक्टर, मी एवढ्यातच अमेरिकेहून आलो आहे. पाचसात दिवसांपूर्वीच इथे राहायला आलो आहे." त्यांनी डायरीत पाहून पत्ता सांगितला.

"माझा पाच वर्षांचा मुलगा आहे. तो आताच– पाच-दहा मिनिटापूर्वी एकदम अनकॉन्शस झाला आहे. तुम्ही येऊ शकाल का? माझ्या इथे कोणत्याही ओळखी नाहीत– येऊ शकाल का? प्लीज?"

"आताच्या वेळी–"

"डॉक्टर! प्लीज!"

"ठीक आहे– एक सांगा– तो कसा आहे? म्हणजे हातपाय झाडतो आहे का?"

"नाही–"

"हातपाय स्टिफ झाले आहेत का?"

"नाही."

"ओ.के. दहापंधरा मिनिटात येतो–"

"फार फार आभारी आहे मी तुमचा, डॉक्टर गवई."

दहापंधरा मिनिटं म्हणाले होते; पण प्रत्यक्षात सहासात मिनिटातच डॉक्टर त्यांच्या दाराशी हजर झाले. डॉक्टर गवई चाळिशीच्या आसपासचे होते. जरा स्थूल होते; पण हालचाली चपळ होत्या. यशवंतराव मोठ्या दारापाशीच उभे होते. पायऱ्या चटाचट चढून येऊन डॉक्टरांनी यशवंतरावांशी हस्तांदोलन केलं आणि ते म्हणाले,

"कम ऑन! कुठे आहे पेशंट?"

आधी यशवंतराव आणि त्यांच्यामागोमाग डॉक्टर असे दोघं वर आले. सुनील जसा झोपवला तसाच झोपला होता. कॉटशेजारीच एक खुर्ची घेऊन विनीता विमनस्क अवस्थेत बसली होती. स्वतःच्याच विचारात ती इतकी दंग झाली होती की डॉक्टर प्रत्यक्ष कॉटपाशी पोहोचेपर्यंत तिला त्यांच्या येण्याची

जाणीवसुद्धा झाली नव्हती. त्यांना समोर पाहताच ती एकदम दचकली आणि उठून उभी राहिली. एकवार तिच्याकडे पाहून मग डॉक्टर पुढे झाले आणि त्यांनी सुनीलला तपासलं.

स्टेथॅस्कोप तसाच गळ्याभोवती ठेवून ते मागे सरले.

"पूर्वी असं कधी झालं होतं?" त्यांनी विचारलं.

"कधीही नाही."

"मला वाटतं, तुम्ही त्याला हॉस्पिटलमध्ये ॲडमिट करावं. सगळ्या तपासण्या करून घ्याव्यात हे चांगलं. माझं प्राथमिक मत असं आहे की कसला तरी शॉक बसल्याने त्याची शुद्ध गेलेली आहे– पण ॲडमिट करावं हे चांगलं."

"तुम्हीच हॉस्पिटल सुचवा– मला इथली काहीच माहिती नाही–"

"तुमचं व्हेइकल आहे का?"

"नाही."

"मग असं करू या– मीच माझ्या गाडीतून तुम्हाला सोडतो–"

"मग तर फारच छान– अगदी हजार थॅंक्स!"

"तुमचा फोन आहे ना? द्या जरा– मी हॉस्पिटलला फोन लावतो– तोपर्यंत तुमची तयारी करा–"

यशवंतराव विनीकडे वळले.

"तुझी बॅग भर. श्रीधरला फोन करायला हवा नं?"

"यश, तो आज सकाळीच टूरवर गेला आहे– कालच तो म्हणत होता– दोनतीन आठवडे तरी परत यायचा नाही–"

"ठीक आहे, तर लाग तयारीला–"

'साधना क्लिनिक' त्यांच्या बंगल्यापासून गाडीने वीसपंचवीस मिनिटांच्या प्रवासानंतर लागलं. सुनीलच्या ॲडमिशनची सगळी तयारी झालेलीच होती. गाडी मोठ्या दारापाशी पोहोचताच सुनीलला स्ट्रेचरवरून आत तपासणीच्या खोलीत नेण्यात आलं.

बाहेरच्या लाउंजमध्येच यशवंतराव आणि विनीता बसून राहिले.

पाचसात मिनिटांनी डॉक्टर गवई आतून बाहेर आले. त्यांना पाहताच यशवंतराव एकदम उठून उभे राहिले.

“आता सर्व एक्स्पर्ट लोकांच्या हातात आहे, यशवंतराव. सर्व काही व्यवस्थित होईल.” यशवंतरावांच्या खांद्यावर हात ठेवून डॉक्टर म्हणाले, “मला माहीत आहे तुम्ही विलक्षण काळजी करीत असाल–”

“पण ते तपासणी करणार म्हणजे काय?”

“मानेचं प्ल्यूइड काढतील, तपासतील– कॅटस्कॅन काढतील- दे मस्ट फर्स्ट फाइंड आऊट व्हॉट इज रॉंग– हो की नाही? सुनीलच्या खोलीचा नंबर तुम्हाला देतील– तिथे तुम्ही थांबा–”

१०.

सुनील परत शुद्धीवर आलाच नाही.

ते तीन दिवस विनीता त्याच्या उशापायथ्याशी दिवसाचे सर्व चोवीस तास बसून होती. तिच्या डोळयाचं पाणी क्षणभरही खळलं नाही.

त्यांच्या सर्व चाचण्या झाल्या होत्या.

ॲडमिट केल्याच्या दिवशीच दुपारी सुनीलला सडकून ताप आला. अगदी पाचपर्यंतसुद्धा टेंपरेचर चढत होतं. त्यांच्या परीने त्यांनी सर्व उपचार केले. डॉक्टर गवई स्वतः सुनीलवर बारकाईने लक्ष ठेवून होते.

“अगदी अत्याधुनिक शास्त्र आणि तंत्रसुद्धा काही काही वेळा कमी पडतं–” शेवटी ते यशवंतरावांना म्हणाले, “अतिशय व्हेऱ्युलंट असा मेनिनजायटिसचा ॲटॅक आहे– लाखात एखादे वेळी उद्‌भवतो असा– सुनीललाच का व्हावा याला आपल्यापाशी काय उत्तर आहे? काही नाही! तुमच्या मिसेसची मात्र काळजी घ्या– नाहीतर त्यांनाच इथे पेशंट म्हणून ॲडमिट करायला लागायचं! काही खात-पीत नाहीयेत, रात्रीची रेस्ट घेत नाहीयेत– शरीराच्या सहनशक्तीलासुद्धा शेवटी मर्यादा आहेतच– इच्छाशक्ती काही एका मर्यादेपर्यंतच शरीराला रेटू शकते-”

डॉक्टर म्हणत होते ती गोष्ट अगदी खरी होती. विनीता काही बोलत नव्हती. सारखी रडत होती. कधी कधी तर तिला आतून येणारा दुःखाचा उमाळा इतका असह्य होई की पदराचा बोळा तोंडात कोंबून ती जागच्या जागी नुसती मागेपुढे डोलत राही. कोणत्याही प्रश्नाला ती केवळ मानेनेच ‘नाही’ असं उत्तर देत होती. पुढे काही खाण्यापिण्याचा जिन्नस आला तर काही न बोलता हातांनी दूर करीत होती.

सर्व काही यशवंतरावांनी परस्परच उरकून टाकलं.

हॉस्पिटलचं बिल सेटल केल्यावर ते खोलीत आले.

गुडघ्याभोवती हाताची घडी घालून विनीता कॉटच्या कडेला बसून विमनस्क नजरेने खिडकीबाहेर पाहत होती.

"विनी! चल! निघायला हवं!" यशवंतराव म्हणाले.

ती काहीच बोलली नाही. तिची नजर होती तशीच बाहेर राहिली.

"विनी! चल! घरी जायला हवं ना?"

एक झटका बसून तिची नजर त्यांच्यावर खिळली. विनीताच्या डोळ्यात शंका होती, भीती होती– ती बोलली तेव्हा तिचा आवाज घोगरा होता. "त्या घरी? तिथे? परत तिथे?"

"अर्थात तिथेच! दुसरीकडे कुठे जायचं?"

"यश! तिथे काय झालं ते पाहिलंस ना! परत तिथेच जायचं म्हणतोस! अनुभवावरून काही शिकला नाहीस का?"

"मग काय करायचं?"

"तिथे परत जायचंच नाही! एखाद्या हॉटेलमध्ये राहू या!"

"ठीक आहे! हॉटेलमध्ये राहू या! पण तिथलं सामान आवरायला तरी तिथे जायला नको का?"

"मग तू जा! मला हॉटेलवर सोड– मी तिकडे यायची नाही!"

"विनी! तू कमालच करतेस! तुझं सगळं काही मी मान्य केलं– पण सामान आवरायचं मला एकट्याला कसं जमणार?"

"का नाही जमणार? असं काय सामान आहे? तुझे आणि माझे कपडे... सनीचं... सनीचं... सनीचे..."

तिला त्या शब्दांपुढे बोलवेनाच. रडूच कोसळलं. केवळ हातानेच ती नाही–नाहीची खूण करीत होती.

तेवढ्यात डॉक्टर गवई खोलीत आले. त्यांच्याकडे पाहून दोन्ही हात दोन्ही अंगांना पसरत यशवंतराव म्हणाले, "डॉक्टर! तुम्हीच हिला काही सांगा ना! ती त्या घरात यायलाच तयार नाही!"

"विनीताबाई, सुनीलच्या आठवणी फक्त त्याच घरात येणार आहेत आणि इतर कुठे येणार नाहीत असं थोडंच आहे? चोवीस तास तुम्हाला त्याची सतत

आठवण येणार आहे- मग जगाच्या पाठीवर तुम्ही कुठेही असा- सर्व दुःखावर काळ हेच एकमेव औषध आहे- वापरून वापरून गुळगुळीत झालेली म्हण- पण म्हणून ती काही खोटी नाही- असं करू या- चला माझ्याबरोबर- मीच तुम्हाला तुमच्या घरापर्यंत सोडतो- कम ऑन!"

यशवंतरावांना विनीताला अक्षरशः हाताला धरून उठवावं लागलं.

त्यांचं थोडंबहुत सामान त्यांनी आधीच पॅक करून ठेवलं होतं.

पाचसात मिनिटांत डॉक्टरांची गाडी हॉस्पिटलच्या आवारातून बाहेर पडली. विनीता डोळे मिटून, मान मागे टेकवून बसली होती.

बाहेरचं मोठं गेट उघडंच होतं. गाडी ड्राइव्हवरून आत आली, व्हरांड्याकडे जाणाऱ्या पायऱ्यांपाशी उभी राहिली.

यशवंतराव खाली उतरले, दोन बॅगा खाली काढून घेतल्या आणि मग आता वाकून हात पुढे करत ते म्हणाले,

"ये, विनी- ये-"

एकदोनदा हाका मारल्यावर विनीता भानावर आल्यासारखी झाली.

यशवंतरावांचा हात न धरता ती खाली उतरली आणि तिथेच उभी राहिली. गाडीचं दार लावता लावता यशवंतराव म्हणाले,

"तुमची खूपच मदत झाली, डॉक्टर. थँक यू!"

"ठीक आहे." म्हणून डॉक्टरांनी गाडी सुरू केली आणि वळण घेऊन गाडी झाडीत दिसेनाशी झाली.

दोन हातात दोन बॅगा घेऊन यशवंतराव पायऱ्या चढून वर व्हरांड्यात आले. बॅगा खाली ठेवून खिशातून किल्ली काढून त्यांनी मोठं कुलूप उघडलं आणि दार आता ढकलीत मागे वळून पाहत ते म्हणाले,

"कम ऑन! ये, विनी-"

पायरीजवळ खाली अंगणातच विनीता उभी होती.

"ओ! कम ऑन!" यशवंतराव परत म्हणाले.

विनीता सावकाश सावकाश पायऱ्या चढून वर आली; पण व्हरांड्यातच दारापाशी थांबली. यशवंतरावांनी दोन्ही बॅगा आत नेऊन ठेवल्या आणि ते परत बाहेर आले. पुढे येऊन त्यांनी विनीताचा हात हातात घेतला आणि ते तिला घरात न्यायला लागले.

हात मागे ओढत विनीता म्हणाली,

"यश! प्लीज! प्लीज! आत नको! खरंच नको! मी इथेच थांबते– तू काय हवं ते सामान घेऊन ये– आपण हॉटेलात जाऊ–"

"जाऊ– जाऊ. अवश्य हॉटेलात जाऊ– पण तू किती दमली आहेस! जरा रेस्ट घे! जरुरीपेक्षा एक सेकंदभरही जास्त वेळ आपण इथे थांबायचं नाही– अगदी प्रॉमिस देतो! ये तर खरी आत–"

जरासा जोर करूनच त्यांनी तिला दाराच्या आत आणली. तिचं पाऊल दाराच्या आत पडताच तिचा सारा विरोध मावळला. तिच्या तोंडून एक खूप दीर्घ सुस्कारा बाहेर पडला. यशवंतरावांचा हात सोडून ती खोलीभर हिंडायला लागली.

संध्याकाळ झाली होती. आत जरासा अंधारच होता. पुढे होऊन यशवंतरावांनी भिंतीवरच्या पॅनेलमधली बटणं दाबली. एकामागोमाग एक असे दिवे लागले–

आधी यशवंतरावांना वाटलं इतका वेळ अंधारात होतो आणि आता एकदम लख्ख प्रकाश झाला आहे. त्याने डोळ्यांना दिपल्यासारखं वाटत आहे– पण खरी गोष्ट वेगळीच होती.

खोलीच्या भिंती, दारं, खिडक्यांच्या काचा, वरची तक्तपोशी सर्वच अक्षरशः लखलखत होतं. अगदी याच क्षणी चकाकत्या नव्या रंगाचा शेवटचा हात दिल्यासारखं. केवळ दारं-खिडक्या-भिंतीच नाही, तर दारांचे बोल्ट आणि हँडल्स, दिव्यांची ब्रॅकेट सर्व अगदी नव्यासारखी चकचकत होती–

आपल्यामागे मोठं दार लावता लावता यशवंतराव विनीताकडे पाहत होते. तिच्यात झालेला बदल आश्चर्यकारक होता. दिवसभरातली तिची मरगळ गेली होती. ती दिवाणखान्याच्या भिंतीपासून खोलीभर गोल गोल फिरत होती– आणि मग ती एकामागून एक अशी खालच्या मजल्यावरच्या सर्व खोल्यांतून गेली. ती आत जात होती, दिवे लागत होते–

तिला काय पाहायचं होतं कुणास ठाऊक– पण खालच्या सर्व खोल्या झाल्यावर ती जिन्याने वर निघाली. एकदा यशवंतरावांना वाटलं, की तिला हटकावं, विचारावं, काय करते आहेस? पण हॉस्पिटलमधल्या त्या भयानक अलिप्त उदासीनतेपेक्षा ही अवस्था जास्त सुसह्य होती. तिला केवढा धक्का बसला आहे याची त्यांना पुरी कल्पना होती– स्वतःचं सांत्वन जसं जमेल तसं करण्याचा तिला अधिकार होता– ते काहीच बोलले नाहीत–

ते स्वयंपाकघरात गेले. प्रत्येक खोलीतल्या नव्यासारख्या चकाकीने त्यांना नव्याने आश्चर्य वाटत होतं. फ्रीजमधून गार पाण्याची बाटली काढता काढता त्यांची नजर सर्व स्वयंपाकघरावरून फिरत होती.

रॅक, कपाटं, स्वयंपाकाची भांडी सर्व काही आरशासारखं लख्ख होतं. वेळ जात नाही म्हणून विनीताने तर साऱ्या घराची ही साफसफाई केली? पण तिचा स्वभाव पाहता ते अशक्यच वाटत होतं–

पाणी पिऊन होताच त्यांनी सिंकपाशी ग्लास विसळला. पाण्याची बाटली परत फ्रीजमधे ठेवली.

खाण्यापिण्याचा विचारही त्यांच्या मनात आला नाही.

घड्याळात नऊ वाजले होते. इतक्या लवकर झोपायची त्यांना सवय नव्हती. कपडे बदलण्यासाठी ते वरच्या खोलीत गेले. वर त्यांना विनीता कुठे दिसली नाही– पण तिसऱ्या मजल्यावरून काही काही आवाज येत होते– ती वर असावी.

इतर वेळी त्या दोघांच्यात नाना विषयांवर अगदी तासभर सहज गप्पा होत असत– पण ही वेळ वेगळी होती. दोघांचीही मनःस्थिती काहीही बोलण्याच्या अवस्थेत नव्हती. कुटुंबावर जी महाआपत्ती कोसळली होती ती सर्व काही झाकोळून टाकणारी होती. आयुष्याचा पार पायाच उखडल्यासारखा झाला होता. त्या आपत्तीचं तार्किक विश्लेषण आता आता मनासमोर होत होतं. भावनिक प्रतिक्रिया येणारच होती. आताच्या क्षणी ते केवळ विनीताला धीर देण्यातच गुंतले होते. स्वतःचा विचार करायला त्यांना सवडच मिळाली नव्हती–

पण ती वेळही येणारच.

सनीच्या हजारो आठवणी येणारच होत्या.

काळीज पिळवटलं जाणारच होतं.

कपडे बदलून परत ते खाली उतरले. स्वयंपाकघरात जाऊन फ्रीजमधून त्यांनी ड्रिंकची बाटली काढली. एकट्यानेच बसून आजवर त्यांनी कधीही ड्रिंक घेतलं नव्हतं– पण आजची वेळ सर्वार्थानेच अगदी अपवादात्मक होती–

काखेत ड्रिंकची बाटली, एका हातात पाण्याची बाटली, दुसऱ्या हातात बर्फाचा ट्रे असं घेऊन ते बाहेरच्या हॉलमध्ये आले. आधी टीव्हीसमोरच्या कोचात बसण्याचा त्यांचा विचार होता–

पण ती तर सनीची आवडती जागा! तिथे तो तासन्तास बसून टीव्ही पाहत असायचा— ती नकोच.

खिडकीजवळची खुर्ची बरी होती. समोर टीपॉयही होता. बाटल्या, ट्रे, सर्व काही टीपॉयवर ठेवून ते खुर्चीत आरामात बसले.

भारतात राहायचं की नाही याचाच विचार करावा लागणार होता. आणि इथे राहायचं ठरवलं तरी या जागेत राहायचं का नाही याचाही विचार करायला हवा होता. विनी म्हणत होती तेही खरं होतं— या जागेत खरोखरीच चैन पडणार नव्हतं— अर्थात लगोलग बदलणंही शक्य नव्हतं. सहा महिन्यांची लीज आणि कमिशन मिळून जवळजवळ एक लाख रुपये खर्च झाले होते. आणीबाणी असती तर त्या लाखाचीही त्यांनी फिकीर केली नसती— पण त्यांच्या मते तशी आणीबाणी नव्हती— पण विनीच्या मते—

घरी परत यायला तिचा केवढा विरोध होता! केवळ सनीच्या आठवणी या घरात आहेत म्हणून? पण त्यांना तसं वाटत नव्हतं— कारण दोन दिवसांपूर्वी ती जराशी विमनस्क असताना त्यांनी विचारल्यावर ती म्हणाली होती— 'वाटलं होतं गेटच्या बाहेरच तुम्हाला थांबवावं आणि तसंच्या तसंच निघून जावं— या बंगल्यात परत पाय टाकू नये—' म्हणजे ही घराची नावड पूर्वीपासूनच तिच्या मनात होती— तसा तिचा स्वभाव हार्ड होता, प्रॅक्टिकल होता— तिला असं का वाटलं?

यशवंतराव खुर्चीत मागे रेलून बसले होते. ड्रिंकचा एक एक घोट घेत होते. आज सकाळपासून तर त्यांची विलक्षण धावपळ झाली होती. शिवाय गेले तीन दिवस सनीच्या आजाराचं टेन्शन चोवीस तास होतंच— मनातली वेदना कमी होत नव्हती— पण आता त्यांना स्वतःला करण्यासारखं काहीच नव्हतं— या अगतिक अवस्थेनेच शरीराला एक सैलपणा आला होता—

हातातला ग्लास टीपॉयवर ठेवून ते मागे रेलले—

आणि त्यांना तशीच झोप लागली.

सनी आजारी होता तेव्हा झोपेतही मेंदू सतत पहाऱ्यावर असायचा. कोणत्याही क्षणी क्रायसिस येऊ शकत होता— तेव्हा झोप अगदी सावध असायची. आता मनोमन खात्री पटली होती, काहीही करण्यासारखं नाही— तेव्हा झोप लागली ती गाढ होती.

त्यांना जाग आली तेव्हा आसपास सर्वत्र शांतता होती. तोच तो एक पवित्रा घेतल्याने शरीर अवघडलं होतं. टीपॉयवरच्या ग्लासमध्ये ठेवलेलं ड्रिंक तसंच होतं. सगळा बर्फ विरघळून गेला होता.

खुर्चीवरून उठून त्यांनी सर्व शरीराला खूप मोठा आळस दिला, घड्याळात पाहिलं– साडेबारा वाजले होते.

ती विनीता वर एकटी एकटीनेच रडत असेल आणि आपण आज इथे आरामात बसून ड्रिंकची लज्जत घेत होतो– विचार मनात आला आणि त्यांना अपराधीपणाची एक जाणीव झाली. वास्तविक त्यांना समजत होतं की खरोखरीच आपण तिच्याकडे दुर्लक्ष केलेलं नाही– पण स्वतःकडे दोष घेण्यात काही काही वेळा मनाला समाधान वाटत असावं–

दारं-खिडक्या बंद आहेत ना हे पाहण्यासाठी त्यांनी सर्व खोलीवरून नजर टाकली– सुरुवातीस आपण पाहिलेली जागा आणि आताची ही सभोवतालची खोली– त्या दोन्हीतल्या विलक्षण फरकाचं त्यांना पुन्हा नव्याने नवल वाटल्याखेरीज राहिलं नाही.

खोलीतले सर्व दिवे बंद करून ते जिन्याने वर गेले.

वरचा सर्व मजला अंधारात होता. विनीने निदान मधल्या हॉलमधला दिवा तरी चालू ठेवायचा– त्यांच्या मनात विचार आला– मग लागलीच वाटलं, आताच्या क्षणी ती व्यवहाराचा विचार करण्याच्या मनःस्थितीत आहे तरी कुठे?

डावीकडची भिंत हाताने चाचपून पाहिल्यानंतर त्यांच्या हाताला बटणाचं पॅनेल लागलं. पॅनेलवरचं एक बटण त्यांनी दाबलं– दिवा लागला नाही; पण पंखा मात्र सुरू झाला. पंखा त्यांनी ताबडतोब बंद केला. शेजारचं बटण दाबताच वॉल ब्रॅकेटमधला दिवा लागला– खोलीभर पिवळट प्रकाश पसरला.

त्यांच्या बेडरूमचं दार उघडंच होतं– म्हणजे आतही दिवा नव्हता.

बेडरूममध्ये जाऊन अंदाजाने पुढे जात जात त्यांनी कॉटच्या माथ्याशीच असलेला नाइटलॅंपचा स्विच दाबला. निळसर दिवा लागला– बाहेरचा दिवा बंद करण्यासाठी ते वळलेसुद्धा–

मग त्यांना दिसलं– कॉट रिकामाच होता.

कॉटवर विनीता नव्हती. वरची उशी वाकडी होती, पायाजवळची शाल कॉटवर पसरली होती–

म्हणजे ती झोपली होती– निदान कॉटवर आडवी झाली होती.

झोप लागली नसावी– म्हणून उठली असेल– पण गेली कुठे?

बाथरूमला गेली असती तरी दिवा दिसलाच असता–

प्रथमच त्यांच्या मनाला अस्वस्थपणाचा जरासा स्पर्श झाला–

सनीच्या निधनाच्या क्षणापासून तिची मनःस्थिती ठिकाणावर नव्हती– ती अपराधीपणाची भावना मनात पुन्हा एकदा आली– अशी अंधारात एकटी एकटीने आपण तिला वर येऊच द्यायला नको होतं–

ते घाईघाईने बाहेर आले. वरच्या मजल्यावर हॉलखेरीज आणखी तीन खोल्या होत्या– बाकीच्या दोन्ही खोल्यांची दारं बाहेरून बंदच होती– तेव्हा ती वरच्या मजल्यावर नव्हतीच–

मग कुठे? तिसऱ्या मजल्यावर?

ते तिसऱ्या मजल्याकडे जाणाऱ्या जिन्याकडे वळले.

इथेच, शेवटच्या पायरीवर सनी कोसळून पडला होता–

पाचसात पायऱ्या चढून त्यांनी वर पाहिलं.

वरचा सर्व मजलाही अंधारातच असावासा वाटत होता.

हा प्रकार होता तरी काय?

"विनी!" त्यांनी जिन्यातूनच हाक मारली आणि तिचा काही प्रतिसाद येतो का पाहण्यासाठी ते थांबले.

पण आसपासची शांतता तशीच राहिली.

"विनी! वर आहेस का?" त्यांनी जरा मोठ्या आवाजात विचारलं.

वरच्या मजल्यावरून हालचालीचा लहानसा आवाज आला का?

हा आसपासचा अंधार आणि ही चमत्कारिक शांतता–

त्यांना उमगलं, मनात नाही नाही ते विचार येत आहेत– मानेवरचे केस शहारून ताठ उभे राहत आहेत. स्वतःचा आणि सर्व जगाचाच त्यांना त्याक्षणी विलक्षण राग आला. एक प्रकारच्या तिरीमिरीत ते जिन्याच्या उरलेल्या पायऱ्या झपाझप चढून वर गेले, दार ढकलून खोलीत गेले–

खोलीत अंधार होता. डोळयांना काहीच दिसत नव्हतं, कारण ते खालच्या प्रकाशित खोलीतून वर आले होते– काही क्षण ते डोळे मिटून तसेच उभे राहिले– त्यांना पाचसात सेकंदात जाणवलं की खोलीतली हवा जराशी गरम

आहे– आणि खोलीत कसला तरी वास आहे– खूप इंग्रजी पुस्तकं वाचलेल्या त्यांच्या मनात 'वाइल्ड ॲनिमल स्मेल' हीच कल्पना आली–

डोळे उघडले तेव्हा समोरच्या भिंतीतले खिडक्यांचे उजळलेले चौकोन दिसत होते.

"विनी?" त्यांनी हाक मारली; पण अगदी हलकेच.

मागे खोलीचं दार दाणदिशी बंद झाल्याचा आवाज आला.

ते अक्षरशः दचकलेच.

आणि मग खोलीत प्रकाशाचा लखलखाट झाला.

यशवंतराव गर्रकन मागे वळले.

दाराला पाठ लावून विनीता उभी होती.

विनीताच असणार! दुसरं कोण असणार?

पण किती पांढराफेक चेहरा! आणि एखाद्या कचकडीच्या बाहुलीला पोचे यावेत तसे चेहऱ्याला पोचे आले होते–

हीच का सनीला स्वप्नात दिसलेली 'फेअर लेडी'?

आणि हीच का दारातून येताना पाहून सनी कोसळला होता?

त्यांच्या मनातून विचार विजेच्या वेगाने जात होते–

याचीच विनीताला (त्यांच्या पूर्वीच्या विनीताला– या बदललेल्या विनीताला नाही!) भीती वाटत होती– म्हणूनच ती बंगल्यात यायला नकार देत होती–

त्यांना वाटलं, आणखी जरासा वेळ मिळाला तर या बंगल्यातल्या चमत्कारिक रहस्याचा सगळा उलगडा आपल्याला करता येईल–

पण त्यांना वेळ मिळणार नव्हता–

त्या पोचे आलेल्या पांढऱ्याफेक चेहऱ्यातलं तोंड उघडत होतं.

उघडत होतं. उघडत होतं. वासत होतं.

आत अणकुचीदार दातांची रांगच्या रांग होती.

त्यांची शुद्ध हरपत होती. आसपास अंधार होत होता.

अगदी शेवटच्या क्षणी त्यांना उमगलं– सनी असाच बेशुद्ध झाला होता, आणि त्या बेशुद्धीतून परत बाहेर आलाच नव्हता–

शरीर गार पडत होतं. डोकं बधिर होत होतं.

जाणिवेची ठिणगी मंदावत होती.

शेवटी त्यांच्या तोंडून कण्हण्यासारखा एक आवाज आला.

तिसऱ्या, दुसऱ्या आणि पहिल्या सर्व मजल्यांवरच्या खोल्यांची दारं सावकाश सावकाश उघडत-मिटत होती. सर्व खिडक्यांची तावदानं उघडत-मिटत होती. सर्व खोल्यांतले सर्व दिवे एकदा लागले आणि मग मालवले गेले. सर्व खोल्यांतल्या सर्व नळांच्या फिरक्या उघडल्या, पाण्याचे फवारे उडाले आणि मग सर्व नळ बंद झाले.

सर्व हालचाल थांबली. सर्व आवाज थांबले.

बाहेरून पाहणाराला तो एक साधा बंद बंगला वाटला असता.

आत काय आहे हे पाहायला आत कोणीच नव्हतं.

सर्व माणसं गेली होती.

मागे राहिली होती ती फक्त त्यांची छायाचित्रं.

११.

या वेळी जाण्याची सूचना त्या गृहस्थांची होती.

"कुणी असलं तर?" ते विचारत होते. "सांगता येईल की सारं व्यवस्थित चाललं आहे की नाही पाहायला आलो होतो–"

तीच ती जोडी गजांच्या दरवाजासमोर आली होती.

त्यांचा काळा कोट, उपरणं, फेटा, दोन काच्यांचं धोतर, पायात चढाव. तिचं टोपपदरी लुगडं, डोक्यावरून पदर, कुंकवाचा मोठा टिळा, कानात मोत्यांच्या कुड्या, हातात गोट-पाटल्या, बोटात हिऱ्याच्या अंगठ्या–

दाराच्या आत हात घालून त्यांनी बोल्ट अलगद सरकवला आणि दारातून ते आत आणि मग फरसबंद वळणाच्या वाटेने प्रवेशद्वाराकडे जाणाऱ्या पायऱ्यांपाशी आले.

आवाज नव्हता, हालचाल नव्हती.

मग पायऱ्या चढून ते वर आले, दाराला हलकाच धक्का देताच दार आत उघडलं– हॉल.

खालच्या मजल्यावरून चक्कर. स्वयंपाकघर. जेवणघर. हॉल.

मग वरच्या मजल्याच्या खोल्यांतून चक्कर.

पाचसव्वापाच वर्षे वयाच्या मुलाचा फोटो.

मग त्याच्या आईवडिलांचा फोटो.

आणि शेवटी तिसऱ्या मजल्याला भेट.

वरच्या मजल्याचं दार उघडताना होणारी छातीची धडधड.

काही काही गोष्टींची कधीच सवय होत नाही.

मग अगदी आवाज न करता त्या मधल्या मोठ्या दाराला कान लावून आतला कानोसा घेणं–

आणि मग सुटकेचा निःश्वास.

दोन दिवसांनी त्यांनी बंगला सोडला तेव्हा आतल्या सर्व सामानाची सफाई झाली होती.

बंगला सोडताना त्यांनी मोठ्या दाराला बाहेरून कुलूप घातलं.

गजांच्या गेटमधून बाहेर पडल्यावर त्यांनी त्या गेटलाही बाहेरून एक भक्कम नवीन कुलूप लावलं. भेटीत फायदा भरपूर होत असला तरी भीतीने जीव चेपून जायचा. आता निदान तीन वर्षे तरी इथे भेट द्यावी लागणार नाही, एवढी एकच समाधानाची गोष्ट होती.

१२.

फिरतीवर असताना श्रीधरने यशवंतरावांना फोन करण्याचा अनेक वेळा प्रयत्न केला– पण फोनवर संपर्क स्थापन झालाच नाही. वास्तविक यशवंतरावांचा मोबाइल वर्ल्डवाइड कव्हरेजचा होता– पण दरवेळी एकच उत्तर यायचं "नॉट ॲक्सेसिबल. बियाँड अवर रेंज." एक तर फोन नादुरुस्त असावा किंवा यशवंतराव तो मागे ठेवून गेले असावेत– किंवा– कोणीतरी तो चोरलाही असावा– अगदी सहज शक्य गोष्ट.

तीन आठवड्यांत टूर उरकण्याचा त्याचा विचार होता– पण उलट आणखी तीन आठवडे त्याला परत येताच आलं नाही.

जवळजवळ पन्नास दिवसांनी तो परत आला. दुपारचा परत आला. स्नान वगैरे उरकून संध्याकाळचा विनीताला भेटायला गेला.

पण बाहेरच्या मोठ्या गेटला कुलूप! शहरात असते तर त्यांनी हे कुलूप घातलंच नसतं– मग बाहेरगावी गेले होते की काय?

यशवंतरावांच्या गाववाल्यांच्याकडे त्याने फोनने संपर्क जोडला– पण त्यांना तर यशवंतराव भारतात आल्याचीसुद्धा माहिती नव्हती! विनीताने कळवलं नव्हतं– पण तो तिचा खाजगी प्रश्न होता. तिच्या सासरचे लोक उलट श्रीधरवरच उखडले– त्याने हे लोक भारतात आल्याची माहिती त्यांना का दिली नाही? आता या तर्कदुष्टपणापुढे तो काय बोलणार? खेदाने त्याने फोन बंद केला.

हा एकूण प्रकारच त्याला जरासा अस्वस्थ करणारा वाटला. आपण यशवंतरावांकडून कोणतीच माहिती घेतली नाही ही मोठी चूक केली असं त्याला वाटायला लागलं. ही जागा कोणत्या एजंटाकडून घेतली, काय अटी होत्या, श्रीधरला काहीच माहिती नव्हती. इथे व्यवसायासाठी यशवंतरावांनी कोणाकोणाच्या भेटीगाठी घेतल्या होत्या याचीही त्याला काही माहिती नव्हती. तपासाचा कोणता मार्गच उपलब्ध नव्हता.

यशवंतराव अनुभवी होते ही गोष्ट खरी होती– पण त्यांचा अनुभव तिकडचा होता. व्यावसायिक, तंत्रज्ञ, वरच्या वर्गातल्या लोकांशी वागण्याचा त्यांना अनुभव होता. गेल्या सातआठ वर्षांत भारतातली सामाजिक मानसिकता किती खालावली आहे याची त्यांना कल्पना नव्हती. कोण कोणाबद्दल कशी माहिती काढील आणि त्या माहितीचा कसा दुरुपयोग करील कशाचीच खात्री देता येत नव्हती.

समाजाच्या सर्व क्षेत्रांमध्ये गुन्हेगारीचा शिरकाव झाला होता.

झटपट आणि विनासायास पैसा सर्वांना हवा होता.

त्याला जराशी काळजीच वाटत होती. कारण त्याच्यासाठी कोणताही निरोप न ठेवता यशवंतराव कोठे परगावी किंवा परदेशी जातील यावर त्याचा विश्वास बसत नव्हता. त्याच्या बहिणीची, विनीताची त्याला खात्री नव्हती– पण यशवंतरावांबद्दल खात्री होती.

दुसऱ्या दिवशी संध्याकाळी परत तो त्या बंगल्यावर गेला.

परत तेच. मोठ्या गेटला बाहेरून भक्कम कुलूप.

मग त्याचं लक्ष शेजारीच लावलेल्या पोस्टबॉक्सकडे गेलं.

आत काहीतरी पत्रं-पाकिटं दिसत होती.

पोस्टबॉक्सला साधं लहानसं कुलूप होतं. त्याने रस्त्यावरचाच एक जड दगड उचलला, मागचा पुढचा विचार न करता दगडाचे एकामागून एक दणके मारून कुलूप तोडून टाकलं आणि पेटीचं दार उघडलं.

आत दोन पत्रं होती. एक पत्र साधना क्लिनिककडून आलं होतं. दुसऱ्या पाकिटावर नावपत्ता काहीही नव्हता.

त्या क्लिनिककडून आलेलं पत्र त्याने आधी फोडलं.

पत्र इंग्रजीत होतं. पत्राला मागे एक पावती जोडलेली होती.

श्री. वाय.एस.सुलाखे यांस,

आपले चिरंजीव मास्टर सुनील याचे संबंधात आपण हॉस्पिटलमध्ये भरलेल्या पैशांची पक्की पावती सोबत जोडली आहे.

आपण स्वतः आणि कुटुंबीय यांच्यासाठी एखादी मेडिक्लेम पॉलिसी काढली असेल तर त्यासाठी आवश्यक ते रिपोर्ट आणि आमची सर्टिफिकिटे सोबतच्या पाकिटात पाठवली आहेत.

आमच्याकडून आपणास आणखी कोणतीही मदत वा सहकार्य हवे असल्यास आम्ही ते आनंदाने देऊ.

कळावे

आपले...

पत्र वाचून श्रीधर हतबुद्धच झाला. हा सर्वच प्रकार अगदी अगदी अनपेक्षित होता. त्याच्या गैरहजेरीत इथे काय काय विलक्षण उलथापालथी झाल्या होत्या!

पत्रासोबतच्या पावतीवर त्याने एक ओझरती नजर टाकली. मग पत्र खिशात घालून त्याने सरळ साधना क्लिनिकची वाट धरली.

आपण मिसेस सुलाखे यांचे भाऊ आहोत हे सांगताच श्रीधरला सुनीलच्या केस हिस्टरीचे सर्व कागद पाहायला मिळाले. त्या कागदांवरून फक्त सुनीलच्या आजारपणाची माहिती मिळत होती– पण त्याआधीचं काय? त्याला इथे कोणी आणि कसं ॲडमिट केलं?

केसपेपरमधे रेफर्ड बाय डॉक्टर गवई अशी नोंद होती आणि तिथे डॉ. गवई यांचा पत्ताही होता. त्याची नोंद करून घेऊन त्याने सर्व कागद परत केले.

डॉक्टर गवई चाळीसच्या आसपासचे होते. शरीराने जरा स्थूलच होते. त्यांनी दाखवलेल्या खुर्चीत बसत श्रीधर म्हणाला,

"डॉक्टर, मी आपल्याकडे पेशंट म्हणून आलेलो नाही."

"यस्?"

“मागच्या महिन्यात आपण सुनील सुलाखे नावाच्या पाच-सहा वर्षे वयाच्या मुलाला साधना क्लिनिकमध्ये ॲडमिट केलं होतंत–”

सुनीलचं नाव निघताच डॉक्टर एकदम सावरून बसलेले दिसले.

“डॉक्टर, मी त्याचा मामा– त्याची आई, विनीता ही माझी सख्खी बहीण आहे. महिना-सव्वामहिना मी ऑफीसच्या कामासाठी टूरवर होतो– परत येऊन पाहतो तो त्यांच्या बंगल्याला कुलूप! मला कशाचा अर्थच समजत नाही!”

डॉक्टर जरा आश्चर्याने श्रीधरकडे पाहत होते.

“त्यांनी तुमच्याशी अजिबात कॉंटॅक्ट केला नाही?”

श्रीधर नुसती मान हलवत होता– नाही. नाही.

“नाव काय म्हणालात? श्रीधर, नाही का? तर मग श्रीधर, ती जरा ट्रॅजिडीच आहे– एका सकाळी मला या यशवंतरावांचा फोन आला– त्यांची माझी ओळखही नव्हती. येलो पेजेसमधून त्यांनी माझा नंबर काढला होता. इमर्जन्सी होती हे तर त्यांच्या सांगण्यावरून समजलंच. मी लगोलग त्यांच्याकडे गेलो.” तुम्हाला बंगल्याच्या आतल्या खोल्यांची कल्पना आहे?”

“हो.”

“मग तिसऱ्या मजल्याकडे जाणाऱ्या जिन्याच्या पायथ्याशी सुनील बेशुद्धावस्थेत पडलेला त्यांना दिसला होता. आता त्यांनी त्याला खालच्या बेडरूममधे आणला होता. मी त्याची तपासणी केली. वरवर पाहता कोमा वाटत होता– एखादा ट्रॉमॅटिक ॲटॅक असण्याचीही शक्यता होती– आणि तपासण्या, योग्य ते उपचार केवळ हॉस्पिटलमध्येच होण्यासारखे होते– मीच त्यांना हॉस्पिटलमध्ये हलवण्याचा सल्ला दिला– एवढंच नाही– त्यांची गाडी नाही हे समजल्यावर मीच त्यांना साधना क्लिनिकपर्यंत लिफ्ट दिली– तिथे सुनीलला ॲडमिट करून घेतलं–”

डॉक्टर गप्प बसले. श्रीधरच काही वेळाने म्हणाला,

“मग?”

“तुम्ही तिकडे जाऊन आलात? केसपेपर्स पाहिलेत?”

“हो.”

“मग तेवढंच. मॅनिनजायटिसचा जबरदस्त ॲटॅक. सुनील परत शुद्धीवर आलाच नाही. श्रीधर, मलासुद्धा जरासा शॉकच बसला. उपचाराला काही वेळच मिळाला नाही. आमच्यासारख्या मृत्यूला सरावलेल्यांना असा शॉक– मग त्या

दोघांची अवस्था काय झाली असेल? विशेषतः मिसेस सुलाखे- विनीताबाई- तुमची बहीण-"

डॉक्टर खिन्नपणे स्वतःशीच मान हलवत होते.

"त्या तर परत त्या बंगल्यात जायलाच तयार नव्हत्या- समजू शकतं की तिथे सर्वत्र मुलाची आठवण येणार- त्यांना दोष कसा द्यायचा?"

"मग?"

"शेवटी मीच त्यांची कशीतरी समजूत काढली- त्या तर यशवंतरावांना म्हणत होत्या- हॉटेलमध्ये खोली घ्या- बंगल्यावर परत जायचंच नाही- पण शेवटी मीच त्यांना गाडीतून बंगल्यावर पोहोचवलं-"

"नंतर? मागाहून? तुमची गाठभेट झाली?"

"यशवंतरावांजवळ माझा फोन नंबर होता. आवश्यकता वाटली असती तर त्यांनी नक्कीच फोन केला असता- नंतर जेव्हा काही फोन आला नाही असं मी समजून चाललो की सगळं काही ठीक आहे- श्रीधर, तुमच्या बहिणीचा प्रॉब्लेम सायकॉलॉजिकल होता- फिजिकली शी वॉज ऑल राइट- काळजीने आणि सतत जागरणाने जरा थकवा आला होता एवढंच- एकदोन दिवस विश्रांती मिळाली असती की त्या ठीक झाल्या असत्या- पण घर सोडण्याचं त्यांचं हे ऑब्सेशन- तेच शेवटी प्रभावी ठरलं तर!"

श्रीधरला उमगलं. डॉक्टरांनी त्यांना माहीत असलेलं सर्व काही त्याला सांगितलं होतं. त्यांच्यापुरता या प्रकरणावर पडदा पडला होता. आता त्यांचा जास्त वेळ घेण्यात अर्थ नव्हता.

त्यांचे आभार मानून त्यांचा निरोप घेऊन तो बाहेर पडला.

विनीताला परत त्या बंगल्यात जायची इच्छा नव्हती हे नव्यानेच त्याच्या कानावर आलं होतं. तिसऱ्या मजल्याच्या जिन्याच्या पायथ्याशी सुनील बेशुद्धावस्थेत पडला होता. विनीताने सांगितलेली आणखी एक गोष्ट त्याला आता आठवली. सुनीलला त्या 'फेअर लेडी'चं एक स्वप्न पडलं होतं आणि तिसऱ्या मजल्याच्या दारात त्याला तीच ती 'फेअर लेडी' दिसली होती किंवा दिसल्यासारखी वाटली होती. आणखी एक गोष्ट मनासमोर आली- दुसऱ्या मजल्यावरची साफसफाई पाहत असताना त्याने वर तिसरा मजला पाहण्याची इच्छा दाखवली होती-

आणि विनीताने त्याला विरोध दाखवला होता– त्याने वर जाऊ नये ही तिची इच्छा अगदी उघड उघड दिसली होती–

या साऱ्यातून त्याने काय अर्थ काढायचा?

हा तिसरा मजला त्याला स्वतःलाच पाहता आला तर?

समजा, गेटला कुलूप असलं– एखाद्या चावीवाल्याकडून त्या कुलपाची किल्ली करून घेता येईल. आतल्या मोठ्या दारालाही कुलूप असलं तर त्याचीही चावी बनवून घेता येईल. शेवटी विनीता ही त्याची सख्खी बहीण होती– कुणाला शंका आलीच तर तो आपला अधिकार शाबीत करू शकत होता–

जसजसा त्याने त्या कल्पनेवर जास्त जास्त विचार केला तसतशी तीच ती कल्पना त्याला योग्य वाटायला लागली.

चावीवाल्याशी अगदी आत्मविश्वासाने बोलायला हवं, श्रीधरला माहीत होतं. कामाची जागा सोडून यायला चावीवाल्याने पंचवीस रुपये मागितले, घासाघाशीनंतर वीस रुपयांवर यायला तयार झाला. श्रीधरने त्याला स्कूटरवर मागे बसवून आणला. बाहेरच्या गेटच्या कुलपाची चावी करून घेतली आणि स्कूटरवरूनच त्याला परत मेन रोडवर सोडला. परत आल्यावर उघड्या गेटमधूनच श्रीधरने स्कूटर आत आणली, बंगल्याच्या मुख्य दरवाजाकडे जाणाऱ्या पायऱ्यांपाशी उभी केली, स्टँडवर लावली.

बंगल्याकडे पाहता पाहता श्रीधरचा आपल्या डोळ्यांवर विश्वासच बसत नव्हता. यशवंताबरोबर त्याने या बंगल्याला पहिली भेट दिली होती तेव्हाचं बंगल्याचं बाह्यरूप त्याच्या चांगलं आठवणीत होतं. आता तर त्या रूपात संपूर्ण कायाकल्प झाल्यासारखं दिसत होतं. बंगला आत्ताच रंगवून पूर्ण केल्यासारखा वाटत होता.

श्रीधर व्हरांड्याच्या पायऱ्या चढलाच नाही. समोरची सर्व दारं-खिडक्या बंद होती हे तर खालूनच दिसत होतं. डाव्या बाजूला वळसा घालून श्रीधर बागेत आला– आणि तिथेच ते तळं होतं– आणि परत एकदा श्रीधर खिळून उभा राहिला. काठावरचा सनला उडालेलं, रंग झडलेलं, शेवाळी पाण्याने भरलेलं तळं गेलं होतं– आता सभोवतालच्या वरवंडीचा रंग काचेसारखा तकतकीत होता, आत इतकं स्वच्छ पाणी होतं की खालच्या तळाची मोझेक टाइल दिसत होती–

हा एवढा बदल कसा झाला? कुणी केला? त्याची नजर पुन्हा एकदा बंगल्याकडे वळली. खालपासून वर अगदी तिसऱ्या मजल्यापर्यंत सर्व भिंत नव्यासारखी दिसत होती. लाल विटा, त्यांच्यातल्या पांढऱ्या दरजा, खिडक्यांच्या फ्रेम, सर्व काही...त्याची खात्री होती, वर जर मंगलोरी कौलं असतील तर तीही अगदी नवी लालचुटूक असतील.

या कशाचंच स्पष्टीकरण होत नव्हतं.

त्याला बंगल्यात प्रवेश मिळवून आतला सर्व भाग पाहावा लागणार होता– कदाचित आत काहीही दिसणार नाही– पण पाहिल्याखेरीज त्याचं समाधान होणार नव्हतं–

पुन्हा एकदा ते चावीवाल्याला बोलावण्याचं सव्यापसव्य–

श्रीधर दिवाणखान्याचं दार उघडून आत आला तेव्हा वेळ सकाळी नऊची होती. ऑफिसला जरा उशीर झाला तरी तो त्याची फिकीर करणार नव्हता– आधी हे काम हातावेगळं केल्याखेरीज त्याला चैन पडणार नव्हतं.

हॉलमधलं सर्व सामान स्वच्छ होतं. व्यवस्थित मांडलेलं होतं. याच सोफ्यावर सुनीलशेजारी बसून त्याने टीव्हीवरचे कार्यक्रम पाहिले होते. आता सर्वत्र एक विलक्षण शांतता होती.

स्वयंपाकघर, जेवणघर, सॅनिटरी ब्लॉक, दुसऱ्या खोल्या, सर्वत्र व्यवस्थित टापटीप. वस्तू जागच्या जागी.

हॉलमध्ये एक भिंतीला एक कपाट होतं. अगदी सहज आत काय आहे ते पाहण्यासाठी त्याने कपाटाचं दार उघडलं.

आत अनेक फोटोफ्रेम होत्या. रांगेने उभ्या करून ठेवलेल्या होत्या. कुतूहलाने त्याने शेवटच्या तीनचार बाहेर काढून पाहिल्या. फ्रेम डोळ्यांसमोर येईपर्यंत त्याला कल्पना नव्हती–

विनीता-यशवंतराव-सुनील यांचे फोटो!

काही क्षण त्याच्या डोक्यातले विचारच गोठल्यासारखे झाले.

फोटो ही माणसाची सर्वांत प्रिय वस्तू असते. जगाला आपण कसे दिसतो त्याचा तो पुरावा असतो– स्वतःच्या फोटोकडे न पाहणारी व्यक्ती विरळाच– हे फोटो इथे मागे कसे राहिले? तो तर हे फोटो इथे मागे ठेवून जाणारच नव्हता– बरोबर नेणार होता.

मग त्याची नजर कपाटाच्या खान्याकडे गेली.

आणखी फोटोंची चळतच्या चळत होती.

त्यातले पाचसात त्याने बाहेर काढले.

सर्व वयाचे लोक. पुरुष. स्त्रिया. मुलं. वृद्ध माणसं. फॅशनेबल. जुन्या वळणाची; पण ते सर्व त्याला अपरिचित होते. विनीता-यशवंतराव यांच्या फोटोबरोबरच ते ठेवले होते एवढंच त्यांचं महत्त्व. विनीता-यशवंतराव-सुनील यांचे फोटो बाहेर ठेवून बाकीचे त्याने परत कपाटात होते तसे ठेवून दिले, कपाटाचं दार बंद केलं.

दुसरा मजला. सर्वत्र तीच टापटीप आणि स्वच्छता. सर्व इतकं नवं की वाटलं इथे माणसाचा वावर कधी झालेलाच नाही. कोणाच्या राहून गेल्याचा लवमात्र पुरावाही मागे नव्हता.

पण एवढ्याने संपत नव्हतं.

आणखी एक मजला होता. तिसरा मजला. त्याला तो रिकामा हॉल आणि मधोमध असलेलं मोठं लाकडी दार आठवलं.

त्याला हेही आठवलं, विनीताने त्याला इथे येण्यापासून रोखलं होतं. शब्द मवाळ होते; पण मथितार्थ तोच होता.

आता त्याला रोखायला ती नव्हती.

तो वर निघाला. या पहिल्या पायरीपाशीच सुनील शुद्ध हरपून पडला होता. आधी काय झालं हे आता कोणालाच समजणार नव्हतं–

क्षणमात्र तिथेच उभं राहून श्रीधरने नजर वर टाकली.

एक बारा पायऱ्यांचा साधा जिना.

शेवटी तो त्या बारा पायऱ्या चढून वर गेला. वरच्या खोलीचं दार बंद होतं; पण जरासा धक्का देताच दार अलगद आत उघडलं.

डोळे दिपवण्याइतका खोलीत प्रकाश होता. अंधारलेल्या जिन्यातून वर आल्याने असेल.

दोन पावलं आत येऊन तो सगळीकडे पाहत उभा राहिला.

मधल्या भिंतीतलं लाकडी दार लखलखीत होतं. त्या एका दाराखेरीज सर्व खोलीत काही म्हणजे काही नव्हतं. आणि म्हणूनच सर्व लक्ष त्या दारावरच केंद्रित होत होतं.

पुढे जाऊन त्याने दार ढकलण्याचा प्रयत्न केला.

पण दार केसभरसुद्धा हललं नाही.

दाराच्या पृष्ठावरून त्याने हात फिरवला– स्पर्श रेशमासारखा गुळगुळीत, मऊशार होता. तो एकदम भानावर आला. गेलं मिनीटभर आपण दारावरून हात फिरवत उभे आहोत– त्याच्या लक्षात आलं. तो झटकन दोन पावलं मागे सरला.

खोली किंचित गरम झाल्यासारखी वाटत होती. त्याच्या गळ्यापाशी घाम आला होता. आणि मघाशी न जाणवलेला एक अगदी क्षीणसर वासही जाणवत होता–

वास्तविक या संपूर्ण रिकाम्या खोलीत काय होतं?

पण त्याला जराशी भीतीच वाटायला लागली होती–

झपाझप चालत तो खोलीबाहेर पडला. आपल्यामागे त्याने खोलीचं दार लावून घेतलं–

भट्टीचं दार लावताच एकदम गारवा माजवावा तसं झालं–

एकाएकी त्या घरात एकट्याने राहायला त्याला नको वाटायला लागलं होतं. पायऱ्या उतरून तो दुसऱ्या मजल्यावर आणि मग तिथून तळमजल्यावर आला. मधल्या टीपॉयवरचे आणि त्या कपाटातले फोटो उचलून घेत तो बाहेर आला आणि आपल्यामागे त्याने मोठ्या दाराला कुलूप घातलं. आणि मग स्कूटरवरून तो मोठ्या गेटबाहेर पडला आणि तिथेच स्कूटर थांबवून त्याने गेटला परत कुलूप घातलं आणि घरचा रस्ता धरला.

संध्याकाळी जेवण करून आल्यावर श्रीधर टेबलापाशी बसला होता. त्याने आपल्यासमोर टेबलावर त्या कपाटातून आणलेले ते सर्व फोटो ओळीने मांडले होते. हे इतर लोक कोण होते? कदाचित यशवंतरावांच्यासारखी त्यांनीही ती वास्तू भाड्याने घेतली असेल– कारण इतके सर्व लोक बंगल्याचे मालक असणं शक्यच नाही. शिवाय त्यांचे तोंडवळे, वेशभूषा हे एकूण पाहता ते एका कुटुंबातले वाटत नव्हते. देश, वेश, रूपं वेगळी होती– पण सर्वांच्यात समान अशी एक गोष्ट होती–

बंगला सोडून जाताना सर्वांनी आपापले फोटो मागे ठेवले होते.

जसे यशवंतराव-विनीता-सुनील यांचे फोटो मागे राहिले होते.

श्रीधरच्या सर्वांगावरून एक शहारा सरसरत गेला. मानेजवळचे केस ताठ

झाल्याची जाणीव झाली. ही भावना जितकी अचानकपणे आली तितकीच अचानकपणे गेलीसुद्धा; पण मागे एक अस्वस्थतेचा वारसा ठेवून गेली.

त्या बंगल्यासंबंधात वेगवेगळ्या वेळी पाहिलेल्या आणि ऐकलेल्या सर्व गोष्टी जेव्हा एकत्रितपणे समोर आल्या तेव्हा श्रीधरला उमगलं, की इथे सर्व काही नॉर्मल नाही आहे. इथल्या सर्व गोष्टी उजेडात आलेल्या नाहीत किंवा डोळ्यासमोर असल्या तरी आपल्याला ओळखता आलेल्या नाहीत. आणखी माहिती हवी आहे. त्या बंगल्याची माहिती हवी आहे– मालक कोण आहे, तो केव्हा बांधला गेला इत्यादी. या फोटोतल्या लोकांबद्दलही माहिती हवी आहे. जसे यशवंतराव-विनीता-सुनील एकाएकी बंगला सोडून कुठेतरी गेले तसे ते काही सर्वच गेले नसणार. त्यांच्यापैकी कुणाची गाठ पडली तर त्या बंगल्यात त्यांना काय अनुभव आला विचारता येईल.

यशवंतराव-विनीता परत अमेरिकेत गेले असण्याची शक्यता होती. ते इकडे पाचसात महिने राहण्याच्या इराद्याने आले होते तेव्हा त्यांनी पहिलं घर सोडलेलं असणार. आता एवढ्या अवाढव्य अमेरिकेत त्यांचा पत्ता कसा लागणार? पण निदान ते अमेरिकेला गेले तरी का याचाही तपास करायला हवा.

या तपासाला त्याच्यापाशी वेळही नव्हता आणि त्यासाठी आवश्यक ती साधनं आणि कौशल्यही नव्हतं. हे काम एखाद्या खाजगी डिटेक्टिव्ह एजन्सीकडेच सोपवायला हवं. एकदा हा निर्णय घेतल्यावर त्याला एकदम हलकं वाटलं. नुसतं हात जोडून निष्क्रियपणे बसणं त्याच्या स्वभावातच नव्हतं. आता घटनांना काहीतरी गती मिळेल.

सर्व फोटो एकत्र केल्यावर यशवंतराव-विनीता-सुनीलचा एक अत्यंत नैसर्गिक पोझमधला, हसऱ्या चेहऱ्याचा फोटो वर आला. कोणतेही सबळ कारण नसताना त्याच्या मनात एक विलक्षण दुःखद विचार आला. हे लोक आपल्याला पुन्हा दिसणार नाही आहेत.

१३.

'युनिव्हर्सल एजन्सी'च्या शाखा सर्व भारतभर होत्या. फोन वगैरे न करता श्रीधर सरळ त्यांच्या स्थानिक ऑफिसात गेला. बाहेरच्या खोलीत लेखनिक, साहाय्यक इत्यादी कर्मचारी होते. मधल्या अर्ध्या झुलत्या काचेच्या दारावर 'महेश ओसवाल, शाखाप्रमुख' अशी पाटी होती.

“मला मि. ओसवाल यांची गाठ घ्यायची आहे.” श्रीधर म्हणाला. “मी आधी फोन केलेला नाही. अपॉइंटमेंट ठरवलेली नाही. त्यांना आता वेळ आहे का, पाहता का?”

एकीने (जी बहुधा रिसेप्शनिस्ट असावी) टेबलावरच्या फोनवरून आत विचारणा केली आणि मग श्रीधरला आत जाण्याची खूण केली.

पार्टीशन ढकलून श्रीधर आत आला. महेश ओसवाल जवळजवळ त्याच्याच वयाचा, सुहास्य वदनाचा, कार्यक्षम वाटणारा गृहस्थ होता.

“या बसा.” समोरच्या खुर्चीकडे बोट दाखवत महेश म्हणाला.

आपली ब्रिफकेस टेबलावर ठेवत श्रीधर खुर्चीत बसला आणि जरा वेळाने म्हणाला, “डिटेक्टिव्ह लोकांविषयी मी फक्त कथाकादंबऱ्यांतूनच वाचलं आहे. माझा प्रत्यक्ष संबंध कधीच आलेला नाही. तेव्हा मी आपल्याला माझ्या काय गरजा आहे ते सांगतो. तुमच्या संस्थेला त्या पुऱ्या करता येण्यासारख्या असतील तरच पुढे बोलू या– ओ.के.?”

“अर्थात ओ.के. सांगा.” महेश हसत म्हणाला.

“मी आता तुम्हाला शहरातल्या एका बंगल्याचा पत्ता देणार आहे. त्या बंगल्याचा सध्याचा मालक कोण आहे, तो बंगला केव्हा बांधला गेला, त्या बंगल्याची ऐतिहासिक पार्श्वभूमी काय आहे ही सर्व तपशीलवार माहिती मला हवी आहे. मी तुम्हाला तीन फोटो दाखवणार आहे– ते एकाच कुटुंबातील पती-पत्नी-मुलगा यांचे आहेत. गेल्या महिन्याभरात हे कुटुंब अमेरिकेला किंवा इतरत्र कोठे परदेशात गेले आहे का ही माहिती मला हवी आहे. त्या शिवाय मी आपल्याला आणखी सातआठ फोटो देणार आहे. मला त्यांची नावं माहीत नाहीत, फोटो केव्हा घेतले याची माहिती नाही, सध्या ही माणसं कोठे आहेत याचीही माहिती नाही. या माणसांबद्दल– निदान त्यांच्यापैकी जमेल तेवढ्यांच्याबद्दल मला त्यांचं नाव, गाव, सध्याचा पत्ता ही माहिती हवी आहे. हे काम तुमच्याकडून होण्यासारखं आहे का?”

“ही जी तीन माणसं परदेशी गेली असावीत असं तुम्ही म्हणता त्यांच्या संबंधातली माहिती मुंबई, दिल्ली, कलकत्ता, मद्रास येथील आमच्या शाखांतर्फे जास्तीत जास्त दोन दिवसांत मिळू शकेल. तुम्ही शहरातील ज्या बंगल्याची माहिती हवी म्हणता तीही पाचसात दिवसांत उपलब्ध होऊ शकेल– वेगवेगळया

खात्यातील नोंदी आणि तपशील पाहावे लागतील– पण ते काम नक्कीच होईल. तुमची तिसरी गरज त्या माणसांची माहिती काढण्याची– ती मात्र कठीण आहे. तुम्हाला त्यांची नावं माहीत नाहीत, सध्याची वयं माहीत नाहीत– आपल्या देशाच्या शंभर कोटी लोकांमध्ये त्यांना कुठे कुठे शोधायचं? अगदी महाराष्ट्रीय आहेत असं धरून चाललं तरी आठ-दहा कोटींची संख्या झालीच की नाही? नावं नाहीत; पण किमान वयं जरी नक्की माहीत असती तर शोधाला काहीतरी दिशा देता आली असती– आता फोटोतला पंचविशीचा माणूस आजच्या घटकेला जर पन्नाशीत पोहोचला असेल तर ओळख पटणार तरी कशी?"

"हो, अडचणी आहेत खऱ्या–" श्रीधर म्हणाला. "पण तुम्ही थोडा तरी प्रयत्न करायला तयार आहात का?"

"तुम्ही आधी फोटो दाखवा– काही वेळा फोटोच्या तंत्रावरून तो केव्हा घेतला असावा याचा अंदाज बांधता येतो–"

ब्रीफकेसमधली फाइल काढून श्रीधरने ती महेशकडे सारली. महेशने फाइल उघडली. पहिल्याच कागदावर बंगल्याचा पत्ता होता.

४७, रॉयल एन्क्लेव्ह.

त्या कागदाखाली यशवंतराव-विनीता-सुनील यांचा फोटो होता.

"यांची परदेशी गेल्याची चौकशी करायची?" महेशने विचारलं.

"हो."

महेशने तो फोटो बाजूस ठेवला. मग त्याने उरलेले फोटो स्वतःसमोर रांगेत पसरले. तशीच चळत एकत्र करीत तो म्हणाला, "फोटोवरून काही तर्क बांधायचे असतील तर त्यातल्या एक्स्पर्टनाच दाखवायला हवे. तुम्ही फोटो माझ्यापाशी राहू द्याल का?"

"राहू द्यात की–"

"काही प्रॉमिस करीत नाही– पण पाहूया काही शोध लागतो का– तुमची बाकीची दोन कामं तीनचार दिवसांत हमखास होतील–"

"अ– चार्जेसचं काय?"

"पाचशे रुपये ठेवून जा. काम पुरं झालं की तपशीलवार बिल येईलच–"

श्रीधरने चेक लिहून दिला.

"एक विचारू का?"

“काय?”

“हा शोध कशासाठी करता आहात?”

“जरा खाजगी गोष्ट आहे– पण सांगायला हरकत नाही– फोटोत दिसतात त्या मिसेस सुलाखे– ती माझी सख्खी बहीण आहे– ते मेहुणे यशवंतराव आणि तो भाचा सुनील– अमेरिकेतच असतात– काही दिवसांसाठी इथे आले होते. ज्या बंगल्याचा मी तुम्हाला पत्ता दिला तो त्यांनी सहा महिन्यांच्या लीजवर घेतला होता. इंडियातच काहीतरी व्यवसाय करता येईल का पाहणार होते– इथे काही काही लोकांच्या गाठीभेटीही झाल्या–”

“मध्येच मला दीड-पावणेदोन महिने ऑफिसच्या टूरवर जावं लागलं. परत येऊन पाहतो तर बंगल्याला कुलूप. मग समजलं की सुनीलला इथल्या साधना क्लिनिकमध्ये ॲडमिट केलं होतं– तिथेच त्याचं निधन झालं– पण त्या फॅमिलीचा ठावठिकाणाच लागत नाही– माझ्यासाठी काहीतरी निरोप ठेवल्याखेरीज हे यशवंतराव जाणारच नाहीत अशी माझी खात्री होती–

“अडीअडचणीला उपयोगी पडेल म्हणून विनीताने बंगल्याची एक चावी माझ्याजवळ ठेवली होती– (श्रीधरने सफाईदार थाप मारली.) मी आत जाऊन तपास केला. त्यांच्या सामानापैकी काहीही मागे नाही. फक्त खालच्या मजल्यावरच्या एका कपाटात हे फोटो होते. हे फोटो मागे कसे राहिले हे समजत नाही. आणि समजा, त्यांनी नाही ठेवले तर मग कुणी ठेवले? त्याच कपाटात हे बाकीचेही फोटो होते– जे मी आता तुम्हाला दिले आहेत. कदाचित ही माणसंही माझ्या बहिणीसारखीच त्या बंगल्यात भाडेकरू म्हणून राहत होती का? त्यांच्यापैकी एखादा जरी भेटला तरी त्या बंगल्यासंबंधात काहीतरी माहिती मिळेल अशी आशा आहे– त्यासाठी हा शोध घेत आहे– आणि अर्थात ते आमच्यासारख्याचं कामच नाही– ते तुमच्यासारख्या धंदेवाइकाचंच काम आहे–”

श्रीधर उठला. “बरं आहे, मी निघतो. माझा फोन, माझा पत्ता, सारं तुमच्यापाशी आहेच. काही माहिती हाती लागली तर मला फोनने किंवा पत्राने काँटॅक्ट करा. मी अवश्य भेटेन तुम्हाला.”

महेशचा निरोप घेऊन श्रीधर बाहेर पडला.

परत येता येता त्याच्या लक्षात आलं, या महेशशी बोलता बोलता सुरुवातीस मनात नसलेल्या अनेक कल्पना समोर आल्या होत्या. त्या अपरिचित माणसांच्या

फोटोबद्दल बोलता बोलता अगदी सहजच त्याच्या मनात ती कल्पना आली होती– ही माणसंसुद्धा काही वर्षांपूर्वी याच बंगल्यात राहून गेली असतील तर? केवळ कपाटात यशवंतराव-विनीता यांच्या फोटोबरोबर त्यांचेही फोटो दिसले होते म्हणून ती कल्पना आली होती– पण आता त्याला समजलं ती वाटली इतकी निरर्थक नव्हती–

या वास्तूत अशी काही रूढी होती की काय की राहून गेलेल्यांची छायाचित्रं अशी जपून ठेवायची? याबरोबर असंही सूचित होत होतं की, आणखी कोणाचा तरी यात सहभाग आहे–

हे सारे विचार जरा वाकड्या आणि अप्रिय वाटेने जाणारे होते; पण त्याचा स्वतःचा अनुभव काय होता? विनीताच्या वागण्यात झालेला बदल त्याला जाणवला होता की नाही? सुनीलचं ते स्वप्न– आणि त्याला तिसऱ्या मजल्याच्या दारात तीच ती स्वप्नातली 'फेअर लेडी' दिसणं– आणि त्याला तिसऱ्या मजल्याकडे जाण्यापासून रोखणारी विनीता– आणि तिसऱ्या मजल्यावर असताना त्याला जाणवलेली ती गुदमरल्याची भावना, तो उग्र कडवट दर्प, ती भट्टीसारखी गरमी–

तिसरा मजला, तिसरा मजला, तिसरा मजला.

कल्पना अतिरंजित वाटत होत्या? वाटेनात का! तो काही त्या चारचौघांसमोर मांडणार नव्हता. मनात ठेवणार होता. घाटातल्या अवघड चढणीवरून चढत असताना एका अंगाला असलेली खोलवर कोसळत जाणारी, पाय घसरला तर कपाळमोक्ष करणारी दरी माणूस सतत ध्यानात ठेवतो तसा तो ही कल्पना सतत मनात ठेवणार होता.

आणखीही एक विचार मनात आला. तोही जरासा त्याच त्या अनैसर्गिक वाटेवरचाच होता. यशवंतरावांबरोबर पहिल्या संध्याकाळी तो बंगल्यावर गेला होता– बंगल्याचं जुनाट, धुरकटलेलं, दुर्लक्षित रूप त्याने स्वतःच्या डोळ्यांनी पाहिलं होतं– आणि मग त्याने बंगल्याला दिलेली शेवटची भेट– बंगल्यात अंतर्बाह्य झालेलं परिवर्तन मनाला आश्चर्य वाटायला लावणारं होतं खास! त्याच वाटेवरचं आणखी एक पाऊल. हा बंगला ही जरा 'वेगळी' जागा होती. बंगल्याला मधून मधून भेट द्यायला हवी. अगदी आत जायलाच हवं असं नाही; पण कोणी नवीन भाडेकरू तिथे येतात का हे पाहिलं पाहिजे.

१४.

चारपाच दिवसांनी त्या बंगल्यावरून एक चक्कर टाकायची हा श्रीधरने एक नेमच केला. बाहेरच्या मोठ्या फाटकाला कुलूप लागलेलं होतं– ते तसंच होतं. म्हणजे बंगला अजून रिकामाच होता.

महेशची भेट घेतल्यानंतर सहा दिवसांनी त्याला महेशचा फोन आला. महेशने त्याला दुपारी चारनंतर भेटायला बोलावलं होतं. त्याला काहीतरी माहिती मिळाली होती हे उघड होतं.

बरोबर साडेचार वाजता श्रीधर त्याच्या ऑफिसात हजर झाला. बाहेरच्या खोलीत पाय टाकताच रिसेप्शनिस्टने त्याला सरळ आत जायची खूण केली.

महेश त्याची वाटच पाहत होता. श्रीधर ऑफीसमध्ये येताच त्याने समोरच्या खुर्चीकडे बोट केलं. श्रीधर खुर्चीवर बसला. महेशने ड्रॉवरमधून निळ्या कव्हरमधील एक फाइल काढली.

"चौकशीसाठी तुम्ही माझ्याकडे तीन प्रकरणं सोपवली होती." महेश म्हणाला. "त्यापैकी एका संबंधात. गेल्या दोन महिन्यांत मुंबई, दिल्ली, कलकत्ता, मद्रास येथून यशवंतराव सुलाखे, विनीता सुलाखे आणि सुनील सुलाखे या नावाच्या कोणत्याही व्यक्ती अमेरिका, इंग्लंड, फ्रान्स, सिंगापूर, हाँगकाँग या देशांकडे गेलेल्या नाहीत. फ्रान्स, जर्मनी, रशिया, आफ्रिका इत्यादीचा विचार करण्याची आवश्यकता नाही, नाही का?"

"नाही. म्हणजे त्यांनी भारत सोडलेला नाही."

"अर्थात स्टीमरने जाणारे अजूनही आहेत–" महेश म्हणाला.

"नाही– नाही– असे आठपंधरा दिवस नुसते प्रवासात वाया घालवणारांपैकी यशवंतराव नक्कीच नव्हते–"

"म्हणजे ते प्रकरण मिटलं तर." महेशने फाइलमधले कागद उलटले. "आता दुसरं– तुम्ही मला नऊ फोटो दिले होतेत– आणि त्या व्यक्तींची चौकशी करायला सांगितली होतीत."

"हो."

"श्रीधर, जरा नवलाचीच माहिती माझ्या हातात आली आहे. या नऊ लोकांपैकी तीन लोकांच्या नोंदी पोलीस रेकॉर्डमध्ये आहेत–"

"पोलीस रेकॉर्डमध्ये?"

"नाही– नाही– गुन्हेगार म्हणून नाही– हरवलेल्या माणसांच्या यादीत यांची नावं आहेत. 'आपण यांना पाहिलंत का?' असतो ना, तसा प्रकार. ही तीन नावं आणि वर्णनं तुम्हाला देतो– पाहा– एक– वासुदेव गोपाळ मराठे, वय वर्षे पस्तीस, व्यवसाय कमिशन एजंट; दोन– रमाबाई दिनकर साठे, वय एकसष्ठ, गतधवा, व्यवसाय घरकाम; आणि कुमार श्रवण मोहोळकर, वय वर्षे चौदा, विद्यार्थी. यांच्या नावाखाली तारखा आहेत. एक आहे जून ८७, दुसरी मे ९०. तिसरी एप्रिल ९३. बाकी लोकांचा तपास करीत आहोत– पण अजून ठिकाणा लागला नाही. प्रयत्न करीत राहू; पण यशाची फारशी खात्री देता येत नाही."

महेशने नावाच्या नोंदी असलेला कागद श्रीधरकडे सारला.

"तुमची तिसरी बाब. ते काम आम्ही शहरातल्या एका सुविद्य प्राध्यापकांकडे सोपवलं आहे. त्यांचा शहराच्या इतिहासाचा सखोल अभ्यास आहे; पण ते त्यांच्या सवडीप्रमाणे काम करणार. त्यांच्याकडून काही अहवाल आला तर मी तुमच्याशी कॉंटॅक्ट करीन. ओ.के.?"

श्रीधर महेशने दिलेल्या कागदावरच्या नोंदी वाचत होता.

"आणि श्रीधर, आता या सर्व केसेस फाइल झालेल्या आहेत तेव्हा या बाबतीत काही माहिती हवी असल्यास पोलीस मुख्य कार्यालयात जावं लागेल. तिथे वागळे नावाचे अधिकारी आहेत, त्यांना माझं नाव सांगा म्हणजे ते हवी ती मदत करतील."

"मी आणखी काही द्यायला हवं?" श्रीधरने विचारलं.

"तीनशे." महेश म्हणाला.

घरी परत आल्यावर श्रीधर टेबलापाशी बसला होता. त्याच्या समोर ती तीन नावं असलेला कागद होता. १९८७, १९९०, १९९३. तीन तीन वर्षांच्या अंतराने घडलेल्या घटना. तसं पाहिलं तर वर्षभरात हजारांच्या संख्येने लोक बेपत्ता होत असतात. काहींना अपघाती मृत्यू येतात. काहींची स्मृतीच हरपते. काही काही जण किटाळ टाळण्यासाठी स्वतःचं नामांतर करून गायब होतात. तेव्हा केवळ तीन नावांवरून काही निष्कर्ष काढणं जरा अयोग्यच; पण त्या तीनही नावांना जोडणारा एक समान धागा होता– ते सर्व जण त्याच त्या बंगल्यात राहत होते– आणि विनीता-यशवंतराव त्याच बंगल्यात राहत होते–

आणि त्या दोघांचाही (सुनीलचाही!) पत्ता लागत नव्हता– या घटनांतलं साम्य जिवाला जरासं अस्वस्थ करणारं होतं खास.

महेशकडून आणखी काही माहिती मिळेपर्यंत श्रीधर जास्त काहीच करणार नव्हता– मात्र दोनचार दिवसांनी त्या बंगल्याला एक भेट मात्र अवश्य देणार होता.

सुमारे महिन्याभराने महेशचा पुन्हा एकदा फोन आला. त्याला पुन्हा एकदा महेशने ऑफीसमध्ये बोलावलं होतं.

"विनीतासंबंधात काही माहिती मिळाली का?" श्रीधरने जरा आशेने विचारलं– पण पुढच्याच क्षणी त्याची आशा मालवली.

"नाही– सॉरी– त्यांच्याबद्दल नाही– पण तुम्ही जो बंगला म्हणत होतात– ज्याचा पत्ता तुम्ही मला दिला होतात त्या बंगल्याची बरीचशी माहिती हाती आली आहे– तुम्ही एकदा याच इथे–"

संध्याकाळी पाचच्या सुमारास श्रीधर महेशच्या ऑफिसमध्ये हजर झाला. दर रविवारी तो त्या बंगल्यावरून चक्कर टाकीत होता. गेटचं कुलूप तसंच बंद असायचं. पुन्हा एकदा बंगल्यात प्रवेश करून पाहायची कल्पना मनात आली होती– पण प्रत्यक्षात त्याने काहीच केलं नाही.

'बेपत्ता असामी' म्हणून पोलिसात आलेल्या तक्रारीसंबंधातही त्याने पुढे काहीच केलं नाही. त्या गायब व्यक्तींच्या आयुष्याशी त्याला काहीही कर्तव्य नव्हतं. त्या ज्याच्या त्याच्या आयुष्याच्या शोकांतिका होत्या. जशी त्याला शंका यायला लागली होती की विनीताच्या बाबतीतही घडली आहे. समजा, त्याने पोलिसात तक्रार नोंदवली– पण ती या ठिकाणी राहत होती आणि आता तिचा पत्ता नाही एवढंच तो सांगू शकला असता. तेव्हा ते इतर तक्रार करणारेही एवढंच सांगू शकतील. विनाकारण त्यांच्या व्यक्तिगत दुःखावरच्या खपल्या कशासाठी काढायच्या?

महेशच्या ऑफीसमधले कर्मचारी गेलेले दिसत होते. कदाचित श्रीधरला भेटण्यासाठीच महेश थांबला असावा. श्रीधर समोर बसताच महेश म्हणाला, "तुमच्या बहिणीकडून तुम्हाला काही फोन? काही पत्रं?"

"अंहं. काहीही नाही." श्रीधर म्हणाला.

"वेलू, सॉरी. तुमची ती तिसरी आणि शेवटची मागणी होती– त्या बंगल्यासंबंधात? राइट. प्राध्यापक सोनावणी नावाचे गृहस्थ आहेत. त्यांच्याकडे मी हा तपास सोपवला होता. त्यांचा निरोप आला आहे की त्यांनी बरीच माहिती गोळा केली आहे. मी ठरवलं आहे की तुमची या प्राध्यापकांशी गाठ घालून द्यायची– त्यांचं एक विशेष आहे– ते पैशांसाठी या गोष्टी करीत नाहीत– तो त्यांचा छंदच आहे. त्यांच्या या अव्यवहारीपणाचा अनेकांनी फायदा घेतला आहे; पण श्रीधर, मी त्यातला नाही. आमच्या तपासावर आम्हाला अनेक ठिकाणी जावं लागतं– काही काही जुन्या मूर्ती, जुनी हस्तलिखितं, जुने ताम्रपट, सनदा सापडतात– त्या मी प्राध्यापकांना देतो. पैशांपेक्षाही त्यांना त्याचं मोल जास्त वाटतं. एकदा त्यांच्याशी तुमची गाठ घालून दिली की या प्रकरणातला माझा संबंध संपला. हो की नाही?"

"हो."

"मग चलता? मीच तुम्हाला त्यांच्याकडे सोडतो."

विद्यापीठ आवारात सोनावणींचा बंगला होता. आता दिवस ढळत आला होता. बंगल्याचं आवार अंधारलं होतं. पूर्वी कधी काळी लावलेले प्रचंड जुने वृक्ष आवारात उभे होते– त्यांना खतपाण्याची जरूरी नव्हती– बाकी सर्वत्र वाळकं गवत, काही रानगवतांचे पुंजके, कंपाउंडवॉलवर काटेरी वेल असा प्रकार होता. याचा अर्थ बागेकडे (म्हणजे आवाराकडे) कोणाचं लक्ष नव्हतं.

घंटेला उत्तर स्वतः सोनावणींनीच दिलं. एखाद्या सिनेमात किंवा नाटकात जसे छांदिष्ट, एककल्ली प्राध्यापक दाखवतात तसेच सोनावणी दिसत होते. किरकोळ शरीरयष्टी. डोळ्यावरचे केस विरळ. गोरापान वर्ण. डोळ्यांना जाड भिंगांचा चष्मा. अंगावर गबाळे कपडे. हातात एक जाड पुस्तक.

"या, या." मागे सरत सोनावणी म्हणाले.

"मी काही आत येत नाही." महेश म्हणाला. "प्रोफेसर, मी त्या बंगल्याविषयी आपल्याला सांगितलं होतं ना?"

"हो, हो."

ज्यांना माहिती हवी आहे ते हे श्रीधर. त्यांनाच घेऊन तुमच्याकडे आलो आहे. आता तुमची गाठ घालून दिली आहे. मी जातो."

सोनावणी आणि श्रीधर यांचा एका हाताने औपचारिक निरोप घेऊन महेश गेला.

श्रीधर सोनावणींच्या मागोमाग आत गेला. आधीच जरा अंधारलेली वेळ. त्यात बाहेर मोठी मोठी झाडं. शिवाय खोलीचा रंग जुनाट आणि करडा आणि सर्व भिंती कपाटाखाली झाकलेल्या. मध्यभागी एक टांगता दिवा होता त्याचाच काय पडेल तो प्रकाश. केवळ बाह्यरूपावरून एखाद्याबद्दल चांगलं वा वाईट मत बनवू नये हे कळत असूनसुद्धा श्रीधर जरासा नाराजच झाला होता.

सोनावणी कागद-पुस्तकं यांनी भरलेल्या टेबलामागच्या खुर्चीत बसले आणि त्यांनी शेजारच्याच एका जुनाट कुशनच्या खुर्चीकडे हात केला. "बसा-बसा."

सोनावणींनी टेबलावरच्या कागदांतून शोधून काढून कागदाचं एक मोठं भेंडोळं काढलं आणि टेबलावरची कागदपुस्तकं बाजूस करून जरा जागा केली आणि ते भेंडोळं उलगडलं. श्रीधरचं कुतूहल आपोआपच जागृत झालं होतं. उठून तो त्यांच्या खुर्चीमागे उभा राहिला. सोनावणींनी टेबललँप लावला.

"हा आपल्या शहराचा जिऑलॉजिकल मॅप आहे– म्हणजे यात फक्त नैसर्गिक फीचर्स दाखवले आहेत. टेकड्या, घळी, कडे इत्यादी. ४७, रॉयल एनक्लेव्ह नंबर आहे, नाही का? या नकाशावर मी त्या जागेवर ही पाहा खूण केली आहे."

या खटाटोपाने काय साध्य होणार होतं याची श्रीधरला काहीही कल्पना नव्हती; पण शहाणपणा दाखवून तो गप्प बसला.

"श्रीधर, तुम्हाला माहीत असेल– किंवा नसेलही कदाचित– तुम्ही वास्तुशास्त्राचा काही अभ्यास केलेला आहे का?"

"नाही, अजिबात नाही."

"आपल्या प्राचीन वास्तुशास्त्रात काही काही नियम आहेत, संकेत आहेत, आडाखे आहेत, करा-करू नका अशा तऱ्हेच्या सूचना आहेत. त्यात तथ्य कितपत आहे माहीत नाही– पण त्यांच्या नियमानुसार त्यांनी जी मंदिरं बांधली, जी शिल्पं उभी केली ती आज दीड हजार वर्षांनंतरही जशीच्या तशी मानाने उभी आहेत– पुरावाच हवा असला तर–"

"नाही. तुमचा शब्द मला प्रमाण आहे, प्रोफेसर."

सोनावणींनी काही वेळ कागदावरचा हात काढला आणि ते मागे खुर्चीला रेलून बसले.

"तसा वास्तुशास्त्र हा काही तुमचा विषय नाही, नाही का? तेव्हा आजकाल वास्तुशास्त्रावर वर्तमानपत्रात बरंच काही येत असतं ते तुमच्या पाहण्यात आलेलं नसणार, नाही का? प्रत्येकाने आपापली मतं बनवावीत; पण त्याचं फॅड किंवा त्याची फॅशन करू नये."

प्राध्यापकांच्या शब्दाचा रोख श्रीधरच्या ध्यानातच येत नव्हता.

"आजकाल या जुन्या शास्त्र-संहितांना गौण मानायची, त्यांची टिंगल करायची एक फॅशनच झाली आहे. म्हणून ऋषीमुनींनी वास्तुशास्त्राची सांगड मानसिक आणि मानवी पर्यावरणाशी घातली होती. पॉलिश्ड ग्रॅनाइट, काचेची मोठमोठी तावदानं आणि म्यूरल, खूप मोकळया जागा आणि वेगवेगळया पातळया– रचना आकर्षक होईल; पण तेथे मानसिक सुख-शांती-समाधान असेल का? प्रकाशशास्त्रात म्हणतात एकंदर तरंगपटाच्या जेमतेम हजारावा हिस्सा दृश्य वर्णपटाचा आहे– तसंच निसर्गाचंही आहे. आपल्याला अज्ञात अशा असंख्य अदृश्य महान नैसर्गिक प्रेरणा आहेत– त्यांच्याशी सुसंवाद साधायला हवा. पृथ्वी. आप. तेज. वायू. आकाश.

"श्रीधर, मला समजतं तुम्ही या बडबडीला कंटाळला आहात. ठीक आहे. वास्तुशास्त्रात गृहबांधणीच्या चांगल्या आणि वाईट जागा, क्षेत्र, प्रवेशद्वारांची दिशा, आसपासचा भूभाग इत्यादीसंबंधात अगदी स्पष्ट सूचना– निर्देश आहेत. थोडक्यात सांगतो, वास्तू खोलगट, सावलीत नसावी. पूर्व आणि उत्तर दिशांना उतार असावा. गृहाच्या परिसरात खंदक, भुयार, मोठा खड्डा नसावा. आसपासचे रस्ते सर्व दिशांना खुले असावे. ज्याला 'डेड एंड' म्हणतात असे रस्ते वा अशा गल्ल्या जवळ नसाव्यात. जागेचा पूर्वी कधीही स्मशानासाठी वापर झालेला नसावा.

"या आणि इतरही बारीकसारीक अशा बऱ्याच कसोट्या आहेत. श्रीधर, तुम्ही सांगितलेल्या पत्त्यावर मी जाऊन आलो. त्या परिसराची पाहणी केली. वास्तू कुठे नसावी आणि कशी नसावी, वास्तूचा परिसर कसा नसावा याचं ते अगदी मूर्तिमंत उदाहरण आहे."

मग सोनावणींचा आवाज जरासा गंभीर झाला.

"एक घटक अपघाताने येऊ शकतो, दोन घटक एकत्र आले तर आपण त्याला योगायोग समजू शकतो; पण एकामागोमाग एक असे असंख्य घटक एकत्र आले की योगायोग, अपघात आपोआप वर्ज्य होतात. या मागे एकच कारण असू शकतं– हेतूपूर्वक निवड आणि रचना.

यापेक्षा जास्त स्पष्ट शब्दांत मी काहीच सांगू शकणार नाही. ते माझं कामही नाही. पण एक अनाहूत सल्ला मात्र देतो– तुम्ही म्हणता ती ४७, रॉयल एन्क्लेव्ह ही वास्तू अपवित्र आहे. धोक्याची आहे. ती घेण्याचा अथवा तिथे राहायला जाण्याचा विचार करीत असाल तर तो मनातून काढून टाका. बस्. यापेक्षा मी जास्त काहीही बोलणार नाही!"

१५.

तसा श्रीधर म्हणजे काही साहसी लढवय्या नायक नव्हता. साधाच माणूस होता; पण साध्या माणसालासुद्धा अन्यायाची चीड असते. दुर्जनांचा किंवा दुष्ट शक्तींचा नायनाट करण्याची मनीषा असते; पण या मनातल्या इच्छा मनातच राहतात.

श्रीधरची अवस्थाही या क्षणी अशीच होती. आतापर्यंत त्याला जे जे काही माहीत झालं होतं त्यावरून एक अतिशय विलक्षण, जवळजवळ अविश्वसनीय अशी कल्पना त्याच्या मनासमोर साकार होत होती. ही कल्पना केवळ काही आडाख्यांवर आधारलेली होती. काही काही घटना केवळ तर्काने एकमेकांना जोडून एक डगमगता सांगाडा उभा केला होता– त्यावर ही कल्पना विसावलेली होती. तो हे कुणालाही सांगायला जाणार नव्हता. कारण कुणाचाही त्याच्या शब्दांवर विश्वासच बसला नसता.

प्रोफेसर सोनावणी यांचे वास्तुशास्त्रावर आधारित निष्कर्ष मान्य केले तर मग आपोआपच येत होतं की ४७, रॉयल एन्क्लेव्ह ही सर्व इमारत एका अत्यंत अपवित्र, शापित जागेवर उभारलेली होती. सोनावणींनी यापेक्षा जास्त काहीही सांगितलं नव्हतं. पुढचे सर्व त्याचे वैयक्तिक तर्क होते. एकोणीसशे नव्वद, त्र्याण्णव आणि शहाण्णव या तीन वर्षांत त्या वास्तूत राहत असलेली अनेक माणसं बेपत्ता झाली होती. तिघांच्याबद्दल पोलिसात तक्रारी नोंदवल्या गेल्या होत्या– पण त्याखेरीज इतरही नसतील कशावरून? अजून तरी त्याने यशवंतराव-विनीता-सुनील यांचा अंतर्भाव या बेपत्ता माणसांच्या यादीत केला नसला तरी त्याच्या मनात एक भीतियुक्त शंका यायला लागली होती की हे तिघं आपल्याला यापुढे कधीही दिसणार नाहीत.

आणि त्या तिघांच्यावर जर खरोखरीच अशी एखादी आपत्ती कोसळली असेल तर? तर तो संपूर्ण असहाय होता. केवळ घटना पाहणारा आणि हळहळणारा एक निरीक्षक होता. ही असमर्थतेची जाणीवच फार विषारी होती.

मनाच्या आत, खोलवर काय विचार चाललेले असतात याचं माणसाला ज्ञान होत नाही– नकळत त्याची भूमिका बदलत असते. आतल्या मंथनाचा निष्कर्ष कोणत्यातरी एका क्षणी मनासमोर येतो– आणि वाटतं, हो, असंच करायला हवं.

त्याला ज्या गोष्टी माहीत होत्या त्यावरून काही काही अंदाज सहज बांधता येत होते. त्या बंगल्यात वेगवेगळे लोक एकामागून एक असे राहत आले होते. प्रत्येकाच्या बाबतीत अशी शोकांतिका झाली असेल असं समजण्यास काही पुरावा नव्हता; पण काही काही जणांच्या बाबतीत हा दैवाचा घाला नक्कीच पडला होता.

त्यानंतर नवीन लोक येत होते; पण मध्ये कोणतातरी दुवा असलाच पाहिजे. कोणीतरी मध्यस्थ, एजंट, दलाल असलाच पाहिजे. तोच यशवंतरावांना भेटला होता. त्यानेच जागेचा ताबा यशवंतरावांना दिला होता. त्याची नावनिशाणी नव्हती. महेशने जी चौकशी केली होती त्यात समजलं होती की मिळकत कर, टेलिफोन बिल, पाण्याचं बिल, विजेची बिलं इत्यादींचा भरणा बँकेमार्फत होत होता. मालकांनी त्यांना तसे अधिकार दिले होते. बिलं वेळच्या वेळी चुकती झाल्यावर ही वेगवेगळी खाती जास्त खोलात जाऊन तपास कशासाठी करतील?

१९९६, १९९३, १९९०, १९८७– तीन-तीन वर्षांच्या अंतराचे आकडे. याचा अर्थ पुढे काही झालं तर ते १९९९ मध्ये होणार. तोपर्यंत तो बंगला तसाच कुलूपबंद राहणार होता का? दर आठपंधरा दिवसांनी भेट देऊन खात्री करून घ्यायला हवी.

महिन्याभराने तो पुन्हा एकदा मोठ्या गेटचं फाटक उघडून स्कूटर आतपर्यंत घेऊन गेला. वेळ सकाळची होती. सर्वत्र स्वच्छ प्रकाश होता. बंगल्याच्या दर्शनी भागावर सूर्यप्रकाश पडत नव्हता– कारण बंगल्याचं तोंड दक्षिण दिशेला होतं.

बाहेरचं दार उघडून तो आत गेला, आपल्यामागे त्याने दाराच्या कोयंड्यात कुलूप घालून ते बंद केलं. वाऱ्याने किंवा आणखी काही कारणाने त्याच्यामागे दार बंद व्हायला नको होतं– तसंच ते बाहेरूनही कोणालाही बंद करता येणार

नव्हतं. वास्तविक पाहता त्याला माहीत होतं, बंगला रिकामा आहे- पण एवढी काळजी आपण का घेत आहोत हे त्याचं त्यालासुद्धा सांगता आलं नसतं.

बरेच दिवस दारं-खिडक्या बंद असल्याने हवेत एक प्रकारचा कुंदपणा आला होता. आधी तो दिवाणखान्यातल्या सर्व सामानावरून नजर टाकत होता. न वापरलेपणा एव्हानाच दिसायला लागला होता किंवा कदाचित इथे कुणी राहत नाही हे माहीत असल्याने नजरेला तसा भास होत असेल- मग खालच्या सर्व खोल्यांतून त्याने चक्कर टाकली. मनात वियोग, शंका, भीती आणि संताप या संमिश्र भावना येत होत्या-

मग वरचा मजला. वास्तविक ही भेट नाममात्र, फॉर्मल, निरर्थक होती. काहीही साध्य होणार नाही याची खात्री होती. कदाचित कुठे काही बदल झाला आहे का हे नजर शोधत असेल. कदाचित इथे आणखी कुणाचा वावर होतो आहे का किंवा झाला आहे का याचाही शोध नजर घेत असेल. त्याचं त्यालाही काही सांगता आलं नसतं. तो सर्वत्र फिरून पाहत होता एवढं खरं.

मग तिसरा मजला.

तिसऱ्या मजल्याकडे जाणाऱ्या जिन्याच्या पायथ्याशी मात्र त्याचं पाऊल रेंगाळलं. या वास्तूत काही वेगळं किंवा काही विचित्र असेल तर ते तिसऱ्या मजल्यावरच आहे अशी त्याची खात्री झाली होती. पुरावा? एकदा विनीताने त्याला वर जाण्यापासून रोखलं होतं. एकदा सुनीलला तिसऱ्या मजल्याच्या दारात त्याच्या स्वप्नातली ती 'फेअर लेडी' दिसली होती. आणि एकदा त्याला स्वतःलाही त्या वरच्या मजल्यावर जरा अस्वस्थ वाटलं होतं, गुदमरल्यासारखं वाटलं होतं, शरीराला घाम फुटला होता आणि (कदाचित मनाचा भासही असेल-) एक जरासा अप्रिय उग्र कडवट दर्प जाणवला होता- काहीएक ठाम मत बनवण्यासाठी एवढा पुरावा पुरेसा होता का? त्याला माहीत नव्हतं. शेवटी मन कोणत्या ज्ञात-अज्ञात, उघड-सुप्त मार्गावरून आपलं कार्य करत असतं? मानसशास्त्रज्ञांना माहीत असेल- त्याला नाही.

एकदा त्याला वाटलंसुद्धा वर जाऊच नये- वर पाहण्यासारखं असं काय असणार? याच पावली परत फिरावं- पण तो पळपुटेपणा झाला असता- आणि पुढच्या खेपेस मनावरचं दडपण दुप्पट झालं असतं- सर्व काही सेकंदभरात मनात येऊन गेलं-

झपाझप पायऱ्या चढून तो वर गेला आणि त्याने दार आत ढकललं.

तरीही त्याने खोलीत एकदम पाय टाकला नाही.

दाराबाहेरच उभा राहून तो आत पाहत होता.

सकाळच्या उन्हाने उजळून निघालेली खोली. काहीही सामान नसल्याने होती त्यापेक्षाही खूप मोठी वाटणारी रिकामी खोली.

अशी रिकामी का ठेवली होती? नवल करण्यासारखीच गोष्ट.

काही वेळ बाहेरच थांबून मग त्याने खोलीत पाऊल टाकलं.

प्राध्यापक सोनावणींनी या वास्तूबद्दल– वास्तू म्हणजे ज्या ठिकाणी इमारत आता उभी होती त्या जागेबद्दल– बरंच काही काही सांगितलं होतं; पण या क्षणी त्याचा काही संबंध नाही असं त्याला वाटत होतं. समोर, प्रत्यक्ष डोळ्यांना दिसतं ते आणि तेवढंच खरं असं तो मानून चालणार होता.

खोलीचा अर्धा भाग भिंत आणि त्या भिंतीतलं ते खूप मोठं लाकडी दार यांनी बंद केला गेला होता. बाकीच्या तीनही भिंतीत मोठमोठ्या खिडक्या होत्या. एकाएका खिडकीतून त्याने बाहेर आणि खाली नजर टाकली. एका खिडकीतून झाडीतून वळणं घेत बाहेरच्या फाटकाकडे जाणारा रस्ता दिसत होता. एका खिडकीतून खालचं शोभेचं तळं आणि त्याच्या आसपासची बाग हे दिसत होतं. तिसऱ्या खिडकीतून मोकळं आवार आणि त्यात प्लॉटच्या भिंतीपाशी असणारी एक बैठी पडळ दिसत होती. माळ्याची खोली असेल किंवा बागकामाची हत्यारं-अवजारं ठेवण्याची जागा असेल. श्रीधरची नजर परत खोलीत वळली आणि मधल्या त्या लाकडी दारावर खिळली– कारण नजरेत भरण्यासारखी ती एकमेव गोष्ट होती.

आतापर्यंत तो या खोलीत दोनदाच आला होता आणि त्याने त्या दाराचं नीट निरीक्षण केलंच नव्हतं. आता तो त्या दाराजवळ गेला आणि नीट पाहू लागला. दाराचा आकार साधारण सात बाय चारचा होता. बाहेरच्या पृष्ठावर कडी, हँडल, मूठ असं काहीही नव्हतं. अंगचं एखादं कुलूपही असावंसं दिसत नव्हतं. एक अस्वस्थ करणारा विचार मनात येत होता– हे दार आतल्या बाजूनेच बंद करता येत असावं (आणि अर्थात आतूनच उघडता येत असावं–) त्या खोलीत आणखी एका जरा विचित्र गोष्टीची भर पडली होती.

दारावर कोरीव कामाची सहा पॅनेल होती. प्रत्येक पॅनेलवर एकएक चेहरा कोरलेला होता– केव्हातरी पाहिलेल्या यक्षदेवतांच्या चित्राची आठवण करून देणारे चेहरे. मोठमोठे सताड उघडलेले डोळे, डोक्यावर कुरळे केस आणि चेहऱ्यावर हास्य (विशेष समाधान देणारं वाटत नव्हतं– हसणाराला आणि पाहणारालाही.) एकूणच त्या सर्व कोरीव चित्राबद्दल चांगला ग्रह होत नव्हता.

(मागाहून त्या दारासंबंधात आणि त्यावर कोरलेल्या त्या चित्रासंबंधात विचार करत असताना त्याच्या मनात अचानक ती कल्पना आली– एखाद्या चित्रात दार उघडण्याची कळ असण्याची शक्यता होती– दातारांच्या इंद्रभुवनगुहा, वीरधवल असल्या कादंबऱ्यांतून अशा कळीच्या दरवाजांची वर्णनं त्याच्या वाचण्यात आली होती. पुन्हा त्या खोलीत गेला तर ती चित्रं चाचपून पाहायला हरकत नव्हती. फक्त ते चेहरेच असे काही होते की त्यांना हात लावायची कल्पनाच अतिशय घृणास्पद वाटत होती.)

दारापाशी अर्धाएक मिनीट थांबून मग तो वळला आणि एकदा सगळीकडे नजर टाकून खोलीबाहेर आणि मग खाली तळमजल्यावर आला. त्या बंगल्याला दिलेली भेट काही मोठी समाधानकारक झाली नव्हती. कशाची अपेक्षा केली होती असं विचारलं असतं तर त्याला त्या प्रश्नाचं उत्तरच देता आलं नसतं.

१६.

आठवड्यातून अगदी एकदाच बंगल्याला भेट द्यायची असं ठरवलं तरी त्या भेटीतून काहीही निष्पन्न होत नसल्याने ती निरर्थक आणि शेवटी कंटाळवाणी वाटायला लागली होती. एकमेकांशी काहीही संबंध नसलेल्या, योगायोगाने घडलेल्या अशा काही घटनांना आपण एका कपोलकल्पित तर्काच्या साखळीत तर गुंफत नाही ना, अशी त्याला शंका यायला लागली होती. आणि कदाचित आठदहा महिन्यांच्या पुनरावृत्तीनंतर या भेटी थांबवल्याही असत्या; पण मग अशी एक घटना घडली की मनावरची सारी मरगळ पार दूर झाली. जुनाट, हिरवट लेप चढलेला एखादा ताम्रपट स्वच्छ होताच जसा लखलखीत व्हावा आणि त्यावरची लुप्त झालेली वर्णाक्षरे पुन्हा उजळून समोर यावीत तसं झालं– सर्व एकत्रित आठवणी समोर आल्या, मनातला डळमळता निश्चय पुन्हा पक्का झाला.

अमेरिकेहून त्याच्या नावावर एक जाडजूड लिफाफा आला. वर 'मिडवेस्ट म्युच्युअल्स' असा पाठवणाराचा पत्ता होता. जरा नवलानेच त्याने पाकीट उघडून आतला कागद बाहेर काढला. मिडवेस्ट म्युच्युअल्स ही एक फायनान्शियल कंपनी होती. त्यांचे पत्र असे होते–

"१९९२च्या जानेवारीत मिसेस विनीता सुलाखे यांनी आमच्या ग्रोथ स्कीममध्ये पाचशे डॉलर गुंतवले आहेत. आता या स्कीमची मुदत संपली आहे. मिसेस सुलाखे यांच्या स्थानिक पत्त्यावर आम्ही त्यांच्याशी संपर्क साधण्याचा प्रयत्न केला; पण त्या सध्या अमेरिकेत नाहीत अशी आम्हाला माहिती मिळाली आहे. बेनेफिशीयरी म्हणून त्यांनी आपले नाव आणि पत्ता दिलेला आहे. क्लेमचा फॉर्म सोबत पाठवला आहे. तो संपूर्ण भरून आणि त्यात नमूद केलेली सर्व कागदपत्रे, आवश्यक तिथे एखाद्या नोटरी पब्लिककडून नोटीफाय करून आमचेकडे पाठवावीत. मिसेस सुलाखे यांनी गुंतवलेल्या रकमेत व्याज, बोनस इत्यादीची भर पडून ती आता तेवीसशे डॉलर झाली आहे. आपणाकडून क्लेमचा फॉर्म आमचे हाती येताच आम्ही वरील रक्कम आपल्या नावे लवकरात लवकर पाठवून देऊ..."

पुढे सहकार्याबद्दल आभार वगैरे मजकूर होता.

त्या पत्राने श्रीधरला केवढा धक्का बसला होता! ज्या गोष्टी तो एक रुटीन म्हणून करत होता त्या तशा नव्हत्या. यशवंतराव-विनीता-सुनील. त्याच्यासमोर तिघांचे चेहरे आले. मोठ्या उमेदीने भारतात परत आलेले यशवंतराव. साधीभोळी विनीता आणि अल्लड, अजाणता छोटा सुनील. त्याला जाणवलं आपले डोळे चुरचुरायला लागले आहेत.

विलक्षण संतापाने त्याने आपली मूठ टेबलावर जोराने आपटली.

हाताला अगदी झिणझण्या आल्या.

तो बंगला! तिथेच साऱ्याचं मूळ होतं!

जे काही झालं होतं ते तिथेच झालं होतं. कसं आणि का या प्रश्नात त्याला आताच्या क्षणी जाण्याची आवश्यकता वाटत नव्हती. त्याच्याप्रमाणे त्या बंगल्यात काहीतरी भयानक घडलं आहे ही त्याची मनोमन संपूर्ण खात्री झाली होती. इतर कोणाला पटवून देण्याची जरूरी नव्हती. ज्याप्रमाणे तो समोर दिसतं ते व

तेवढंच खरं मानून चालणार होता, त्याप्रमाणे आपल्या मनातले विश्वासही सत्य मानून चालणार होता. भले इतर कोणाला ते भ्रम-भास वाटोत, अंधश्रद्धा वाटो, वेड्याचे विकृत विचार वाटोत–

त्याच्यापुरते ते खरे होते. पुढच्या कृतींमागे पाया म्हणून हेच विचार राहणार होते.

त्या वास्तूतला विषारी वारसा ही कपोलकल्पना नव्हती.

जो शब्द वापरायला त्याचं मन कचरत होतं तो शब्द आता प्रच्छन्नपणे समोर आला होता. बळी.

पुरुष, स्त्रिया, मुलं– त्यांचा त्या वास्तूला बळी जात होता.

आणि ही काही अलीकडची, आताआताची घटना नव्हती.

त्या प्राध्यापक सोनावणींनी सांगितलेल्या गोष्टीवर विश्वास ठेवायचा म्हटला तर– (आणि विश्वास का ठेवू नये?) निसर्गाची सर्व रूपं ध्यानात येण्याइतकी मानवाची दृष्टी सर्वसमावेशक आहे का? प्रक्षेप नेहमी एका मितीने कमी असतात. दिसायला साधे दिसतात; पण त्यांच्या पातळीच्यावर, वरच्या मितीत गेल्याशिवाय त्यांचं सत्य स्वरूप ध्यानात येत नाही, उमजत नाही)– तर मग विश्वास ठेवायचा म्हटला तर हा फार प्राचीन प्रकार होता. काही योगायोगांनी तो स्वतः त्या प्रसंगमालिकांचा साक्षीदार झाला होता. पूर्वी मानव अशिक्षित होता, अंधश्रद्धा मानणारा होता–

त्याची गोष्ट तशी नव्हती. एकविसाव्या शतकाच्या उंबरठ्यावर तो उभा होता. प्रशिक्षित होता. हा अघोरी अन्याय तो मूकपणे स्वीकारणार नव्हता. कदाचित पूर्वीच्यांना विरोधाला पुरेसा अवधी मिळाला नसेल, कदाचित आपत्तीचं स्वरूपही नीट समजलं नसेल; कदाचित त्यांच्या धर्म-नीती-पापपुण्याच्या कल्पनांनी विरोध मावळला असेल–

त्याच्यासाठी यापैकी एकही सबब नव्हती.

त्या बंगल्याला भेट देण्याची वेळ एकच न ठेवता तो वेगवेगळ्या वेळी भेट द्यायला लागला. अर्थात एवढ्यात काही होणार नाही अशी त्याची कल्पना होती. एकोणीसशे नव्याण्णव– त्या वर्षी, विशेषतः त्या वर्षाच्या शेवटास काहीतरी घडावं–

एकदा तर तो रात्री दहानंतर त्या बंगल्यात गेला. मोठ्या गेटच्या कडीकोयंड्यात, बिजागऱ्यांत त्याने तेल सोडून ठेवलं होतं. कुलपाचा, कडीचा, गेटचा, काहीही आवाज झाला नाही. प्रत्यक्ष बंगल्याचं दार उघडून आत पाय टाकेपर्यंत त्याने टॉर्चसुद्धा वापरला नाही.

पण बाहेरच्या दाराच्या कडीतच कुलूप अडकवायला तो विसरला नाही. या घरात एकट्याने आणि तेही रात्रीच्या वेळी अडकून पडायला नको!

लोटलेल्या दाराला पाठ लावून तो उभा राहिला. आपल्याच काळजाची धडधड त्याच्या कानात घुमत होती. नाडी संथ व्हायला काही वेळ जावा लागला.

मग तो आसपासच्या अवकाशाची चाहूल घेऊ शकला. सर्वत्र संपूर्ण शांतता होती.

वास्तविक आता परत फिरायला हरकत नव्हती; पण मग या येण्याला तरी काय अर्थ होता? आल्यासरशी सर्व बंगल्यावरून नजर नको का टाकायला?

मनातली अनिच्छा त्याला जाणवत होती.

अनिच्छेला भीतीचीही एक किनार होती.

त्याला स्वतःचा राग आला– पण रागाचा काय उपयोग?

सत्य ते सत्यच!

आल्या पावली तो परत गेला तर कोणीही त्याला बोल लावणार नव्हतं– पण प्रश्न इतरांचा नव्हता; त्याचा स्वतःचा होता. आणि तो आता परत गेला तर त्याचं मन त्याला सतत खात राहणार होतं.

त्याला जावंच लागणार होतं. निदान या खेपेस तरी.

बरोबर आणलेला पेन्सिल टॉर्च शिलगावताच प्रकाशाचं वावभर व्यासाचं वर्तुळ समोरच्या भिंतीवर पडलं. जिने आणि दारं दाखवण्यास पुरेसा प्रकाश.

खालच्या मजल्यावरच्या सर्व खोल्यांतून तो जाऊन आला. मग दुसऱ्या मजल्यावरच्या सर्व खोल्याही पाहून झाल्या.

मग तिसरा मजला.

त्या जिन्यापाशी मात्र त्याचं पाऊल रेंगाळलं.

वर जायला त्याला खरोखरच नेट लावावा लागला; पण तो वर गेला. दारापाशी उभा राहून त्याने आत प्रकाश टाकला.

खोली रिकामी होती.

(अर्थात! रिकामीच असणार! तो स्वतःशी रागाने म्हणाला.)

त्याने आत पाय टाकला. प्रकाशाचं वर्तुळ भिंतीवरून फिरलं, मधल्या त्या मोठ्या लाकडी दारावरूनही फिरलं.

कोठेही काही नव्हतं.

तो दाराकडे परत निघाला.

आणि मग त्याला ते वास जाणवले.

सेंटचा वास. सिगारेटचा वास. उदबत्तीचा वास.

हवेतले वास. रोजच्या अनुभवातली साधी गोष्ट; पण इथे आणि यावेळी ती साधी नाही हे ध्यानात यायला काही क्षण जावे लागले.

क्षणभर त्याला वाटलं, भिंतीतलं बटण दाबून दिवा लावावा. कारण त्या एका वावभराच्या प्रकाशवर्तुळाबाहेर सगळा काळोख होता.

मोठ्या कष्टाने त्याने स्वतःवर ताबा मिळवला. का आणि कसं याचा विचार करण्याची ही वेळ नव्हती. आधी प्रयाण. (मनात एक चोरविचार आलाच– जाता आलं तर–!)

पण प्रकाशाच्या चकतीत उघडं दार आलं, तो दाराबाहेर पडला, मागे त्याने दार लोटून घेतलं. मग जिना. दुसरा मजला. मग जिना. तळमजला. बाहेरचं दार. मग व्हरांडा. मागे दाराला कुलूप.

व्हरांड्यात आणि बाहेर प्रकाश खूपच होता. म्हणजे खूप वाटत होता– कारण इतका वेळ तो जवळजवळ अंधारातच वावरत होता.

स्कूटरमध्ये चावी घालताना दोनतीनदा हात सरकत होता.

मग अंधाऱ्या वाकड्या वाटेवरून (डावी-उजवीकडे न पाहत ा) मोठ्या गेटपर्यंतचा प्रवास.

मागे मोठं गेट बंद आणि मग सुटकेचा मोठा निःश्वास.

श्रीधर त्याच्या टेबलापाशी बसला होता. समोर बंगल्याच्या किल्ल्या होत्या. समोर यशवंतराव-विनीता-सुनील यांचे फोटो होते.

शेवटी तो विचार बाजूला ठेवणं अशक्य झालं.

तिसऱ्या मजल्यावर खरोखर काय झालं? त्याला तो वासांचा भास झाला होता का? का तिथे जुन्या वावराचे हे अगदी अस्पष्ट असे अंश मागे राहिले

होते? त्याला इतकी भीती का वाटली? मनात असतं तसंच दिसतं– अशी इथे गोष्ट होती का?

पण हे वरवरचे विचार झाले. त्याला भास झाला असलाच तर तो नेमका याच वासांचा का झाला?

दहापंधरा मिनिटं डोकं चालवूनही त्याच्या मनासमोर समाधानकारक स्पष्टीकरण येईना; पण एक गोष्ट स्पष्ट झाली होती. पुन्हा तो रात्रीचा त्या बंगल्यात जाणार नव्हता. निदान आत आणि वर तिसऱ्या मजल्यावर तर खासच नाही!

पण बंगल्यावर नजर तर ठेवायलाच हवी होती– दिवसा आणि रात्रीही! यावर त्याला काहीतरी मार्ग शोधून काढायलाच हवा होता.

दिवस गेले, महिने गेले, दोन वर्षेही गेली.

टूरवर गेल्याने श्रीधरला जवळजवळ दोन महिने त्या बंगल्याला भेट देता आली नव्हती. परत आल्यानंतरच्या दुसऱ्याच दिवशी सकाळी तो बंगल्यावर गेला.

आणि व्हरांड्याकडे जाणाऱ्या पायऱ्यांपाशी स्कूटर थांबवून खाली उतरून बंगल्याकडे पाहताच पहिल्या क्षणातच त्याला फरक जाणवला. रंगाचा नवेपणा गेला होता. काचांची झळाळी गेली होती. एखाद्या परक्याच्या नजरेला हा फरक समजलाही नसता; पण शेकडो वेळा तो बंगला त्याच्या नजरेखालून गेला होता– त्याला तो फरक क्षणातच जाणवला.

बदल वर्णन करायला एकच शब्द होता, जीर्ण.

हा बदल अनपेक्षित होता की नव्हता?

यशवंतरावांबरोबर बंगल्याला त्याने पहिली भेट दिली होती तेव्हा तर बंगल्याचं स्वरूप यापेक्षाही जीर्ण होतं. धूळ. कचरा. कोळिष्टकं.

मनातल्या अविश्वसनीय साखळीतला आणखी एक दुवा जोडला गेला होता. जवळजवळ तीन वर्षे होत आली होती. बंगल्यात नवीन कोणीतरी राहायला यायची वेळ झाली होती.

कोणीतरी येणारच. ही शृंखला वर्षानुवर्षे चाललेली होती. ती तुटणार नाही. फक्त त्याला आतासारखा मोकळा प्रवेश असणार नाही. ती सोय आताच करून ठेवायला हवी. नंतर वेळ किंवा संधी मिळेलच याची शाश्वती नव्हती.

पण आधी बंगल्याला भेट. दिवाणखान्याचं दार उघडतानाच त्याला तो फरक जाणवला. बिजागऱ्यांवर दार पूर्वी इतकं सफाईने फिरलं नाही. जरा जोर लावावा लागला. बारीकसा आवाजही आला, बाहेरच्या कोयंड्यात त्याने आठवणीने कुलूप घालून बंद करून ठेवलं.

मग आतल्या खोल्यांतून चक्कर. फरक प्रत्येक इंचाइंचात दिसत होता. पहिला मजला. दुसरा मजला. आणि मग तिसरा मजला.

तिसऱ्या मजल्याचं दार उघडून तो दारातच उभा राहून आत पाहत होता. वास्तविक पाहता बाहेर स्वच्छ सूर्यप्रकाश होता. खोलीच्या तीनही भिंतीत खिडक्या होत्या; पण खोलीतला प्रकाश लख्ख वाटत नव्हता. जरा सावधपणेच त्याने आत पाय टाकला. सुरुवातीस त्याला काहीच बदल जाणवला नाही. तीनही बाजूंच्या खिडक्यांतून खाली एक नजर टाकायची असा त्याचा शिरस्ता होता आणि मधल्या मोठ्या लाकडी दाराच्या समोरच्या खिडकीतून खाली पाहत असताना त्याला तो बदल जाणवला.

खोली एकदम गरम झाली होती. मनगटावरचे, मानेजवळचे केस शहारून ताठ उभे राहिले होते. डोक्यात अगदी मागे कलकल व्हायला लागली होती. कलकल? का ते आवाज होते? खूप लांबवरून यावेत, ओळखीच्या कडेकडेवर वावरावेत तसे आवाज? हसण्याचे, रडण्याचे, बोलण्याचे, गाण्याचे आवाज?

झालं एवढं पुरे होतं. पुढच्या क्षणी काय होईल सांगता आलं नसतं. तो गर्रकन वळला. डावीउजवीकडे न पाहता झपाझपा चालत दारापाशी आला– दाराबाहेर आला. दार मागे लावून घेता घेता त्याला क्षणभर वाटलं– दार लावताच येणार नाही आहे– दार लावायला कोणाचा तरी विरोध आहे– जणू काही कोणीतरी दार आतून ओढून धरत आहे–

त्याने दार लोटून घेतलं.

बाहेरची हवा किती गार होती! मानेवरच्या-कपाळावरच्या घामाचा ओलावा पुसता पुसता अंगावरून जाणारे शहारे जाणवत होते. श्वासही खूप खूप खोल घ्यावासा वाटत होता.

जिना उतरताना त्याने वरच्या खोलीच्या दाराकडे पाठ केली नाही. दारावर नजर ठेवूनच, अंदाज घेत घेत, पाठमोऱ्यानेच तो एक एक पायरी उतरला आणि दुसऱ्या मजल्यावर पोहोचला.

मग सरळ खाली आणि बंगल्याच्या बाहेर.

व्हरांड्याच्या पायऱ्या उतरून खालच्या अंगणात आल्यावरच त्याला हायसं वाटलं. (खरी सुरक्षितता नव्हतीच– इमारतीपासून वीस फूट अंतरावर असलेल्या त्या शोभेच्या तळ्यातही बदल झाला नव्हता का?)

मागच्या खेपेसारखाच हा अनुभवही संपूर्ण व्यक्तिगत होता. त्याच्या शब्दांखेरीज त्याच्या सत्यतेला इतर कोणताही पुरावा नव्हता; पण त्याच्यापुरता तो खरा होता. बंगल्यावर लक्ष ठेवायची गरज आता निकडीची झाली होती. अंगणापर्यंत त्याचा प्रवेश होऊ शकेल– पण आत? बंगल्यात? आणि वर? तिसऱ्या मजल्यावर? (किंवा दुसऱ्या शब्दात– प्रवेश होऊ शकेल– पण परत बाहेर येता येईल का?)

स्वतःशीच विचार करीत त्याने बंगल्याभोवतीच्या सर्व आवारातून एक चक्कर मारली. चक्कर मारता मारता डाव्या हाताला ते तळं- कारंजाचा हौद म्हणा हवं तर- आलं. वरवंडीचा सनला डागाळला होता. काही ठिकाणी रंग उडाला होता. पाणी स्वच्छ नव्हतं. खालची मोझेक टाइल स्पष्ट दिसत नव्हती. पाण्याच्या पृष्ठावर एक पातळसर तवंगही असावासा वाटत होता. बंगल्यात एक प्रकारचं डीटीरीओरेशन होत होतं. तो विचार मनात तिथेच ठेवून त्याने चक्कर पुरी केली. प्लॉटची भिंत बंगल्याच्या एका बाजूस (उत्तरेस) बंगल्यापासून अगदी जवळ– वीसएक फुटांवर होती. तो त्या भिंतीपाशी गेला. भिंत सुमारे आठ-नऊ फूट उंच होती. पुढेमागे याच ठिकाणाचा काहीतरी उपयोग करून घेण्याची एक अगदी अंधुक कल्पना मनात येत होती. ती लक्षात ठेवून त्याने चक्कर पुरी केली. स्कूटरपाशी येताच त्याने स्कूटर सुरू केली.

इथे जास्त थांबण्यात अर्थ नव्हता.

गेटला मागे कुलूप घालून तो निघाला– पण त्याने सरळ घरची वाट धरली नाही. जरा पुढे आल्यावर त्याला दिसलं की बंगल्याच्या उत्तरेच्या बाजूस एक बोळ आहे. स्कूटर हमरस्त्यावरच ठेवून तो त्या बोळात शिरला. भिंत उंच होती आणि आतला काहीही भाग दिसत नव्हता.

मघाची मनातली कल्पना आता आणखी स्पष्ट झाली.

बंगल्यावर लक्ष ठेवायला ही जागा चांगली होती. फक्त भिंतीच्या वरपर्यंत पोहोचायची काहीतरी क्लृप्ती योजली पाहिजे. नशीब, की भिंतीच्या वर साधा सनला होता. काचांचे तुकडे किंवा काटेरी तार बसवली नव्हती. एखादी शिडी

किंवा दोरी काहीतरी साधन हवे. (आपल्या मित्रांपैकी कोणाच्या कानावर आपला विचार किंवा आपली कृती गेली तर ते आपल्याला नक्कीच माथेफिरू समजतील, त्याची खात्री होती. मित्रच काय, इतर कोणीही; पण त्याला आता इतरांच्या प्रतिक्रियेची फिकीर नव्हती.)

एखाद्या जिगसॉ कोड्याचे तुकडे तुमच्यासमोर टाकावेत तशी त्याची अवस्था झाली होती. काही प्रच्छन्न, काही काल्पनिक, काही अंदाजानेच जाणलेले, असे अनेक अनुभव त्याच्यासमोर होते. आता त्यांची मांडणी करून एक सुसूत्र, अर्थपूर्ण रचना करायची होती. चित्र पूर्ण झाल्यावर ते अजिबात चांगलं असणार नाही याची त्याला आतापासूनच खात्री होती. जिगसॉ पझल जर एखाद्या राक्षसाचं असेल तर एखाद्या तुकड्यावर वटारलेला लाल डोळा, एखाद्या तुकड्यावर अणकुचीदार दाताचा सुळका, एखाद्या तुकड्यावर रक्ताळलेलं क्रूर नख दिसणार– त्याचे वेगवेगळे अनुभव अशाच भयसूचक श्रेणीचे होते– त्यांच्यातून साकार होणारं चित्र मनाला शांतता, समाधान देणारं कसं असेल? पण त्याला स्वतःची कणभरही शंका आली नाही– कारण याच चित्राला समांतर असं दुसरंही एक चित्र मनासमोर होतं– विनीता, यशवंतराव आणि सुनील यांचे फोटो– तिघांचे हसरे चेहरे– जगाकडे अश्रापपणे, आशेने पाहणारे डोळे–

प्राधापक सोनावणींनी दिलेल्या माहितीप्रमाणे या जागेवर गेली कित्येक शतकं काहींना काही बांधकाम असायचंच. मग ती साधी पडळ असो, जाड तटाचा भुईकोट किल्ला असो, एखादी कुडाची झोपडी असो किंवा आतासारखी एखादी पक्क्या बांधणीची इमारत असो.

दोनतीनदा (कदाचित जास्त वेळाही असतील– पण पुरावा फक्त दोनतीन प्रसंगांचाच होता) तिथल्या इमारती आगीच्या भक्ष्यस्थानी पडल्या होत्या. आगी आपोआप लागल्या नसाव्यात असा एक तर्क होता. सोनावणींची माहिती अपुरी होती– पण आगी लावल्या गेल्या असतील तर का याच्या कारणाची कल्पना श्रीधरला आली होती; पण आगींनी काहीही साध्य झालं नव्हतं– त्या जागी पुन्हा काहीतरी उभं राहत होतं–

आणि त्या जागेचं काय आकर्षण होतं कोणास ठाऊक– पण अडीच-तीन वर्षांपेक्षा जास्त काळ ती कधीही रिकामी राहिली नव्हती. तीन वर्षे. तीन वर्षे जास्तीत जास्त. मग तिथे महिना म्हणा, पंधरवडा म्हणा, कोणीतरी वास्तव्याला

आलेलंच असायचं. माहिती नक्की नव्हती; पण तर्काला जागा होती की, हे प्रत्येक वास्तव्यच एका भीषण शोकांतिकेने संपलं होतं–

श्रीधरने मनावरची सारी बंधनं– सारासार विचार, रोजच्या व्यवहारातलं जग, शक्याशक्यतेची मर्यादा– काढून टाकली. जो रस्ता त्याने घेतला होता त्या रस्त्यावर अर्ध्यावर थांबून चालणार नव्हतं. त्या रस्त्याच्या तर्कशुद्ध शेवटाला गेलंच पाहिजे–

या वास्तूत काहीतरी अमानवी, सैतानी, रक्तपिपासू अस्तित्व होतं– ज्याची भूक केवळ मानवी बळींनीच शमली जात होती– आणि अशी दोनचार बळींनी भूक शमली की ते सुस्त होऊन पडत होतं–

पुन्हा एकदा ती विषारी भूक पेटून उठेपर्यंत–

साधारण तीन वर्षे. साधारण तीन वर्षे हा निष्क्रियतेचा काळ होता आणि ही सुस्तीची किंवा जागृतीची लक्षणं बंगल्याच्या बाह्यरूपावरून दिसत होती. भुकेला वाघ, उपाशी वाघ अस्थिपंजर दिसतो; पण भक्ष्याचा फडशा पाडल्यावर सुस्त होऊन पडतो– तशीच तकाकी या बंगल्यावर दिसत असायची. जळमटं जायची, भिंतीचे रंग तकतकीत व्हायचे, दारं-खिडक्या चकचकीत व्हायच्या–

पण ही चकाकी टिकायची नाही. रंग झडायचे, तकाकी उतरायची– धूळ जमायला लागायची– कोपऱ्यांतून कोळिष्टकं लोंबायला लागायची– थोडक्यात सर्व बंगल्याला एक जुनाट रूप यायचं–

पण इथे नवनवीन कुटुंबांना आणून सोडणारा कोणीतरी दलाल, मध्यस्थ, हस्तक असलाच पाहिजे–

आणि कुटुंबांची निवड अशी होत असली पाहिजे की ज्यांचे स्थानिक नातेवाईक नाहीत, ज्यांची चौकशी करणारे कोणी नाहीत, ज्यांच्या अनुपस्थितीची फारशी दखल घेतली जाणार नाही–

अर्थात दरवेळीच हे गणित जमत असणारच असं नाही.

पोलिसांच्यात नोंदवल्या गेलेल्या त्या तीन तक्रारी–

आणि आता त्याची स्वतःची गोष्ट.

अगदी योगायोगानेच तो इथे, शहरात हजर होता– म्हणून विनीताने त्याच्याशी संपर्क साधला होता. तो जरा या शहरात नसता तर यशवंतराव-विनीता सुरुवातीचे काही दिवस एखाद्या हॉटेलमध्ये राहिले असते आणि मग इथे, या बंगल्यात राहायला आले असते–

आणि त्यांचं काय झालं त्याची कुणकुणसुद्धा कोणाला लागली नसती. केवळ तो इथे होता म्हणून—

विचारात कदाचित पुनरावृत्ती असेल—

पण प्रत्येक आवर्तनाबरोबर मनातला संताप वाढत होता, मनातला निर्धार पक्का होत होता—

निरपराधी जिवांना बळी देणारे हे नराधम—

त्यांच्याशी मुकाबला करताना तोही कोणतेही आणि सर्व मार्ग वापरणार होता. त्यांनी माणुसकीची रेषा ओलांडली होती— मग तोही शिष्टाचार, सुसंस्कृतपणा यांचे बंध तोडून टाकणार होता—

आणि मग फायदा त्याला आपोआप मिळाला होता.

त्याच्या अस्तित्वाची कोणाला कल्पना नव्हती. त्या बंगल्यात जे काही प्रकार होत असत त्यांची त्याला (अंधुकशी का होईना) कल्पना आली आहे याचीही त्यांना शंका येणार नाही.

ते बेसावध राहतील— कदाचित पुढेमागे तेच त्यांचं क्षीण स्थान बनण्याची शक्यता होती— आता त्याला वेळ दवडता उपयोगी नव्हता. जी काही तयारी करायची असेल ती आतापासूनच करून ठेवायला हवी होती. कारण मग वेळ किंवा संधी मिळेलच याची खात्री देता येत नव्हती.

१७.

सप्टेंबर १९९९

सहा सप्टेंबर १९९९ ला श्रीधर संध्याकाळी बंगल्यावर जाण्याच्या इराद्याने आला.

बंगल्याचं फाटक उघडं होतं.

इतकं अनपेक्षित की— पण त्याने मनाला तिथेच थांबवलं. ही गोष्ट खरोखरच अनपेक्षित होती का? नव्हती.

हे व्हायचंच होतं.

बंगल्यात कोणीतरी राहायला येणारच होतं.

कोणालातरी यावंच लागणार होतं. असं कुणीतरी आलं की काय करायचं यावर त्याने हजारदा तरी विचार केला होता— आणि जे करायचं मनाशी ठरवलं

स्वाहा / ११४

होतं तेच त्याने केलं. बंगल्याच्या फाटकातून स्कूटर सरळ आत घातली आणि वळणाच्या रस्त्यावरून अंगणात आणून व्हरांड्याकडे जाणाऱ्या पायऱ्यांपाशी उभी केली.

स्कूटरचा आवाज ऐकून साधारण पंचविशीची एक तरुणी मोठ्या दारात आली होती– आणि श्रीधर व्हरांड्याच्या पायऱ्या चढून वर पोहोचेपर्यंत तिच्यामागे एक वयस्क स्त्रीही आली होती. तिची आईच, अर्थात. काही न बोलता दोघी त्याच्याकडे पाहत नुसत्या उभ्या होत्या.

"सुलाखे? मिसेस सुलाखे?" श्रीधरने विचारलं.

"नाही."

"पण त्या तर इथे राहत होत्या–"

"ते आम्हाला माहीत नाही." ती वयस्क स्त्री जरा पुढे होत म्हणाली.

ती तरुणी जरा नवलाने श्रीधरकडे पाहत होती.

"तुम्ही केव्हा राहायला आलात? अशा अर्थी की दोनतीन महिन्यांपूर्वी इथे मिसेस सुलाखे राहत होत्या अशी माझी माहिती होती–"

"आम्ही कालच इथे आलो." त्या बाईला जास्त बोलायचं नव्हतं. ती वळून परत आत गेली. असहायपणे स्वतःशीच हात हलवल्याचा आविर्भाव करीत श्रीधर पायऱ्या उतरून खाली स्कूटरपाशी आला.

"तुम्ही अगदी निराश झालेले दिसता–" ती म्हणाली.

"हो, या मिसेस सुलाखे अमेरिकेहून आल्या होत्या– आता जर परत गेल्या असतील तर मग भेट अशक्यच, नाही का?"

ती तीनचार पायऱ्या उतरून खाली आली होती.

"केवळ एक क्युरिऑसिटी म्हणून विचारतो, तुमचं– म्हणजे तुमच्या फॅमिलीचं नाव?"

"जयस्वाल."

"आणि आलात कोठून?"

"लखनौ."

"थँक्यू. तुम्हास त्रास दिला त्याबद्दल सॉरी–"

स्कूटर सुरू करून, ती वळवून त्याने गेटचा रस्ता धरला.

या घरातला कर्ता पुरुष जो कोणी असेल त्याची गाठ घेणं आवश्यक होतं.

त्याच्याकडून ही जागा कोणाच्या मार्फत घेतली त्याबद्दल माहिती मिळण्यासारखी होती. त्या कुटुंबाच्या नाराजीचा धोका पत्करूनही त्याला ही माहिती काढायला हवी होती.

मोठ्या फाटकाबाहेरच त्याने स्कूटर थांबवली. हे जे कोणी जयस्वाल होते त्यांच्या येण्याची वेळ झाली असावी– निदान काही वेळ तरी तो इथे त्यांच्यासाठी थांबणार होता– आता भेट नाहीच झाली, तर मग दुसरा काहीतरी मार्ग शोधावा लागेल.

गेटपाशी एक काळी गाडी थांबली. गाडीतून एक उण्यापुऱ्या उंचीचे गृहस्थ खाली उतरले. गाडी चालवणाराशी काहीतरी बोलून ते वळले. गाडी निघून गेली. ते गृहस्थ बंगल्याच्या फाटकाकडे येत असतानाच त्यांचं लक्ष उभ्या स्कूटरजवळच्या श्रीधरकडे गेले. दोन पावलं पुढे होऊन त्यांना नमस्कार करीत श्रीधर म्हणाला,

"आपण जयस्वाल?"

"हो."

"आपल्याला एखादा मिनीट वेळ आहे?"

"हो– आहे. काय आहे?"

"मी श्रीधर पानसे. एक श्रीमती सुलाखे या बंगल्यात राहत होत्या– त्यांना भेटायला आलो होतो– पण आत गेलो तर आपली पत्नी आणि कन्या भेटल्या. आपण एवढ्यातच इथे राहायला आलात?"

"हो."

"आपण कोणा एजंटामार्फत हा बंगला घेतलात?"

"हो."

"मला फक्त त्यांचं नाव, पत्ता सांगितलात तर फार उपकार होतील. श्रीमती सुलाखे यांनी त्यांच्यामार्फत दुसरी जागा घेतली असेल– निदान काही तपास लागेल– आपल्याला जरा तसदी देत आहे– पण–"

"नो– नो– मी सांगतो ना–" डोळे मिटून काही वेळ ते वर पाहत उभे राहिले. "त्यांचं नाव दास आहे. इथे मार्केट स्क्वेअर नावाचा चौक आहे– तुम्हाला माहीत आहे?"

"हो."

"तिथे एका कोपऱ्यावर एक पाचमजली नवीन इमारत उभी राहिली आहे– तिथे चौथ्या मजल्यावर त्यांचं ऑफीस होतं–"

"ठीक आहे. आपले खरंच उपकार आहेत."

एक हात हलवून जयस्वाल गेटच्या आत गेले, मागे त्यांनी गेट बंद करून कडी सरकवली.

जयस्वाल म्हणत होते ती इमारत श्रीधरला चांगली माहीत होती. काही कारणांनी एवढ्या एवढ्यात ती इमारत खूपच वादग्रस्त ठरली होती. इमारतीसमोर त्याने स्कूटर पार्क केली.

दर्शनी भागात लिफ्ट होती, जिना होता आणि डाव्या हाताच्या भिंतीवर कंपन्या, ऑफिसेस यांची यादी होती. चौथ्या मजल्यावरच्या नावात 'दास' या नावाची पाटी दिसली नाही.

आताच्या वेळी बहुतेक ऑफिसं बंद झाली होती. एकंदर शुकशुकाट होता. लिफ्टने श्रीधर चौथ्या मजल्यावर गेला. बोळ डावी-उजवीकडे पसरत गेला होता. वर छताला लावलेल्या दिव्यांची रांग होती, त्यांचाच काय तो प्रकाश. आधी डावीकडे वळून श्रीधर एकेका दारावरची पाटी पाहत शेवटपर्यंत गेला. काही दोन, तर काही तीन दारांची ऑफिसं होती. कर सल्लागार, ॲडव्होकेट, स्टेशनरी सप्लायर्स, सेव्हिंग एजंट इ. पण लिफ्टचं दार ओलांडून तो उजवीकडे गेला. ४०६ नंबरचं दारच फक्त बिनापाटीचं होतं. बाकीच्या दारांवर अशाच वेगवेगळ्या व्यावसायिकांच्या पाट्या होत्या. ४०६च्या दाराची कडी बाहेरून नुसती लावलेली होती. कुलूप नव्हतं. जरा नवलाचीच गोष्ट. श्रीधरने पुढे होऊन कडी हलकेच सरकवली आणि दार आत ढकललं. समोरच्या भिंतीत दोन खिडक्या होत्या, दोन्ही बंद होत्या, काचा धुरकटलेल्या होत्या– त्यामुळे बाहेरच्या रस्त्यावरचा प्रकाश अगदी अंधुक होऊनच आत येत होता. आतलं काहीच दिसत नव्हतं. दाराच्या डाव्या-उजव्या हाताची भिंत चाचपून पाहताच उजव्या हाताला बटणांचं पॅनल लागलं. त्यातलं एक बटण दाबताच खोलीत दिवा लागला. दिवा एका भिंतीवरच्या ब्रॅकेटमध्ये होता. त्याच्या प्रकाशात श्रीधरला दिसलं की खोलीत एक टेबलखुर्ची आहे, टेबलासमोर दोन खुर्च्या आहेत, टेबलामागे एक लाकडी कपाट आहे, भिंतीला लागून एक बाक आहे. बाकी काही नाही. त्याने आपल्यामागे खोलीचं दार लोटून ठेवलं आणि तो टेबलापाशी आला. टेबलाला वळसा घालून तो टेबलामागे आला, टेबलाचे उजवीकडचे तीनही खाने त्याने एकामागून एक असे उघडून पाहिले. सर्व रिकामे होते. कोठेही कागदाचा कपटासुद्धा नव्हता.

आता पाहण्यासारखं उरलं होतं ते फक्त ते बंद लाकडी कपाट.

टेबलापासून वळून श्रीधर त्या बंद कपाटासमोर आला. बाहेरून नुसती कडी घातलेली होती. कडीकडे श्रीधरचा हात जात होता–

क्षणभर त्याला अशी विलक्षण जाणीव झाली की आपण या रिकाम्या ऑफिसमधलं कपाट उघडत नाही, तर त्या बंगल्यातल्या तिसऱ्या मजल्याचं दारच उघडत आहोत– काही केल्या मनातली ती कल्पना जाईनाच– त्याचा हात लाकडी कपाटाचं दार उघडत होता आणि त्या तिसऱ्या मजल्याचं दारही उघडत होता– भास इतका प्रभावी होता की त्याने दोन्ही हातांनी डोळे चोळले–

समोर चार कप्पे असलेलं रिकामं कपाट होतं. सहज व्याख्या न करता येण्यासारखा एक वास होता. उदबत्ती? धूप?

समोरच्या फळीवर काही काळपट डागही होते; पण बाकी काही नाही.

त्याने कपाटाचं दार बंद करून टाकलं.

पुन्हा एकदा खोलीवरून नजर टाकली. खरोखरच पाहण्यासारखं असं तिथे काही नव्हतंच. आता खरी गोष्ट उघड झाली होती. हे जे कोणी 'दास' होते त्यांनी इथे एक अगदी तात्पुरतं, कामापुरतं ऑफीस उघडलं होतं– जयस्वाल यांची गाठभेट होण्यापुरतं. जयस्वाल बंगल्यावर राहायला जाताच इथला मुक्काम हलला होता. यशवंतरावांच्या वेळीसुद्धा अशीच एखादी तात्पुरती जागा घेतली असावी– मागाहून त्यांचा कोणताही माग लागला नसता. त्याला क्षणभरही वाटलं नाही की अगदी मोघम पुराव्यावर आपण मोठा डोलारा रचत आहोत. बंगल्यावर राहायला येणारे (मुद्दाम निवडले गेलेले?) लोकही विनापाश, जे नाहीसे झाले तरी फारसा गवगवा होणार नाही असे. आणि त्यांचे दलाल हे असे!

इतक्या वर्षांत केवळ दोघातिघांचंच नाहीसं होणं लक्षवेधक ठरलं यातच त्यांच्या योजनेचं यश दिसत होतं.

बंगल्यावरून जाणाऱ्या रस्त्यावर सतत तीनचार दिवस पाळत ठेवली तेव्हा श्रीधरला त्या बंगल्यात भेटलेली तरुणी रस्त्याने जाताना दिसली. जरा पुढे होऊन तो तिच्या वाटेतच उभा राहिला. जरा नवलाने ती त्याच्याकडे पाहायला लागताच अर्धवट नमस्कार करीत तो म्हणाला,

"मला ओळखलंत?"

"नाही; पण एवढ्यात पाहिल्यासारखं वाटतं."

"राइट. चार दिवसांपूर्वी मी आपल्या नव्या जागी आलो होतो– मिसेस सुलाखे यांची चौकशी करण्यासाठी. आठवतं?"

"हो. आठवतं. मग पुढे काय झालं?"

"ते मग. आता एक सांगा. तुम्हाला आता वेळ आहे का?"

"वेळ आहे का म्हणजे कसं? कशासाठी?"

"मला अर्धाएक तास देऊ शकाल का? मला तुमच्याशी काही बोलायचं आहे– फार फार महत्त्वाचं आहे अशी माझी खात्री आहे– माझ्या सांगण्यावर कदाचित तुमचा विश्वास बसेल, कदाचित बसणारही नाही– पण मला एक संधी द्याल का? प्लीज?"

कदाचित त्याची भावविवशता तिला जाणवली असेल; कदाचित त्याचा पारदर्शी प्रामाणिकपणाही तिच्या ध्यानात आला असेल– जराशी हसत ती म्हणाली,

"ठीक आहे."

"थँक गॉड!" तो म्हणाला. "पुढच्या चौकात एक चांगलं हॉटेल आहे– तिथे बसू या– किंवा हॉटेलमध्ये नको असेल तर मग आणखी पुढे पार्क आहे– पण आताचे लहान दिवस– आणि वाढत जाणारी थंडी– काय पसंत करता?"

"चला– हॉटेलमध्येच चला."

आताची साडेसहाची वेळ अधलीमधली असल्याने हॉटेलमध्ये फारशी गर्दी नव्हती. चहाची ऑर्डर देऊन श्रीधर आणि ती दोघं बूथमध्ये बसले. बसल्या बसल्या श्रीधर म्हणाला,

"खरोखरच माझी कल्पना नव्हती की तुम्ही माझ्याबरोबर यायला तयार व्हाल अशी– अगदी मनापासून थँक्स. माझं नाव सांगितलंच आहे– श्रीधर. तुमचं आडनावच फक्त मला माहीत आहे– जयस्वाल. तुमचं नाव काय?"

"अरुणा."

तेवढ्यात बूथमध्ये चहा आला. एक कप अरुणासमोर सारत श्रीधर म्हणाला, "आधी मी तुम्हाला काही प्रश्न विचारतो– त्या प्रश्नांचा संदर्भ सुरुवातीस समजणार नाही– पण विश्वास ठेवा, ते प्रश्न किंवा त्यांची उत्तरं फार फार महत्त्वाची आहेत. अगदी लाइफ अँड डेथ अशी–"

"अगंबाई! किती कोड्यांच्या भाषेत बोलता! विचारा की!"

"तुमचे या शहरात कुणी नातेवाईक आहेत?"

"नाही."

"जवळच्या ओळखीचे, निकट सहवासाचे कोणी?"

"नाही."

"लखनौला किंवा उत्तर भारतात किंवा इतरत्र असे कोणी नातेवाईक आहेत की ज्यांचा तुमच्याशी पत्रव्यवहार होईल, जे तुम्हास अधूनमधून भेटी देतील, असे?"

"नाही."

"म्हणजे तुम्ही इथे राहताहात की ही जागा सोडून वा हे शहर सोडून इतरत्र कोठे गेलात, तुमच्याकडून काही समजलं नाही, तर तुमची चौकशी करणारं कोणी आहे का?"

"नाही."

"या शहरात कशासाठी शिफ्ट झालात?"

"बाबांच्या सांगण्यावरून असं दिसतं की, इथे व्यवसायाला चांगला वाव आहे आणि स्पर्धाही कमी आहे; पण मला तर त्यातलं काहीही समजत नाही. पण एक खात्रीने सांगते– बाबा अतिशय हार्ड हेडेड बिझीनसमन आहेत– तेव्हा त्यांची काहीतरी खात्री झालेली असल्याखेरीज ते इथे यायचा निर्णय घेणारच नाहीत."

"तुमचं शिक्षण? व्यवसाय?"

"माझं शिक्षण पूर्ण झालेलं आहे. तशी मला सर्वच शहरं सारखीच आहेत."

"तुमच्या घरी तुम्ही, आई आणि बाबा एवढेच?"

"नाही. मावशी आहेत. नात्याच्या मावशी नाहीत; पण कितीतरी वर्षे आमच्याकडे कामाला आहेत– त्यांना मावशीच म्हणतो. त्या चौथ्या."

"ठीक आहे. मला हवी ती माहिती मिळाली आहे. आता मी तुम्हाला एक जराशी विलक्षण, सहजासहजी विश्वास न बसण्यासारखी अशी एक हकीकत सांगणार आहे. घटना घडल्या त्या निर्विवाद आहेत. मी जे निष्कर्ष काढले आहेत त्यांना आक्षेप असू शकतील– तिथे मतभेद अवश्य शक्य आहेत– फक्त तो भाग वेगळा आहे– तेव्हा आता ऐका– नीट ध्यान देऊन ऐका–"

विनीता-यशवंतरावांच्या येण्याच्या क्षणापासून ते पार त्यांच्या नाहीसं होण्यापर्यंतच्या सर्व घटना श्रीधरने सांगितल्या. ज्या ज्या क्षणी त्याला स्वनिष्ठ अशा काही खास जाणिवा झाल्या होत्या त्याही त्याने सांगितल्या. मनात आलेल्या शंका, नवल, भीती, त्याने काही काही मागे ठेवलं नाही.

"नंतर चौकशीतही मी काही कमी केलं नाही. विनीता ही माझी सख्खी बहीणच नव्हती का? पण त्यांचा काही म्हणजे काही तपास लागला नाही. आता पुढचं ऐका. तुम्ही खालचा मोठा दिवाणखाना वापरता ना? त्याच्या मागच्या भिंतीत एक कपाट आहे. त्या कपाटात तुम्हाला काही फोटो सापडतील. आणखीही होते. विनीता, यशवंतराव, सुनील यांचेही फोटो होते. मी एका खाजगी डिटेक्टिव्हकडे ही चौकशी सोपवली होती. त्यातून मला समजलं की त्या फोटोपैकी तिघांच्याबद्दल पोलिसात 'हरवलेली असामी' अशी तक्रार नोंदवण्यात आली होती. म्हणजे हे तीन आणि माझे तीन नातेवाईक सहाजण झाले की नाही?

"इथे एक प्राध्यापक सोनावणी आहेत– त्यांचा अशा या जुन्या वास्तूंचा, घराण्यांचा, शहरांचा अभ्यास फारच खोल आहे. त्यांनी एक नवलाची गोष्ट सांगितली. ज्या जागेवर तुमचा सध्याचा बंगला उभा आहे ती जागा वास्तुशास्त्रातल्या निकषांवर वस्तीसाठी अत्यंत अयोग्य आहे. ज्याला इंग्रजीत 'ईव्हील' म्हणतात, तशा प्रकारची आहे; पण गेली शेकडो वर्षे त्या जागेवर काही ना काही रचना आहेच. कधी झोपडी, कधी पडळ, कधी किल्ला!... या वास्तू अनेकदा अग्नीच्या भक्ष्यस्थानी पडल्या आहेत; पण पुन्हा नव्याने उभ्या राहिल्या आहेत–

"आम्ही प्रथम भेट दिली तेव्हा बंगला धूळ-कोळिष्टकांनी भरलेला, झडलेल्या रंगाचा, मळकट काचा-तावदानांचा होता; पण विनीता-यशवंतराव तिथे राहायला गेले. साफसफाईसाठी त्यांच्याकडे मीच एक ओळखीचा माणूस पाठवला होता– त्याने थोडीबहुत सफाई केलेलीच असणार– पण बंगला आतून-बाहेरून अगदी नव्यासारखा दिसायला लागला होता. आता तुम्ही तिथे राहणारच आहात– ही गोष्ट प्रत्यक्ष अनुभवानेच तुम्हाला पाहता येईल–

"हे एक प्रकारचं अव्याहतपणे चालणारं चक्र आहे. त्यामागे कोणतीतरी प्रेरणा आहे– अमानवी आहे, चांगली नाही– पण मी जास्त काहीच बोलत नाही– त्या प्रेरणेचे काही सेवक आपल्या समाजात काम करीत असतात. यशवंतरावांनी कोणत्या एजंटमार्फत ही जागा घेतली मला समजलंच नाही.

तुमच्या वडिलांसाठी 'दास' हे नाव सांगितलं, पत्ताही सांगितला– मी त्या पत्त्यावर जाऊन आलो– तिथे 'दास' नावाचा कोणीही भाडेकरी नाही– म्हणजे केवळ बंगला भाड्याने देण्यापुरताच तिथे एजंटचा पसारा मांडण्यात आला होता– यातलं काहीही केवळ माझ्या शब्दांवर विसंबून मान्य करा असं मी सांगत नाही–

"फक्त एक करा– आत बंगल्यात, बागेत, त्या तळ्यात काही बदल होत आहेत का यावर लक्ष ठेवा. कोणापाशीही काहीही बोलू नका. त्यामागचं कारण आता सांगणार नाही– कारण या क्षणी ते तुम्हाला पटणार नाही– आता तुम्हाला प्रश्न पडेल की, मी हे सारं तुम्हाला कशासाठी सांगतो आहे?

"कारण सांगतो– पटेल किंवा पटणारही नाही– कदाचित माझ्या शहाणपणाचीच शंका येईल– तरीही सांगतो– त्या बंगल्यात सतत ट्रॅजिडीज घडत आल्या आहेत– माणसांचे बळी जात आलेले आहेत– तुमच्यावर तशी दुर्धर वेळ येऊ नये ही माझी इच्छा आहे– एवढंच."

बोलून बोलून श्रीधरला दम लागला होता. आपल्या शब्दांचा तिच्यावर काही परिणाम झाला की नाही याची त्याला कल्पना नव्हती. एक मोठा उसासा सोडून अरुणा शेवटी म्हणाली, "सुरुवातीस तुम्ही म्हणाला होतात ते खरंच आहे. हकीकत चमत्कारिक आहे, विश्वास बसायला खूपच कठीण आहे. तुम्ही मला फक्त सावधगिरीने, डोळे उघडे ठेवून वावरायची सूचना केली आहेत– काहीही मागितलेले नाहीत–"

मग ती जराशी हसून म्हणाली, "तुम्हाला भ्रम-भास झाला असण्याची शक्यता मी नाकारत नाही– पण तुमच्या प्रामाणिकपणाबद्दल माझ्या मनात शंका नाही. तेव्हा मी तुमचं म्हणणं मान्य करते– मी काळजीने राहीन–"

"पण आपल्याला पुन्हा भेटायला हवं–" श्रीधर म्हणाला. "मी सांगितलेल्या गोष्टी होतात की नाही, घरातल्या माणसांच्या वागण्यात काही बदल होतात का हे मला कळायला हवं– आपला संपर्क राहायला हवा– मी तुम्हाला माझा फोन नंबर देऊन ठेवतो– तो वापराल? निदान काही इमर्जन्सी आली तर वापराल?"

"हो." ती काही वेळाने म्हणाली. एका सुट्या कागदावर त्याने तिला आपला फोन नंबर लिहून दिला.

"नाव श्रीधर. लक्षात राहील ना?"

"हो." ती हसत म्हणाली. "मी आता जाते."

"हो. आणि ऐकून घेतल्याबद्दल आभार! खरंच!"
एका हाताने त्याचा निरोप घेऊन ती बाहेर पडली.

१८.

घरी परत येता येता अरुणा श्रीधरने सांगितलेल्या विलक्षण हकीकतीवरच विचार करत होती. शक्यता तीन होत्या— कोणत्यातरी वैयक्तिक लाभासाठी तो ही सर्व बनवाबनवी करीत असेल— पण अर्थात ती सावध राहिली तर तिला काहीच अपाय होणार नव्हता— तेव्हा ती शक्यता विचारात घ्यायचं कारण नव्हतं. दुसरं— त्याला हे सर्व भ्रम-भास-डील्यूजन-हॅल्यूसिनेशन यासारखं काहीतरी दिसत-जाणवत असेल. तसं असेल तर ती त्याच्या शब्दांकडे पूर्ण दुर्लक्ष करू शकत होती; पण तिसरी शक्यता जरा भिवविणारी, मनाला अस्वस्थ करणारी होती. समजा, घटकाभर समजा, त्याने सांगितलेलं सर्व खरं असेल तर? सारा जन्म सपाटीवर घालवलेली एखादी व्यक्ती— डोंगर-दऱ्या-कडे-कपारी असलेल्या, धुक्यात लपेटलेल्या, विव्हळणाऱ्या वाऱ्यांचा प्रदेश त्या व्यक्तीला कसा विलक्षण, थरारक वाटेल! आजपर्यंतची सर्व वर्षे सामान्य आयुष्य जगत आलेली ती— हे सारं तिला किती नवीन होतं! शतकानुशतके, एकामागून एक अशा उभ्या राहिलेल्या वास्तू— त्या प्रदीर्घ कालपटाच्या तुलनेत अगदी अल्पायुषी वाटणारे लोक— त्या विलक्षण वास्तूत राहायला आलेले आणि लापता झालेले लोक— तिच्या शरीरावरून (जसा श्रीधरचे शब्द ऐकताना आला होता तसा) एक सरसरता काटा येऊन गेला. या नव्याने उत्पन्न झालेल्या आकर्षणात थरारक अनुभवाच्या अपेक्षेचा भाग किती होता, नावीन्याचा भाग किती होता आणि श्रीधरच्या आकर्षक व्यक्तिमत्त्वापुढे निर्माण झालेला किती होता— तिचं तिला तरी सांगता आलं असतं का शंकाच आहे; पण त्याने सांगितलेले शोध घेत राहिलं की निदान हो किंवा नाही सांगण्यासाठी तरी त्याची गाठ घ्यावीच लागेल— आणि तिला ते आवडेल...

परतल्यावर तिला दिसलं की दिवाणखान्यातच तिचे आई-वडील तिची वाट पाहत होते. बाबा रागीट असले तरी तिच्यावर त्यांचं जिवापाड प्रेम होतं— अनेक नियमांचा तिच्यासाठी ते अपवाद करीत असत. आई तिचा राग राग करी तो

प्रेमापोटी, काळजीपोटी करते हेही अरुणाला माहीत होतं. त्या दोघांपैकी कोणी काही बोलायच्या आतच एक हात वर करून ती म्हणाली,

"कुठे होतीस, इतक्या उशिरापर्यंत काय करत होतीस, विचारणार असाल– तर सांगते. पायी पायीच चालत खूप लांब गेले होते आणि येताना स्टेशनकडे येणारी बस पकडली आणि तिथून मग चालत घरी आले–"

आईकडे पाहत बाबा म्हणाले, "शहरात नव्यानेच आलो आहोत– तुझ्या आईला काळजी वाटत होती–"

"तिचं चूक आहे असं मी म्हणत नाही–" आईच्या शेजारीच कोचावर बसत अरुणा म्हणाली. मग ती वडिलांकडे वळून म्हणाली, "बाबा, मला एक सांगा– तुम्ही किती भाडं ठरवलं आहे?"

"पाच हजार महिना."

"मग त्यांनी निदान साफ तरी नको का करून द्यायला जागा?"

"पण म्हणजे आणखी आठ दिवस हॉटेलात राहणं आलं–"

"आणि एवढी स्वस्तात कशी दिली? तुम्हाला नाही याचं नवल वाटत, बाबा? आजकाल साधा चार रूमचा ब्लॉक भाड्याने घ्यायचा म्हणजे भरमसाट डिपॉझीट तरी मागतात– नाहीतर अवाच्या सवा भाडं तरी मागतात– मग हा एवढा स्वतंत्र, प्रशस्त बंगला– वर काही पाणी, वीज, मिळकत वगैरे कर द्यायचे आहेत?"

"नाही."

"नाही? मग बाबा, मला आता सांगा–"

"अरुणा, त्या सर्व शंका मलाही आल्या होत्या– पण त्यांनी सांगितलं– मालक पैशांच्या अडचणीत आहेत– आणि अरुणा, सर्व व्यवहार चेकने झालेला आहे–"

"आणि काही अडचण उपस्थित झाली तर?"

स्वतःशीच मान हलवत बाबा म्हणाले, "तसं काही होणार नाही अशी आपण आशा करूया– कारण अरुणा, नंतर मी त्या एजंटाला भेटायचा प्रयत्न केला– माझ्याही मनात काही काही शंका होत्या– पण ऑफिसात कोणीही नव्हतं–" मग ते हवेत हात उडवत म्हणाले. "सहा महिन्यांची तर चांगली सोय झाली आहे ना? पुढची फिकीर आता कशाला?"

आसपासच्या सर्व वस्तूंकडे बोट करीत अरुणा म्हणाली,

“आणि इथल्या साफसफाईचं काय?

“त्या मावशी आहेत ना?” बाबा म्हणाले. “आल्या दिवसापासून त्या जागेवर इतक्या खूश आहेत की सांगता सोय नाही! स्वयंपाकाचं काम झालं की घेतलाच हातात झाडू-फडका– की चालल्या साफ करायला!”

स्वतःशीच गुणगुणत अरुणा दिवाणखान्यात फिरत होती. श्रीधरने वर्णन केलेलं भिंतीतलं कपाट तिला दिसत होतं. ही खिडकी– ती खिडकी असं करीत करीत ती त्या कपाटापाशी पोहोचली. कपाटाचं दार उघडताच आत तिला फोटोंची चळत दिसली. दिसणार याबद्दल मनात शंका नव्हती, तरीही दिसताच जरासा धक्काच बसला. एजंटचा पत्ता नसणं, घर ताब्यात देताना कोणतीही साफसफाई केली नसणं– आता त्याच्या सांगण्यातली ही तिसरीही गोष्ट खरी ठरत होती. समजा, आणखी पुरावे मिळत गेले, तर मग त्याचे ते विलक्षण निष्कर्ष स्वीकारायची वेळ आली म्हणजे???

कपाटातील फोटोंची चळत तिने बाहेर काढली. काही अगदी जुने, सेपीया रंगातले होते. कोट, टोपी, धोतरातले पुरुष, नऊवारी लुगड्यातल्या, केसांचा खोपा घातलेल्या, रुपयाएवढं कुंकू लावणाऱ्या स्त्रिया; काही साध्या कार्डबोर्डवर चिकटवलेले होते, तर काही चांगल्या नक्षीकामाच्या किमती फ्रेममध्ये होते– गेलेली, लापता झालेली माणसं! श्रीधर म्हणत होता तसं खरोखरच असेल तर? फोटोतून बाहेर आशेने पाहणाऱ्या या सहास्य चेहऱ्यांच्या लोकांबद्दल तिच्या मनात एक आर्त अनुकंपा दाटून आली आणि त्याक्षणी तिला जाणवलं की वर वर पाहता तर्काचे, कार्यकारणभावाचे असे कितीही पडदे आपण उभे करीत असलो तरी मनोमन आपण श्रीधरची हकीकत सत्य म्हणून स्वीकारली आहे. स्वतःच्या मनाला कोणीच फसवू शकत नाही.

“कसले ग फोटो?” आईच्या प्रश्नाने ती भानावर आली. हातात फोटोंची चळत तशीच घेऊन ती आईपाशी गेली. तिच्या शेजारी सोफ्यावर बसली आणि दोघींच्यामध्ये फोटो ठेवून म्हणाली, “समोरचं कपाट सहज उघडून बघते तर आत ही फोटोंची चळत होती–”

आईने एकदोन फोटो उघडून पाहिले व मग ते खाली ठेवून दिले. उघड होतं, तिला त्यांच्यात काहीही स्वारस्य वा कुतूहल नव्हतं. याच वास्तूच्या मालकांच्या

पूर्वसुरींचे फोटो आहेत असंही तिला वाटलं असेल– तिला, अरुणाला स्वतःला तरी तसंच वाटलं नसतं का? जर श्रीधरची विलक्षण हकीकत कानावर आली नसती तर–

आणि आता इतरही चाचण्या घ्यायला हव्यात. उदाहरणार्थ, तो तिसरा मजला. फोटो परत कपाटात ठेवून देत अरुणा म्हणाली, "आई, मी वर जाते–"

बंगल्यात राहायला आल्याला तीनचार दिवस होत होते. खोल्यांची विभागणी अंदाजाने केलेली होती. दुसऱ्या मजल्यावरच्या मोठ्या खोलीत आई-बाबा झोपत असत; समोरच्या खोलीत अरुणा झोपायची– पण मावशींनी मात्र आल्या दिवसापासून तिसऱ्या मजल्यावरचा ताबा घेतला होता–

अरुणा दुसऱ्या मजल्यावर आली. फक्त मधल्या चौकोनी हॉलमधलाच दिवा लागलेला होता. तिसऱ्या मजल्याकडे जाणारा जिना अंधारात होता आणि वरचा दिवा लागलेला नसावा किंवा खोलीचं दार बंद असावं.

अरुणाला जाणवलं वर जावं की नाही याचा आपल्याला प्रश्न पडला आहे. तिला स्वतःचा जरासा रागच आला. केवळ एका अनोळखी माणसाने सांगितलेल्या गोष्टींचा मनावर इतका परिणाम व्हावा? पहिल्या दोनतीन पायऱ्या ती झपाझप चढली; पण मग तिचा चढण्याचा वेग मंदावला. सावधपणा, कॉशन ठेवल्याने कधीही नुकसान व्हायचं नाही, मनात विचार आला. ती वर चढून गेली. दारासमोर पोहोचल्यावर तिला दिसलं, खोलीचं दार उघडंच होतं, कारण समोरच्या भिंतीतल्या दोन्ही खिडक्यांतून लांबवर पसरत गेलेल्या, दिव्यांनी उजळलेल्या शहराचा विहंगम देखावा दिसत होता. या खोलीत तिने गेल्या तीनचार दिवसांत, या बंगल्यात राहायला आल्यापासून दोनतीनदाच आणि त्याही धावत्या भेटी दिल्या होत्या. लक्षात राहिला होता तो खोलीचा संपूर्ण रिकामेपणा आणि खोलीच्या जवळजवळ मध्यभागी असलेली भिंत आणि त्या भिंतीतलं ते खूप मोठं, कोरीव कामाच्या पॅनेलचं, बंद लाकडी दार. दाराच्या डाव्या-उजव्या बाजूचा भिंतीचा भाग हाताने चाचपताच हाताला बटणांचं पॅनेल लागलं– त्यातलं एक बटण तिने अदमासाने दाबलं. खोलीतला मधला दिवा लागला. तिचा श्वास जेव्हा खूप जोराने बाहेर आला तेव्हा तिला जाणवलं की गेले काही सेकंद आपण श्वास आतल्या आत रोखून धरला होता. ती कशाला भ्याली होती? त्या फडतूस, अनोळखी माणसाने सांगितलेल्या भाकडकथांनी?... शांत! शांत! कॉशन! तिने मनाला बजावलं–

खोलीत किती प्रसन्न, मोकळं वाटत होतं! वाटत होतं, खोलीभर गोलगोल फिरावं, वाटलं तर स्वतःशी एखादं गाणं गुणगुणावं– या दिव्यांचीसुद्धा जरुरी नाही– या खोलीत इतर कशाकशाचीही जरुरी नाही– सामानाची नाही, प्रकाशाची नाही, माणसांच्या सहवासाची नाही– दिवा मालवण्यासाठी तिचा हात बटणापर्यंत गेलासुद्धा–

पण हाताकडे लक्ष नसल्याने कोपरावर भिंतीची कड जोरात आपटली. कोपरापाशी एक नाजूक नस असते– तिथे जरा जरी वेदना झाली तरी कोपरापासून बोटापर्यंतचा सर्व हात क्षणभर बधिर होतो, वेदनेची शिणक शरीरभर पसरते–

अरुणा एकदम भानावर आली.

आपण काय करायच्या बेतात होतो?

दिवा मालवायला निघालो होतो. दिवा मालवायला!

दोन पावलं झटदिशी मागे टाकून ती खोलीबाहेर आली.

मग प्रतिक्रिया आली. मानेपाशी, कपाळावर घाम आला. तिथेच दाराच्या फ्रेमचा आधार घेऊन ती उभी राहिली.

खरोखर गेल्या पाचदहा सेकंदात काय झालं होतं? कोपराला दणका बसून एक प्रकारच्या शॉकने ती सावरली गेली नसती तर–

नसती तर काय झालं असतं? खोलीत एक जहरी आकर्षण होतं– डोळ्यांना आकर्षण नव्हतं, उलट तिथे अंधार हवा होता. ती तर दिवा मालवायलाच निघाली होती– त्या अंधारलेल्या खोलीत ती गोल गोल फिरत राहिली असती? स्वतःशीच काहीतरी गुणगुणत भिरभरत राहिली असती? आणि अशा अवस्थेत कोणी डोकावलं असतं तर त्याला काय दिसलं असतं? सुनीलच्या स्वप्नातली ती 'फेअर लेडी'?

आणि या क्षणी तिला श्रीधरच्या मनाची अवस्था काय होत असावी याची पुरी कल्पना आली. आताचा अनुभव तिला शब्दांत मांडता येईल का? कोणाला कळेल का? आणि कोणाचा विश्वास बसेल का?

ती वळली आणि सावकाश सावकाश खाली निघाली.

जिन्याच्या पायथ्याशीच मावशी उभ्या होत्या. मावशी शरीराने चांगल्या आडव्या होत्या, उंचीला मध्यमच होत्या, वर्णाने बऱ्याच सावळ्या होत्या– आणि आता वरून पाहिल्यामुळे चांगल्याच बसक्या दिसत होत्या.

वर पाहत मावशी म्हणाल्या– "कोण अरू का?"

"हो."

"वर गेली होतीस की काय?" त्यांच्या आवाजात जराशी काळजी असल्याचा तिला भास झाला.

"नुसतं दार उघडून पाहिलं– आत गेले नाही–" आता हे खोटं स्पष्टीकरण अरुणाला का द्यावसं वाटलं?

"छान!" मावशी म्हणाल्या. "चला. जेवायची पानं घेतली आहेत–"

जेवताना अरुणाचं खाण्याकडे अर्धवटच लक्ष होतं. आजच्या दिवसात जरा वेगळ्याच घटना घडल्या होत्या– पहिली त्या श्रीधरची भेट, त्याची चमत्कारिक हकीकत– आणि त्यापाठोपाठ वरच्या मजल्यावर आलेला जरासा अस्वस्थ करणारा अनुभव. अर्थात हे शक्य होतं, की ऐकलेल्या हकीकतीचा मनावर परिणाम होऊन काही भास झाले असावेत–

"बाबा," ती मध्येच म्हणाली, "वरच्या तिसऱ्या मजल्यावरच्या खोलीतलं ते बंद दार उघडलं का हो? आपण पहिल्या दिवशी पाहिलं तेव्हा म्हणाला होतात– उघडून बघायला हवं–"

"खरं माझ्या लक्षातच राहिलं नाही–" बाबा म्हणाले. "बाकीची इतकी कामं चालली आहेत– आणि खरं तर आपल्याला त्याच्याशी काय करायचं आहे? मूळ मालकाचं काहीतरी सामान असेल आत– नाहीतरी चारसहा महिन्यांच्यावर आपण इथे थोडेच राहणार आहोत?"

"किती वेगळी वाटते नाही ती खोली?" अरुणा पुढे म्हणाली. "काही सामान नाही, चित्रं नाहीत, सतरंजीसुद्धा नाही–"

आई-बाबा-मावशी यांच्यापैकी कुणाला वरच्या त्या खोलीत वेगळं काही जाणवलं का ते जाणून घेण्याचा तिचा प्रयत्न चालला होता; पण मंडळींना एकूणच स्वारस्य कमी होतं.

"इथे तळमजल्यावर चार खोल्या आहेत, दुसऱ्या मजल्यावर आणखी चार खोल्या आहेत–" आई म्हणाली. "आणि आपण माणसं चार– त्या खोलीत जायचीसुद्धा वेळ यायची नाही–"

सर्वसाधारण गप्प न बसणाऱ्या मावशी बोलत का नाहीत ते पाहण्याकरिता अरुणा एकदम त्यांच्याकडे वळली. त्या जराशा चमत्कारिक नजरेने वर पाहत

होत्या. "मी गेले होते तीनचारदा–" त्या म्हणाल्या. "तशी साफही केली आहे. खरं तर मला तीच खोली वापरायला आवडली असती– पण दिवसांतून शंभर वेळा या दोन जिन्यांच्या खेपा– त्या माझ्याच्याने कसल्या व्हायला?"

टीव्ही दहापर्यंत चालू होता. मग सगळे आपापल्या खोल्यांत झोपण्यासाठी गेले. मावशींनी तळमजल्यावरील एक खोली स्वतःसाठी घेतली होती. मागचं सगळं आवरून त्या त्यांच्या खोलीत जातील–

अरुणा तिच्या खोलीत आली होती.

आपल्या मनाची उत्तेजित अवस्था तिला जाणवत होती.

श्रीधरच्या भेटीचा विचार पुन्हा पुन्हा मनात येत होता. इथे काहीतरी विलक्षण आहे येथपर्यंत मानायला ती तयार झाली होती. अंधारात पाय कशाला तरी अडखळावा किंवा आवरणाखाली काहीतरी झाकून ठेवावं, तसं– काहीतरी आहे एवढी खात्री– पण ते काय आहे हे अज्ञात असणं.

बाबा म्हणाले होते, मावशींनी तर वरच्या तिसऱ्या मजल्याचा ताबाच घेतला आहे– त्या म्हणत होत्या वर झोपायला आवडेल; पण या वरखाली खेपा माझ्याच्याने व्हायच्या नाहीत–

आता मनात एक नवा विचार आला. मघाशी तिला त्या वरच्या खोलीत जाणवलं होतं तसं काही मावशीनाही जाणवलं होतं का?

तिचं मन एकदम सावध झालं. तसं असलं तर–

आणि ती इतकी सावध होती म्हणूनच तिला बाहेरच्या त्या हालचालींचा आवाज ऐकू आला. मधल्या हॉलच्या फरशीवरून अनवाणी पावलं चालत होती. अगदी संपूर्ण शांतता होती आणि ती अतिशय सावध होती म्हणूनच तो आवाज तिच्यापर्यंत पोहोचला–

ती अगदी अलगद उठली आणि दारापाशी आली. नशीब! दार नुसतंच लोटलेलं होतं. तिने दार किलकिलं करून बाहेर पाहिलं.

मावशी तिसऱ्या मजल्याकडे जाणाऱ्या जिन्याकडे चालल्या होत्या.

एक एक पाऊल जपून टाकत होत्या. अजिबात आवाज होणार नाही याची काळजी घेत होत्या. चौकटीपाशी वळून त्या तिसऱ्या जिन्याकडे जाणाऱ्या जिन्यात दिसेनाशा झाल्या.

हे संपूर्ण अनपेक्षित होतं!

अंधारात चोरपावलांनी तिसऱ्या मजल्याकडे जाणाऱ्या मावशी!

सर्व घटनांना एक वेगळंच परिमाण लाभलं होतं.

ती गप्प, निष्क्रिय कशी राहणार? श्रीधरच्या सांगण्यात खरोखरच काही तथ्यांश असेल तर कदाचित इथे तिच्या आणि तिच्या आई-वडिलांच्या सुरक्षिततेचाही प्रश्न होता- काहीतरी कृती आवश्यकच होती. आणि तीही तत्काळ आई-वडिलांना जागं करण्यात वेळ न दवडता, (आणि प्रश्नोत्तरं, शंकानिरसन यांची वादावादी न करता) स्वतःच करायला हवी होती-

मावशी कशाला वर गेल्या आहेत हे पाहायला हवं होतं. आणि त्या जशा चोरपावलांवर वावरत होत्या तसंच तिलाही वावरावं लागणार होतं- तिने एक काळी शाल अंगावरून पांघरून घेतली आणि तीही खोलीबाहेर पडली. मावशींच्याच वाटेने, तिसऱ्या मजल्याकडे जाणाऱ्या जिन्याकडे.

जिन्याच्या वळणापाशीच थांबून तिने कानोसा घेतला.

हालचालींचा काहीही आवाज आला नाही.

मावशी वर गेल्या होत्या का? का त्यांनाही (तिला जसा त्यांच्या पावलांचा आवाज जाणवला तसा) तिच्या पावलांचा आवाज जाणवला होता? दाराच्या वळणाआडच त्या उभ्या होत्या? तिच्या येण्याची वाट पाहत?

ती स्वतःला किती घाबरवून सोडत होती!

हे आपलं साधं घर, साधी माणसं. अशा घरात-

तिच्या मनाने दुसऱ्याच क्षणी तिला स्वतःलाच खोडून काढलं.

ती साधी माणसं असतील- पण हे साधं घर नव्हतं-

तिला वाटलं हे मंथन कधी थांबायचंच नाही.

धीर करून तिने चौकटीच्या आत वाकून पाहिलं.

आत अंधार होता. वरच्या चौकोनातला दिवा लावलेला नव्हता. वरचं दार उघडं नव्हतं. मावशी वरच्या मजल्यावर गेल्या असतील तर त्यांनी आपल्यामागे दार लावून घेतलं असलं पाहिजे. आणि अगदी घट्ट. कारण आतून प्रकाशाची तिरीपही दिसत नव्हती.

किंवा- किंवा त्यांनी वरचा दिवाच लावला नसेल.

मग काय त्या वर अंधारातच होत्या?

त्यात काय अशक्य होतं? तिला नव्हता का मघाशी मोह झाला होता- खोलीतला दिवा मालवून टाकावा?

आता अर्थात वर जाऊन पाहायलाच हवं होतं- त्याखेरीज तिच्या मनाला क्षणभराचीही शांतता मिळाली नसती.

पावलांचा अजिबात आवाज न करता ती जिन्याची एक एक पायरी चढून वर गेली- खाली फरशीचा चौकोन लागताच तिने हात सावकाश पुढे केला- हातांना दार लागलं- बंद दार.

वर चढतानाच धैर्याला गळती लागली होती. उरलंसुरलं धैर्य त्या अंधारलेल्या चौकोनात गळून गेलं. दार उघडून खोलीत पाहण्याचं तिला धैर्यच होईना. श्रीधर काय म्हणाले होते? जपून राहा. काय होतं ते पाहा. काही बदल दिसतो का पाहा; पण जपून राहा. ती वास्तू चांगली नाही. तिथल्या अनैसर्गिकपणाच्या अगदी अस्पष्टशा अशा एकदोन खुणा तिलाही दिसल्या होत्या- या क्षणी परत जाण्यातच शहाणपणा होता.

१९.

संध्याकाळी सहा वाजता श्रीधर आणि अरुणा त्याच त्या आदल्या दिवसाच्या हॉटेलमध्ये बसले होते. सकाळीच अरुणाने श्रीधरला फोन केला होता आणि भेटीची सहाची वेळ ठरवली होती. दोघं टेबलामागे बसल्यावर श्रीधर म्हणाला, "फोनवर तुम्ही आलात- आणि क्षणभर मनाला हिसकाच बसला- म्हटलं, यांना सांगितलं होतं काही इमर्जन्सी आली तर फोन करा- एवढ्यात इमर्जन्सी आली की काय?"

"इमर्जन्सी आहे की नाही मला माहीत नाही-" अरुणा म्हणाली, "कदाचित आलीही असती- काल रात्री आली असती- तुमची हकीकत कानावर आली नसती तर कदाचित आलीही असती- अगदी अनवधानाने मी त्या खोलीत गेलेही असते- आणि माहीत नाही काय झालं असतं ते- कदाचित काहीही झालं नसतं- पण कदाचित-"

तिचा चेहराच बोलका होता. श्रीधर एकदम म्हणाला,

"का? काय झालं? काल रात्री काय झालं?"

तेवढ्यात त्यांचा चहा आला. वेटर चहा ठेवून जाईपर्यंत एखादं मिनीट गेलं. वातावरणात आलेला ताण ओसरला.

"श्रीधर," अरुणा म्हणाली. "तुम्ही काल काही काही सांगितलं होतं– त्यावेळी माझा तुमच्या शब्दांवर विश्वास बसला नव्हता– नाहीतरी विश्वास बसायला जरा कठीणच हकीकत, नाही का? पण एक सांगते– तुमच्या प्रामाणिकपणाबद्दल मनात अजिबात शंका नव्हती– तुमचा गैरसमज झाला असल्याची शक्यता होती– पण तुमचा हेतू चांगला होता ही खात्री होती–

"परत गेल्यावर घरावर नजर टाकली. अर्थात अंधार पडला होता. फक्त आतलाच भाग दिसू शकत होता. तुम्ही म्हणता तसा फरक दिसला– पण मावशी सफाई करीत होत्या– त्याने शक्य होतं. मग दिवाणखान्यातलं ते कपाट उघडलं– आत फोटो होते आणि असणार याबद्दल मनात शंका नव्हती– तरीही फोटो पाहून धक्का बसलाच– कारण ते साधे फोटो नव्हते– तुमच्या हकीकतीने त्या फोटोमागे दुःखान्तिकांची एक साखळी आली होती– तुम्ही म्हणता, तुमच्या बहिणीचा, मेहुण्याचा, भाच्याचा फोटो त्या कपाटात होता– क्षणभर मानलं, ते सर्व बंगला सोडून गेले– तरीही त्यांच्यामागे कोणीतरी त्या बंगल्यात येत होतं– ते फोटो कपाटात व्यवस्थित ठेवत होते– पण तुम्ही म्हणता तसा कोणीतरी हस्तक आहे हे एक– पण आणखी एक वाईट विचार मनात आला– ते फोटो नाहीसे करून टाकले जात नाहीत– इथेच ठेवले जातात– तुम्ही म्हणता तशी एखादी ट्रॅजिडी झाली असेल तरीही फोटोंनी काही धोका नव्हता– फोटो काही पुरावा होऊ शकत नव्हते, म्हणून ठेवले गेले– किंवा आणखीही एखादं कारण असू शकेल–"

श्रीधर अरुणाकडे नवलाने पाहत होता.

"तुम्ही तर माझ्यापुढेही दोन पावलं टाकली आहेत!"

"हो," तिचा चेहरा गंभीर होता. "रात्री आठच्या सुमारास मी त्या तिसऱ्या मजल्यावरच्या खोलीत गेले होते–"

"मग?" ती गप्प बसताच श्रीधरने नवलाने विचारले.

स्वतःशीच मान हलवत अरुणा म्हणाली, "खरोखरच काय झालं, किंवा काय वाटलं ते शब्दांत सांगताच येत नाही. त्या खोलीत काहीतरी वेगळं आहे एवढं जाणवलं. तशी रिकामीच खोली; पण वाटत होतं या रिकामपणाने काहीच बिघडत नाही. हव्यात कशाला वस्तू? आणि हा प्रकाश तरी कशाला हवा? श्रीधर, मी दिवा बंद करायला निघाले होते– दाराच्या फ्रेमवर कोपर आपटलं,

वेदनेची शिणक आली आणि मी एकदम भानावर आले– दोन पावलांत खोलीबाहेर आले–"

"बापरे! बापरे!!" श्रीधर म्हणाला.

"आणखी आहे. बाबा म्हणत होते इथे राहायला आल्यापासून मावशीनी तिसऱ्या मजल्याचा ताबाच घेतला आहे– त्यांची तर इच्छा होती तीच खोली वापरायला घ्यावी– पण चढउतार व्हायची नाही म्हणून त्यांनी घेतली नाही–"

चहाचा रिकामा कप बशीत गोल गोल फिरवत अरुणा म्हणाली,

"रात्री जरा अपसेट होते. झोप लवकर लागली नाही आणि अकरा-साडेअकरा वाजता केव्हातरी खोलीबाहेरून जाणारी कोणाची तरी अनवाणी पावलांची चाहूल कानावर आली– श्रीधर, तुमच्या त्या विलक्षण हकीकतीने प्रत्येक लहानसहान गोष्टीमागे एक गूढ, रहस्यमय अर्थ येत होता–

"दार किलकिलं करून मी बाहेर नजर टाकली. मावशी! मावशीच तिसऱ्या मजल्याकडे चालल्या होत्या– त्या वळून गेल्यावर मीही त्यांच्यामागे गेले– अगदी आवाज न करता गेले– त्या वर गेल्या होत्या आणि जिन्यात अंधार होता– सावकाश वरपर्यंत गेले– पण हाताला बंद दार लागलं– तिथे मात्र माझा धीर खचला– मी तशीच मागे आले, खोलीत आले, दार मागे बंद केलं, पार डोक्यावरून शाल घेऊन निजून राहिले– अंगावर असे शहाऱ्यामागून शहारे येत होते–"

"थँक गॉड! थँक गॉड!! आत गेला नाहीत ते छान केलंत!"

"कितीतरी वेळ झोपच आली नाही. सारखं बाहेर लक्ष होतं– बाहेरून, वरून, काही आवाज येतो का पाहत होते– पण शेवटी केव्हातरी झोप लागलीच– खूप उशिरा जाग आली– मग तशीच कॉटवर पडून राहिले. मनाशी ठरवलं, आज संध्याकाळी तुमची भेट घ्यायचीच. झालं एवढं सांगण्यासारखं तर होतंच– पण आणखीही पाहायचं होतं. खाली जायच्याआधी तशीच वर तिसऱ्या मजल्यावर गेले. आता सकाळची, स्वच्छ सूर्यप्रकाशाची वेळ होती. आता काय हरकत होती?"

श्रीधरने खूप सांगितलं असतं– पण ती जाऊन आली होती– सुखरूप आली होती– त्याच्या समोर हजर होती– तेव्हा आता त्या सांगण्यात काही अर्थ नव्हता.

"श्रीधर, तुम्ही म्हणत होतात त्याचा प्रत्यय वरच्या खोलीत आला. मावशीनी खोली साफ केली असेल– पण इतकी साफ खासच नाही! भिंती, खिडक्या,

दारं, तावदानं, अगदी सीलिंगसुद्धा– अगदी नव्याने रंगवल्यासारखं चक्क होतं! मग खिडक्यांतून खाली नजर टाकली– खालची बाग दुर्लक्षित होती आणि ते शोभेचं तळं अजून तरी ते तसंच होतं. झडलेल्या रंगाची वरवंड– गढूळ पाणी–

"खाली आले, चहा झाला आणि तुम्हाला फोन केला–" कपबशी बाजूला सारत, टेबलावर दोन्ही कोपरे टेकवून तिने चेहरा दोन्ही हातात घेतला आणि पुढे वाकून ती म्हणाली, "श्रीधर, तिथे काय आहे? तिथे आहे तरी काय? आईबाबांना कशाचीही कल्पना नाही– आणि मावशी–"

"यस्? मावशीचं काय?"

"मावशीचं काही समजत नाही. काल संध्याकाळी आणि आज सकाळी– त्यांनी आडूनपाडून सांगायचा प्रयत्न केला की तिसऱ्या मजल्यावर जाण्याची गरज नाही– त्या आज इतकी वर्षे आपल्याकडे आहेत– त्यांच्या हेतूबद्दल आणि प्रामाणिकपणाबद्दल शंकाच नव्हती– पण त्या स्वतः मात्र रात्रीच्या, चोरून छपून वर जातात!"

"हो." मागचे प्रसंग आठवत श्रीधर म्हणाला. "विनीताही जराशी अशीच वागत होती. वरच्या खोलीत मला जायला तिचा विरोध होता– मी वर जाऊ नये अशी तिची उघड उघड इच्छा दिसत होती–"

"आणि आता काय?" शेवटी अरुणाने विचारलं.

"काळजी घ्या हे तर सांगायला नकोच. आणि आता सांगतो ते तुम्हाला कदाचित आवडणार नाही– पण घरातल्या सगळ्या माणसांच्या वागण्यावर लक्ष ठेवा– आई, बाबा, मावशी सर्वजण–"

"श्रीधर!" ती जरा रागाने म्हणाली आणि मग गप्प बसली. तिला स्वतःलाच मावशींच्या वागण्यातला फरक जाणवला नव्हता का?

"हो. ते खरं आहे." ती हलकेच म्हणाली.

"आणि हे पहा, आपण एक ठरवून ठेवू या. इथे दररोज संध्याकाळी सहा वाजता भेटायचं. नाहीतरी तुम्ही रिकाम्याच आहात– तेव्हा चक्कर मारण्यासाठी बाहेर पडलात तर ते स्वाभाविकच आहे– आणि काल सांगितली नव्हती ती गोष्ट आता तुम्हाला सांगतो– काल सांगितली असती तर तुमची प्रतिक्रिया काय झाली असती ते मला खरोखरच सांगता येत नाही– कदाचित रागावून इथून निघून गेला असतात– कदाचित बाबांशी बोलून पोलिसांना फोनही केला असतात– खरंच, काही सांगता येत नाही–"

अरुणा त्याच्याकडे नवलाने पाहत होती.

"एवढं काय विलक्षण आहे?"

"विलक्षणच आहे. ऐक." बोलण्याच्या भरत आपण अरुणाला एकवचनाने हाक मारली आहे हे तो विसरूनच गेला. "कदाचित असंही असेल– विनीताच्या त्या ट्रॅजिडीने मनाचा तोल गेला असेल– पण माझी अशी खात्री झाली होती की त्या वास्तूत काहीतरी घातकी आहे– तिथे निरपराध माणसांचा बळी जातो– आणि ही परंपरा आज गेल्या अनेक दशकांमागून दशके चालत आली आहे–

"विनीता-यशवंतराव-सुनील गेले– पण तो बंगला रिकामा राहणार नाही– तिथे नवीन कोणीतरी राहायला येणार– मी त्या बंगल्याला सतत भेटी देत असे– किल्ल्या करून घेतल्या होत्या हे तर मी तुला सांगितलंच आहे– कदाचित तसं करणं एखादी क्रिमिनल ॲक्ट असेल– मला माहीत नाही आणि मला त्याची पर्वाही नाही–

"वर्षांमागून वर्षे गेली. मी तिथे जातच राहिलो. आणि मग मला दिसायला लागलं की बंगला जुनापुराणा दिसायला लागला आहे– मनात उपमा आली ती एखाद्या साप-अजगराची होती– काही ठरावीक काळानंतर ते कात टाकतात– आणि मग म्हणे भुकेने वखवखलेले असतात– तसंच काहीतरी नाही का इथे? आणि खरं तर त्यानंतर माझी प्रत्यक्ष बंगल्यात पाय टाकायची हिम्मत होईना! कोणास ठाऊक, आत काय काय वावरत असेल ते? पण बंगल्यावर लक्ष तर ठेवायलाच हवं होतं–

"बाहेरच्या मोठ्या आवाराची भिंत बंगल्याच्या उजव्या बाजूस बंगल्याच्या सर्वांत जवळ- वीसपंचवीस फूट अंतरावर आहे. आणि बाहेरही एक फारसा वापरात नसलेला बोळ आहे. बंगल्याच्या दिवाणखान्यात प्रवेश केला की उजव्या हातास स्वयंपाकघर, जेवणाची खोली, कोठीघर अशा खोल्या आहेत. स्वयंपाकघराला भिंतीत अंगणात उघडणारा दरवाजा आहे. तीच जागा भिंतीच्या सगळ्यात जवळ आहे. तिथे समोर एक गुलमोहोराचं झाड आहे. त्या झाडामुळे मागच्या भिंतीचा भाग बंगल्यातल्या लोकांच्या नजरेआड राहतो. त्या भिंतीच्या भागाला बाहेरून एक दोराची शिडी अडकवून ठेवली आहे. आधार भक्कम आहे. एका माणसाचं वजन सहज पेलण्याइतकी भक्कम आहे. रात्रीचा अनेक वेळा मी तिथे गेलो आहे आणि त्या शिडीवरून चढून भिंतीच्या माथ्यावरून आतल्या बंगल्याचं निरीक्षण केलं आहे–"

“श्रीधर!” अरुणा नवलाने म्हणाली. तिच्या आवाजात राग किंवा निषेध याच्यापेक्षा कौतुकाचाच भाग जास्त होता. श्रीधरच्या चेहऱ्यावर एक किंचित शरमिंदं हास्य आलं.

“कधी कधी मध्यरात्रीचाही तिथे भिंतीवर चढलेलो आहे–”

“मग? काय दिसलं? काही दिसलं का?” अरुणा अधीरपणे म्हणाली.

“तसं दिसलं काही नाही– पण तिथले अनुभव किंवा जाणिवा म्हणा, कशा असतात याचा तुला अनुभव आलाच आहे– मनाची खात्री असते; पण शब्दांत काहीही मांडता येत नाही–”

“म्हणजे काहीतरी आहे ही तुमची खात्री झाली?”

“हो.” एकच शब्द, पण व्यवहारातल्या अनुभवांना तडे देणारा, शरीरावर भीतीचा काटा उभा करणारा शब्द.

“ठीक आहे.” जरा पुढे सरत श्रीधर म्हणाला. “आता हे सारं कशासाठी आहे ते सांगतो– दररोज संध्याकाळी सहा वाजता इथे आपली भेट झालीच पाहिजे– आणि तू जर मला इथे भेटली नाहीस तर रात्रीचा मी तिथे, भिंतीवर स्वयंपाकघराच्या अंगणात उघडणाऱ्या दारासमोरच्या गुलमोहोराच्या झाडामागे असणार आहे– हे तुझ्या माहितीसाठी आहे– कोणताही प्रसंग येऊ शकतो– शारीरिक बचाव करता येईल याची खात्री देता येत नाही– तेव्हा ही गोष्ट सतत ध्यानात ठेव– सुटका आणि मदत तिथून केवळ वीस-पंचवीस पावलांवर आहे– हे कधीही विसरू नकोस–”

अरुणाला वाटलं, ही आपली केवळ तिसरीच भेट! पहिल्या भेटीत एक औपचारिक प्रश्नोत्तरी झाली होती– त्यानंतरची कालची भेट– जेव्हा श्रीधरने एक जवळजवळ अविश्वसनीय हकीकत सांगितली होती– आणि आजची ही तिसरी भेट– तिने स्वतःच मागितलेली– अनैसर्गिक होतं? मग तीही एका अनैसर्गिक प्रसंगांच्या साखळीत सापडली नव्हती का? त्यावरचे तोडगेही अनैसर्गिकच हवेत! तरीही तरीही–

“तुम्हाला खरंच वाटतं काहीतरी होईल?” प्रश्न विचारताना अरुणाचा आवाज जरा दबका येत होता.

“सर्वांत वाईट गोष्ट गृहीत धरून चालली म्हणजे माणूस बेसावध राहत नाही– काही झालं नाही तर उत्तमच– पण मागचे अनेक दाखले पुरेसे बोलके

आहेत– हो, काहीतरी होणारच–" आणि मग श्रीधरचा आवाज खाली आला. "अरुणा, एक महत्त्वाची गोष्ट लक्षात ठेव. ही कुटुंबं अलिप्त होती. त्यांचा कोणाशी संपर्क नव्हता, पत्रव्यवहार नव्हता, कोणाचं जाणंयेणं नव्हतं– तरीही, किंवा कदाचित त्यामुळेच तिथे ट्रॅजेडी घडल्याच– यावरून काय सिद्ध होतं? विश्वास ठेवायला कठीण आहे– पण सर्व पुरावे तिकडेच बोट करतात– त्या घरातलीच कोणीतरी व्यक्ती याला जबाबदार असली पाहिजे, नाही का? कोणीतरी फितूर होतं, कोणीतरी वश होतं, त्याच्यामार्फत त्या घरात शिरकाव होतो–"

अरुणा काहीतरी विचारणार होती; पण त्याने हात वर केला.

"हां- हां- हां- ते कोण मला माहीत नाही– आणि त्याबद्दलची चर्चाही नको– आपण सतत सावध राहायला हवं– आलं लक्षात?"

"हो." ती त्याच हलक्या आवाजात म्हणाली.

२०.

अरुणा घरी परत आली तेव्हा आठ वाजायला आले होते. बाबा हॉलमध्ये होते. आई बहुधा स्वयंपाकघरात असावी. जेवणाच्या खोलीतून ताट-वाट्या-भांडी यांचा आवाज येत होता. मावशीच असणार. अरुणाच्या मनात ती कल्पना एकाएकी आली. ती तशीच जेवणघरात गेली. मावशी टेबलावर मांडामांड करत होत्या. तिला पाहताच वर पाहून त्या म्हणाल्या,

"आजही उशीर केलास ना?"

"कंटाळा येतो हो मावशी घरात एकटी एकटीने बसून. गेले होते जरा लांबवरून चक्कर मारायला–" तिथेच एका खुर्चीत बसत ती म्हणाली, "मावशी, एक विचारू का?"

"काय?"

"तिसरा मजला किती छान आहे नाही? हवेशीर, प्रशस्त, खूप मोकळी जागा, हवा तेवढा प्रकाश–"

काहीच न बोलता मावशी तिच्याकडे नुसत्या पाहत होत्या. त्यांच्या चेहऱ्यावरचे भाव वाचायला कठीण होते.

"सकाळीच वर गेले होते– एकदम वाटलं आपण इथेच शिफ्ट झालो तर किती छान होईल नाही? एखादी खाट, एखादी टेबल-खुर्ची, आणि आपला

जुना ट्रॅन्झिस्टर– नाहीतरी जरा नवीन इंग्रजी गाणी लावली की आई-बाबा दोघंही ओरडतात– व्हॉल्यूम कमी कर! तिथे काय हवा तेवढा मोठा व्हॉल्यूम करावा, वाटलं तर संगीताबरोबर नाचावं– मजा येईल की नाही?"

अरुणाच्या शब्दाशब्दागणिक मावशीचे डोळे मोठेमोठे होत होते. शेवटी हातातली वाटी खाली ठेवत त्या म्हणाल्या, "वर जाणार? तिसऱ्या मजल्यावर? रात्री झोपणार? आणि रेडिओ लावून नाचणार? काय वेडबीड लागलंय काय तुला?"

"का? एवढं मोठं घर! आणि आपण चौघंच तर राहणार! मग काय हरकत आहे वरचा मजला मी माझ्या एकटीसाठी घेतला तर?"

"तुझ्या आईबाबांना काही विचारलंस का? का तुझं तूच ठरवलं आहेस सगळं?"

"मावशी, त्यांना कशाला विचारायला हवं?"

"अरू, आम्ही काही तुमच्यासारखी शिकलीसवरलेली माणसं नाही– आम्ही आपली अडाणी माणसं– पण माझं ऐक– वर झोपायला जाऊ नकोस–" आणि तिच्याकडे पाठ फिरवून कामाला लागत त्या म्हणाल्या, "आणि का, कसं विचारत बसू नकोस! मला जे काय सांगायचं होतं ते सांगून झालं आहे. याउपर तुला जे काय करायचं असेल ते कर!"

"बरं बाई– नाही जात वर; झालं?" अरुणा म्हणाली.

मावशी काही बोलल्या नाहीत; पण त्यांचे ताठ झालेले खांदे सैल पडले. ती प्रतिक्रिया पुरेशी बोलकी होती.

जेवणाआधी अरुणा तळमजल्यावरच्या सर्व खोल्यांतून जाऊन आली. साफसफाई दिसत होती; पण तेवढंच. आणखी विशेष लक्षात येण्यासारखं काही नव्हतं. जेवताना आई-बाबांचं काहीतरी बोलणं चाललं होतं; पण तिचं तिकडे अर्धवटच लक्ष होतं. आता लवकरच येणाऱ्या रात्रीसंबंधात मनात विचार येत होते.

हे उघड होतं की तिला लवकर झोप येणार नव्हती. कान सतत बाहेर काही आवाज येतो का याची चाहूल घेणार होते. पावलांचा आवाज कदाचित येईल, येणारही नाही– तरीही मनासमोर ती चित्रं येणारचं होती. मावशी (आदल्या रात्रीसारख्या) वर गेल्या आहेत का? कालच्यासारख्याच दार बंद करून त्या अंधाऱ्या खोलीत आहेत का? काय करत आहेत?

काल रात्री त्या प्रकारातला भयानक वेगळेपणा तिला जाणवला नव्हता— आणि मूर्खासारखी ती त्यांच्यामागोमाग त्या अंधाऱ्या जिन्यावरून वरपर्यंत गेली होती— खरोखरच मूर्खपणा!

आज ती तसं काही करणार नव्हती.

मात्र सतत पहाऱ्यावर असणार होती.

सतत जागं राहणं अशक्यच असतं. तिला केव्हातरी झोप लागली असलीच पाहिजे— पण मध्येच केव्हातरी जागही आलीच असली पाहिजे.

आसपास अंधार होता. संपूर्ण शांतता होती.

रात्र किती उलटली असावी याचा काहीही अंदाज येत नव्हता.

पण दाराबाहेरच्या अनवाणी पावलांचा चट् चट् आवाज मात्र कानांवर आला. पावलं डावीकडून उजवीकडे जात होती का उजवीकडून डावीकडे जात होती कळलं नाही. ज्या कोणत्या अगम्य हेतूसाठी मावशी वर जात असावी त्या अंधारयात्रेची ही सुरुवात असेल किंवा अखेर असेल—

तिने डोक्यावरून पांघरूण ओढून घेतलं.

सकाळी जाग आल्यावर बराच वेळ ती नुसती आढ्याकडे पाहत पडून राहिली होती. ही वास्तू साधी नाही हे तिला आता अनुभवाने पटलं होतं. श्रीधरचे शब्द खरे ठरत चालले होते. ती जर आता निष्क्रिय राहिली तर या सर्व प्रसंगांचा शेवट एका भयानक शोकांतिकेत होणार होता का? त्या राक्षसी होमात तिच्याही जिवाचा बळी जाणार होता का? ती काय करणार? ती काय करू शकणार? तिला एकाएकी किती असाहाय्य वाटायला लागलं.

ती कोणाला सांगणार? आईला? बाबांना? आणि त्यांचा तिच्या शब्दांवर विश्वास बसणार आहे का? आणि खरं तर सांगण्यासारखं असं तिच्यापाशी होतंच काय? वरच्या तिसऱ्या मजल्यात आलेला नवेपणा, मावशींच्या रात्रीच्या तिसऱ्या मजल्याला (चोरून) दिलेल्या भेटी— बाकी काय? श्रीधर नावाच्या एका अनोळखी व्यक्तीने सांगितलेली हकीकत?

छे! त्यांचा विश्वासच बसणार नाही.

आज संध्याकाळी श्रीधरशीच यावर चर्चा करायला हवी. (मनोमन त्याची भेट होणार हे ती धरूनच चालली होती.)

ती खोलीबाहेर आली आणि बाहेरच्या भिंती, दारं, खिडक्या, सीलिंग, विजेची फिक्चर्स, बाथरूममधली फिटिंग्ज– सगळयांच्यात झालेला बदल एका नजरेत जाणवला. (कारण तिची नजर त्या बदलाचा शोधच घेत होती.) म्हणजे ही नवेपणाची लाट तिसऱ्या मजल्यावर सुरू होऊन होऊन इथपर्यंत पोहोचली होती. किती दिवसात? एकाच दिवसात. आणि आता ती तळमजल्यापर्यंत पोहोचेल. किती वेगाने? एकाच दिवसात. कदाचित आज संध्याकाळपर्यंतसुद्धा.

हा बदल का, कसा आणि केव्हा होत होता हे प्रश्न तर मती गुंग करून टाकणारे होते.

श्रीधरची भेट अत्यावश्यक झाली होती.

सारा दिवस ती आई, बाबा आणि मावशी यांचं (त्यांच्या ध्यानात येणार नाही याची काळजी घेऊन) बारीक निरीक्षण करत होती. पहिल्या पंधरा-वीस मिनिटांतच तिची खात्री झाली की आई-बाबांना घरात काहीही वेगळं, विलक्षण दिसत नाही, जाणवत नाही– बाबा त्यांच्या व्यवसायाच्या मागे लागलेले, आई घरातील बारीकसारीक गोष्टीत गुंतून पडलेली.

पण मावशी? त्यांच्यात काहीतरी बदल झाला होता खास. नाव देता न येण्यासारखा, बोट ठेवता न येण्यासारखा; पण बदल होत होता. घरातली त्यांची रोजची कामं त्या सवयीने करत होत्या– पण मध्येच थांबत; नजर कोठेतरी लागलेली असे– मग एकदम भानावर येत– स्वतःशीच मान हलवत– की पुन्हा कामाला लागत– अगदी शब्दांत वर्णन करायचं झालं तर अरुणा म्हणाली असती की, मावशी एकाच वेळी जराशा चिंताक्रांत झालेल्या आहेत, जराशा भयभीत झालेल्या आहेत आणि जराशा उत्तेजित झालेल्या आहेत– मोठं चमत्कारिक मिश्रण, नाही का?

चारचा चहा आईबरोबर झाला. बाबा कुठेतरी बाहेर गेले होते.

"आई, चलतेस जरा बाहेर? बागेत चक्कर तरी टाकू या–"

"ती कसली बाग? सुकलेली झाडं– रिकामे वाफे–"

"चल तर खरी! तू सारं आवार पाहिलं तरी आहेस का?"

"काय पाहण्यासारखं आहे? पण ठीक आहे– चल–"

त्या दोघी बंगल्याच्या मोठ्या दाराने बाहेर आल्या, उजव्या हाताने वळसा घालून बाहेरच्या अंगणात आल्या. मधलं पन्नासएक फुटांचं अंगण रिकामं होतं. मग समोर झाडी सुरू होत होती– तिच्यातून बाहेरच्या गेटकडे जाणारी वाट होती. झाडीच्या कडेपर्यंत जाऊन अरुणा थांबली आणि मागे वळून बंगल्याकडे पाहायला लागली. वरच्या दोन्ही मजल्यांत झालेला बदल चटदिशी नजरेस भरत होता. बाहेरच्या भिंती नव्याने रंगवल्यासारख्या दिसत होत्या. खिडक्याही लखलखत होत्या. फक्त खालचा तळमजला अजून जवळजवळ पहिल्या दिवसासारखाच, जुना, दुर्लक्षित वाटत होता– पण ते असा जास्त काळ राहणार नाही– अरुणाला माहीत होतं. जास्तीत जास्त एक दिवस. आजचा दिवस.

"काय पाहतेस आहे वर?" आईने विचारलं.

"तू ये ना इकडे– पाहा–" अरुणा म्हणाली,

जराशी नाखुशीनेच आई तिच्या जवळ येऊन उभी राहिली आणि वर पाहायला लागली. जसा तिच्या तोंडून एक शब्दही निघाला नाही तसं अरुणाच्या लक्षात आलं, आईला कोणताही बदल जाणवलेला नाही आणि आता त्याबद्दल काही सांगण्यात अर्थही नाही.

"चल–" अरुणा म्हणाली. एकदा बंगल्याकडे आणि एकदा अरुणाकडे पाहत, स्वतःशीच मान हलवत आई तिच्यामागोमाग निघाली. त्या बंगल्याला वळसा घालून डावीकडे आल्या. ही स्वयंपाकघर, जेवणघर, कोठीघर यांची बाजू होती. स्वयंपाकघराचं अंगणात उघडणारं दार उघडं होतं– मावशीचं काहीतरी काम चाललेलं असणार. बरोबर त्या दारासमोर वीसएक फुटांवर ते गुलमोहराचं झाड होतं– आणि त्याच्या मागेच कंपाउंडची भिंत अगदी जवळ आली होती. त्या झाडापर्यंत आणि नंतर पुढे भिंतीपर्यंत जाणारी वाट अरुणा नीट लक्षात ठेवत होती– ती वाट वापरण्याची वेळ आली तर ती आणीबाणीचीच वेळ असणार– धावपळीची वेळ असणार. बंगल्याला वळसा घालता घालता अरुणा वर भिंतीकडे पाहत होती. पहिला मजला आणि वरचे दोन मजले यांच्यातला नव्याजुन्याचा फरक अगदी सहज नजर टाकली तरी दिसत होता. आईशी त्याबद्दल बोलण्यात काहीच अर्थ नव्हता. प्रसंगांमधली ती एक केवळ निष्क्रिय घटक होती.

बंगल्याचा मागचा भाग आला. मागेही झाडी होती– आणि गर्द होती. मागच्या भिंतीवर दोन मोठे दिवे बसवलेले होते. दिवे जरी पेटवले गेले, तरी

झाडीत प्रकाश कितपत पोहोचत असेल याची शंकाच वाटत होती. आणखी एक वळण घेताच ते बंगल्याच्या डाव्या बाजूला आले. तिथेच ते शोभेचे तळे होते. श्रीधरच्या हकीकतीत तळ्याचा उल्लेख आला होता. आता तळ्याच्या जाड वरवंडीवर बसायला निमित्त लागत नव्हतं. तिथे बसून ती वरवंडीकडे, आतल्या पाण्याकडे पाहत होती. वरवंडीचा रंग गेला होता. आतलं हौदातलं पाणीही गढूळ होतं– पाण्यावर काही वाळकी पानं तरंगत होती. क्षणभर तिला मोह झाला, त्या पाण्यातून हात फिरवावा– पण पुढे केलेला हात तिने एकदम मागे घेतला– श्रीधर म्हणत होते शेवटी हे पाणी स्फटिकासारखं स्वच्छ झालं होतं. वरवंडीचा सनला आणि रंग नव्यासारखा झाला होता– येथपर्यंतही त्याची पोच होती तर! वरवंडीवरूनही ती घाईघाईने खाली उतरली.

आईशी झालेलं बोलणं अगदी मामुली आणि निरर्थक होतं. तिचे विचार दोन पातळ्यांवर चालले होते. आता सहा वाजता श्रीधरची भेट होणारच होती– त्यांना सर्व कल्पना द्यायला हवी होती.

सहाला पाच मिनिटं कमी असतानाच ती हॉटेलच्या चौकात पोहोचली होती. सहा वाजून तीनचार मिनिटं झाली तशी तिच्या जिवाची तगमग व्हायला लागली. श्रीधरची भेट व्हायलाच हवी होती. आपल्या नकळत आपण त्यांच्यावर किती विश्वास टाकला आहे आणि त्यांच्यावर किती अवलंबून आहोत याची तिला या क्षणापर्यंत कल्पना नव्हती. लांबवरून त्याची स्कूटर येताना दिसताच तिला एकदम हायसं वाटलं.

चहा समोर येताच अरुणा बोलायला लागली. मागेपुढे करत, काही वेळ पुनरुक्ती करत तिने सर्व काही सांगितलं. स्वतःचे अनुभव, पाहिलेल्या गोष्टी, मनातले विचार, आई-बाबा-मावशी यांच्याशी झालेली बोलणी, सर्व काही. तिचं बोलणं पूर्ण होईपर्यंत श्रीधरने मध्ये काहीही व्यत्यय आणला नाही, टीका केली नाही, प्रश्न विचारले नाहीत. शेवटी ती म्हणाली,

"श्रीधर, तुमच्या हकीकतीला इतके पुरावे मिळाले आहेत की आता त्यावर शंका घेण्याचा प्रश्नच येत नाही. आता विचार येतो- अशा या धोक्याच्या जागेत राहायचं तरी कशासाठी? बाबांना सांगून जागाच बदलायला लावते– मग सारे प्रश्न आपोआपच मिटतील, नाही का?"

“आणि बाबांना काय सांगणार आहेस?”

“हेच. ही वास्तू चांगली नाही. इथे अनेक ट्रॅजिडी झाल्या आहेत. इथे राहणाराला धोका असतो–”

“आणि त्यांना दाखवण्यासारखा, त्यांची खात्री पटण्याइतका एक तरी पुरावा तुझ्याजवळ आहे का?”

“हे घराचं बदलतं रूप– ते कपाटातले फोटो– तुमची हकीकत–”

“अरुणा, जरा विचार कर. त्यांचा अजिबात विश्वास बसणार नाही. ते मला भामटा, लुच्चा समजतील. तुलाच भ्रमिष्ट समजतील. हे पाहा, त्यांनी आगाऊ लीजचे पैसे, कमिशन इत्यादी मिळून लाखाची तरी रक्कम भरलेली असणार– हो की नाही?”

“हो.”

“नवीन व्यवसाय सुरू करण्याच्या खटपटीत ते गुंतले आहेत– तुला असं वाटतं, तुझ्या काही तर्कासाठी, काही कल्पनांसाठी, काही समजांसाठी ते या लाख रुपयांवर पाणी सोडतील? हातातलं काम सोडून पुन्हा नव्याने जागा शोधण्याच्या खटाटोपात पडतील? मुळीच नाही! अर्थात तू त्यांना एखादा जरी कॉंक्रीट पुरावा दाखवू शकली असतीस तर गोष्ट वेगळी होती– तुला वाटतं ते तुझं ऐकतील?”

अरुणाला श्रीधरचं सांगणं मान्य करावंच लागलं.

“मग आता करायचं तरी काय?” तिने विचारलं.

“आपण काय करू शकणार आहोत? आपण जास्तीत जास्त काळजी घ्यायची, जास्तीत जास्त सावधगिरीने वागायचं– आता आणखी एक सूचना करतो– तुझा माझ्यावर विश्वास असेल तर तसं कर–”

“विश्वास असेल म्हणजे?”

“ऐक. रात्री स्वयंपाकघरातून बाहेर अंगणात उघडणारं दार– त्याचा बोल्ट, कडीकोयंडा जे काय असेल ते सरकवून ठेवत जा– दोन कारणं आहेत– एक तुला खरोखरच घाईगर्दीने, धावतपळत घराबाहेर पडायची वेळ आली तर कडी-कोयंडा, बोल्ट शोधण्यात, ते उघडण्यात-सरकवण्यात पाचसात सेकंद जायला नकोत– कारण कधी कधी एक एक सेकंदसुद्धा मृत्यूस आमंत्रण ठरतो– आणि दुसरं– समजा, घटकाभर समजा, काही कारणासाठी मलाच त्या घरात

प्रवेश करायची वेळ आली तर एक वाट उघडी असायला हवी– म्हणून म्हणालो, माझ्यावर विश्वास असला तर तू ते दार रात्रीचं उघडून ठेव– पण अर्थात माझ्यावर विश्वास असला तरच ते कर– एखाद्या परक्या, नवीनच ओळख झालेल्या माणसाच्या शब्दांवर विश्वास ठेवून घराचं दार रात्री उघडून ठेवायचं– पहा तुझं तू!"

"श्रीधर, प्रत्येक वेळी तुम्ही मला चकित करता आहात– माहीत आहे का? ठीक आहे– ते दार उघडून ठेवते– आणि आता जायला हवं– रोज रोज रात्रीचे परत यायला आठ वाजायला लागले की घरच्यांना नाही नाही त्या शंका यायला लागतील–"

"ठीक आहे. आणि टेक केअर." बोलता बोलता श्रीधरने तिच्या हातावर हात ठेवला. आधी त्याच्या स्पर्शाने ती दचकली. तिने हात मागे घेण्यासाठी जरासा हलवलाही– पण मग ती हसली आणि तिने हात तसाच राहू दिला. तिकडे बंगल्यात आयुष्याला एक काळी कड असली तर इथे श्रीधरच्या सहवासात आयुष्याला एक सोनेरी कड येत होती. ती उठली, पर्स खांद्याला लावून टेबलाला वळसा घालून आली आणि एका हाताने त्याचा निरोप घेऊन बाहेर पडली.

२१.

बंगल्याच्या फाटकातून आत शिरताना तिच्या मनात किती वेगवेगळ्या विचारांची गर्दी होती! आणि भावनांचंही असं विलक्षण मिश्रण होतं– त्या वास्तूबद्दल एक कुतूहल होतं, ऐकलेल्या, पाहिलेल्या, अनुभवलेल्या गोष्टींनी मनात जराशी भीती होती आणि आताच्या श्रीधरच्या हस्तस्पर्शाने मनात एक नवीच गोड हुरहूर जन्माला आली होती–

पण आत जाणाऱ्या वाटेवर दोन्ही बाजूंनी झाडांचा काळोख आला आणि त्या खाली मनही झाकोळून गेलं. वाटेतलं वळण घेऊन ती बंगल्याच्या मुख्य दरवाजासमोर आली. गोलाकार पायऱ्या वरच्या व्हरांड्याकडे जात होत्या. व्हरांड्यातला दिवा लागलेला होता.

अरुणा तशीच थबकून उभी राहिली.

जे होण्याची ती वाट पाहत होती ते झालं होतं.

बंगल्यातला बदल पुरा झाला होता. नवेपणाची लाट पार खालच्या मजल्यापर्यंत येऊन पोहोचली होती. व्हरांडा, खांब, दारं, खिडक्या, सर्व काही अगदी आता

आता, एवढ्यात रंगवल्यासारखं चकचकत होतं. क्षणभर खरोखरच तिची पावलं अडखळली. पायऱ्या चढायला नेटच लावावा लागला.

दिवाणखान्याचं मोठं दार बंद होतं– पण आतले सर्व दिवे लावलेले असल्यासारखा झगमगीत प्रकाश खिडक्यांच्या तावदानातून दिसत होता. दार उघडून ती आत आली. सोफ्यावर बाबा बसले होते. स्वयंपाकघराच्या दाराशीच मावशी उभ्या होत्या. मुळात त्यांचा वर्ण काळाच होता, शरीर बेडौल होतं आणि आताचा लख्ख प्रकाश तर त्यांच्यातली अनेक वैगुण्यं उघड करीत होता. कमरेवर हात ठेवून त्या अरुणाकडे पाहत होत्या. चेहऱ्यावर भाव कोणता होता? काळजीचा? समाधानाचा?

"म्हटलं येते आहेस की नाही वेळेवर–" त्या म्हणाल्या. त्यांचा आवाज नेहमीपेक्षा जास्त कठीण, बोचरा वाटत होता.

"मावशी!" ती खोट्या नवलाने म्हणाली, "एव्हाना तुम्हाला माहीत व्हायला हवं– रोज संध्याकाळची मी बाहेर जाते– काही काही नवीन मित्रही मिळाले आहेत–"

"मित्र?" मावशी एकदम म्हणाल्या. "उगाच भलत्यासलत्याच्या नादी लागू नकोस बरं का! आपण इथे नवीन– नवं माणूस अशांना अगदी ताबडतोब ओळखायला येतं– की लगेच गोडीगुलाबीने वागायला लागतात– मागनं शिकार करायला तयारच लांडगे!"

अरुणाने फोन उचलताच मावशी म्हणाल्या,

"आता आणखी कुणाला फोन करते आहेस?"

"मावशी!" अरुणा खऱ्या आश्चर्याने म्हणाली. "आज तर तुम्ही अगदी जेलरचाच आव आणला आहेत! अहो, त्या मैत्रिणीला फोन करून कळवते की मी सुखरूप घरी पोहोचले आहे– तुम्ही काही एकट्याच नाही आहात माझी काळजी करणाऱ्या!"

अरुणाने श्रीधरचा नंबर फिरवला. हॉटेलवरून तो जर सरळ घरीच गेला असेल तर फोनवर येईल. श्रीधरच फोनवर आला.

"हॅलो?"

"मी अरुणा."

"काय गं?"

"मी घरी पोहोचले सांगायला फोन केला–"

"हं. सांग. कशासाठी फोन केलात?" त्याने बरोबर ओळखलं होतं की फोन करण्यासाठी ते कारण खासच नव्हतं. आता थोडक्यात पण स्पष्ट बोलण्याखेरीज पर्याय नव्हता.

"चेंज पार खालपर्यंत पोहोचला आहे." ती जरा खालच्या आवाजात बोलली. "अगदी व्हरांड्यापर्यंत!"

"अपेक्षेपेक्षा जरा लवकरच झालं नाही? ठीक आहे. मी आज रात्री तिथे हजर असणारच आहे– तेवढं दाराचं नीट लक्षात ठेव."

"हो. गुड नाईट तर!"

"गुड नाईट. सगळं ध्यानात ठेव. अं?"

त्याने फोन खाली ठेवला. तिनेही फोन सावकाश खाली ठेवला.

"चला आत जेवायला!" मावशी म्हणाल्या. बाबा अरुणाकडे पाहत होते. यांच्यापुढे आपलं काय चालणार असा दोन्ही हात पसरून त्यांनी अभिनय केला आणि ते कोचावरून उठले.

आई स्वयंपाकघरातच होती. ते तिघं टेबलाभोवती बसले. मावशी त्यांच्याबरोबर जेवत नसत– जेवताना त्यांना हवं नको करून मग सावकाश त्या आपलं जेवण करीत.

अरुणा ताटासमोर बसली खरी; पण घशाखाली एक घास तरी उतरेल का याची तिला शंकाच होती. श्रीधरने काढलेले तर्क बरोबर असतील तर घटनांनी गेल्या दोन दिवसांत खूपच वेग घेतला होता. आणि गोष्टी आता क्लायमॅक्सच्या दिशेने जात होत्या. आश्चर्याची गोष्ट ही होती की, आईबाबांना काहीही वेगळं जाणवत नाहीसं दिसत होतं. त्या दोघांच्या रोजच्या गप्पागोष्टी चालल्या होत्या. अर्थात श्रीधर भेटला नसता, तिला त्याने त्या वास्तूचा गुप्त (आणि धोक्याचा) इतिहास सांगितला नसता तर तीही अशीच बेसावध राहिली नसती का? आईबाबांना कशाला दोष द्यायचा?

पण मावशी? तिने आजवर मावशींच्याकडे इतक्या बारकाईने कधीही लक्ष दिल्याचं तिला आठवत नव्हतं. ती लहान असल्यापासून मावशी त्यांच्याकडे होत्या. तेव्हा तर नाहीच; पण मोठी झाल्यानंतरसुद्धा तिने आईजवळ मावशींची काही चौकशी केली नव्हती. त्या आपल्या लांबच्या-जवळच्या नातेवाईक आहेत का? त्या आपल्याकडे राहायला केव्हा आल्या? का आल्या? त्यांना इतर कोणी

नातेवाईक नव्हते का? घरात त्यांचं नक्की स्थान काय होतं? गडी-चाकर का कुटुंबातली व्यक्ती? त्यांना धरून काही पगार मिळत होता का? किती? पगार मिळत नसला तर मग त्या आपल्या वैयक्तिक गरजा कशा भागवत होत्या? तिला आता उमगलं, आपण त्यांना गृहीत धरूनच चाललो आहोत. माणूस म्हटलं की त्याच्या आशा-अपेक्षा आल्या, आवडीनिवडी आल्या, गुण-दोष आले– शेवटी मावशी म्हणजे काही यांत्रिक रोबो नव्हत्या– हाडामांसाची व्यक्तीच होत्या– त्यांनाही मान-अपमान, राग-द्वेष, आनंद-दुःख, सर्व काही विकार असणारच– पण या क्षणापर्यंत तिने याची कधी जाण ठेवली होती का?

या विचारामागचं कारण न समजण्याइतकी ती साधीभोळी खास नव्हती. मावशीना तिच्या मनात एक खास स्थान आलं होतं. तिची खात्री पटली होती की घरात होत चाललेल्या बदलाची मावशींना जाण आहे. एवढंच नाही– त्यांच्यावरही त्या बदलाचा परिणाम होतो आहे– त्या स्वतः बदलत आहेत. इतके दिवस त्यांच्याकडे दुर्लक्ष झालं होतं, कारण त्या पिछाडीस, पार्श्वभूमीवरच राहत असत– आता एकाएकी त्या स्वतःला ॲसर्ट करीत आहेत, त्यांची दखल घेतल्यावाचून इतरांची काही गत्यंतरच नाही–

ट्यूबलाइटच्या प्रकाशात त्यांचा वर्ण आणखीन काळ्या रंगावर गेल्यासारखा वाटत होता. वाढताना, फ्रीजमधून जिन्नस काढताना त्या मधूनमधून जरा स्तब्ध उभ्या होत्या– अरुणाला तर कोणकोणत्या बुद्धस्तुपावर कोरलेल्या याक्षिणींचीच आठवण झाली– क्षणभर अशी वेडी कल्पना मनात येऊन गेली की या मावशीही त्यांच्यासारख्याच कठीण काळ्या फत्तरातच कोरलेल्या आहेत–

विचारातला अतिरेकीपणा समजत होता; पण त्यामागचं कारणही समजत होतं. शेवटी बाह्य देखाव्याचं प्रतिबिंब मनात उमटतं तसंच मनातल्या विचारांचं प्रतिबिंबही बाह्य देखाव्यावर उमटतं हेच खरं.

"अरू! नुसती बसली आहेस– एक घास तरी खाल्लास का?" आईच्या अचानक आलेल्या प्रश्नाने अरुणा जरा दचकलीच.

"तसं नाही ग– मघाशी मैत्रिणीबरोबर बाहेर काही काही खाणं झालं आहे– त्याने भूकच नाही बघ फारशी–"

मन तर वेड्यासारखं सैरभैर धावतच होतं. जरा एवढ्याशाही आवाजाने दचकायला होत होतं. नसा कशा ताठ झाल्या होत्या. मनात असाही वेडपट

विचार येऊन गेला– हे या घरातलं आपलं सर्वांचं शेवटचंच जेवण तर नाही ना? आसपासचा एवढा आश्चर्यकारक बदल आईबाबांच्या लक्षात कसा येत नाही? स्वयंपाकघरातली प्रत्येक वस्तू लखलखत होती. भिंतीचे रंग उजळले होते. सर्व स्टेनलेस स्टीलची भांडी लखलखत होती. फ्रीज आताच पॅकिंगमधून काढल्यासारखा कोरा वाटत होता. ताटाळयाच्या, फळीला अडकवलेल्या डाव-चमचे-उलथण्यांच्या वक्रपृष्ठावर परावर्तित प्रकाशाच्या ठिणग्या तडतडत होत्या. तिच्याशिवाय इतर कुणाला हे जाणवतच नाही का? का हा बदल तिच्यातच झाला आहे? तीच बदलली आहे, बाह्यसृष्टीला अशी विलक्षण सेन्सेटिव्ह झाली आहे?

धक्का देणारा विचार मनात आला. ते श्रीधर म्हणत होते, घरातच एखादा हस्तक असला पाहिजे. तीच तर हस्तक नसेल? सर्व उत्पात तिच्यामुळेच होणार असेल आणि त्याची जर तिच्या प्रत्येक क्षणाला जाणीव असेल तर त्याच्यासारखी व्याजोक्ती दुसरी कोणती असेल?

पण तिला ते पटेना. स्वतःसकट इतर सर्वांचा नाश करणं ही तर हाराकिरीच होती. अशा अतिरेकी अवस्थेपर्यंत पोहोचलेली व्यक्ती एक प्रकारच्या धुंदीत असणार– आपण जसं एवढ्या तेवढ्याला दचकत आहोत तशी खासच नसणार– मनाची अवस्था बेभानीची नव्हती, विलक्षण उत्तेजित नव्हती– नाही, ती सूत्रधार नव्हती– पण धोक्याची जाणीव असल्यामुळे ताणाखाली होती– आसपास हिंस्र श्वापदाचा वावर ससा-हरीण अशांना जाणवला की त्यांची अवस्था होते तशी तिची अवस्था झाली होती– इतर वन्यप्राण्यांसारखी कदाचित मानवातही धोका ओळखण्याची ही क्षमता असेल– पण वर्षावर्षांच्या सवयीने मानव तिकडे दुर्लक्ष करायला शिकत होता– तिची जाणीव जरा तीक्ष्ण झाली होती इतकंच– पण याचा योग्य तो अर्थ लावला पाहिजे– श्रीधरनी दिलेली सूचना न विसरता अमलात आणली पाहिजे–

पण मावशींचा वावर स्वयंपाकघरातच बराच वेळ असणार होता. त्या तिघांची जेवणं होत आली की मग आपलं ताट वाढून घेतील. जेवण झाल्यावर मग मागची आवराआवर करतील आणि मग झोपायला जातील. त्याही खालच्याच मजल्यावरच्या समोरच्या खोलीत. दाराचा कडीकोयंडा काढून ठेवण्याचं, बोल्ट सरकवून ठेवण्याचं तिला कसं जमणार? एवढासा खुट्ट आवाज झाला आणि मावशी जाग्या होऊन पाहायला आल्या तर? सगळ्या योजनेवरच पाणी पडायचं–

मग तिला आदल्या रात्रीची आठवण आली. रात्रीत केव्हातरी मावशी तिसऱ्या मजल्यावर गेल्या होत्या. बंगल्यात राहायला आल्या दिवसापासूनही जात असतील– पण तिला आदल्या रात्री ते समजलं होतं. कदाचित आज रात्रीही जातील– त्या वेळी तिला दार उघडायची संधी मिळेल. (मावशी वर कशासाठी जात असाव्यात हा विचार तिने अगदी कटाक्षाने दूर सारला होता– तो विचार मनाला भलतीकडेच नेणारा होता.)

ताट दूर सारून ती टेबलापासून उठली, हाततोंड धुऊन बाहेरच्या हॉलमध्ये आली. गारठा वाढला होता. पोटात गार पाण्याचे दोन घोट गेल्याने आणखीच जाणवत होता. सर्व खिडक्या बंद होत्या.

टेलिव्हिजनसमोरच्या कोचावर बसून तिने टीव्ही सुरू केला. समोर कोणती तरी मालिका दिसत होती. आणखी एक सोप ऑपेरा. तेच ते गैरसमज. भांडणं, ताटातुटी, मान-अपमान, सूड– आधी तिला या कृत्रिम रचनांत रस नव्हता आणि आज तर तिचं समोर अजिबात लक्ष नव्हतं. तिचं लक्ष होतं घड्याळाकडे. सव्वानऊ वाजले होते. श्रीधर म्हणाले होते– मी आज रात्री येतो– आले असतील का? आपली परिस्थिती बाहेर कुणाला तरी माहीत आहे, आपल्यावर काही आपत्ती आली तर मदतीला कोणीतरी आहे ही केवळ कल्पनाच मनाला केवढा धीर देत होती!

शेवटी कंटाळून तिने टीव्ही बंद केला. ती वर तिच्या खोलीत आली आणि आपल्या मागे तिने दार लावून कडी सरकवली– आजवर कधीही न केलेली गोष्ट. तिने साडी बदलली; पण रात्रीचा गाऊन घालण्याआधी एक गडद निळ्या रंगाची जीन आणि वर तसलाच गडद रंगाचा जाडसर कापडाचा ब्लाऊज पेहेनला आणि त्यांच्यावरून रात्रीचा गाऊन घेतला. मनातल्या सर्व शंका दूर करून तिनं श्रीधरच्या शब्दांवर संपूर्ण विश्वास ठेवायचं ठरवलं होतं. रात्रीत खरोखरच काही अघटित घडलं तर मग खूप धावपळ होणार होती– त्यासाठी तिला तयार असणं भाग होतं. एखाद्या थरारक सिनेमासारखंच हे होतं– पण त्या थरारक सिनेमातल्या नटी त्यांच्या मूर्खपणाने नायकांना अडचणीत आणतात; तसला मूर्खपणा तिला करायचा नव्हता–

समजा, सुदैवाने रात्री काही झालंच नाही– तर मग तिला उद्या कपडे बदलता येतील. या कानाचं त्या कानाला कळणार नाही.

मग तिने दाराचा बोल्ट सरकवून ठेवला, दिवा मालवला आणि ती कॉटवर पडून राहिली. झोपेचा प्रश्नच नव्हता. तिने फक्त सर्व अंग अगदी सैल सोडून दिलं– आपण शरीराच्या सर्व नसा किती आखडून घेतल्या होत्या याची तिला त्याक्षणी कल्पना आली– तोंडून आपोआपच आरामाचा एक दीर्घ सुस्कारा निघाला.

शेवटी मन फसवं असतं हेच खरं. मध्येच केव्हातरी तिला झोप लागली असली पाहिजे– जाग आली ती दचकूनच आली– प्रसंगाची आठवण क्षणातच आली. ती कॉटवर ताडदिशी उठून बसली. रात्र किती उलटली होती? फार उशीर नाही ना झाला? खिडकीपाशी जाऊन तिने बाहेरून येणाऱ्या अंधुक प्रकाशात मनगटावरच्या घड्याळात पाहिलं. सव्वाअकरा म्हणजे फारसा वेळ गेला नव्हता.

कॉटखालचे कॅनव्हासचे बूट तिने पुढे ओढले. बूट आणि मोजे चढवले आणि दार अगदी आवाज न करता उघडून तिने बाहेर नजर टाकली. खाली जाणाऱ्या जिन्याच्या चौकोनातला एक मध्यम दिवा जळत होता. आता वेळ दवडण्यात अर्थ नव्हता. खाली जाऊन आधी ते दाराचं काम उरकून टाकायला हवं होतं. कोणी भेटलं तर वाटेल ती सबब सांगता येईल.

चालताना पावलांचा अजिबात आवाज होत नव्हता.

ती जिन्यावरून खाली गेली. खालचा मजलाही शांत होता. मावशींच्या खोलीचं दार बंद होतं. त्या आत होत्या का नाही तिला माहीत नव्हतं. ती तशीच स्वयंपाकघरात गेली आणि आधी तिने अंगणात उघडणाऱ्या दाराचा बोल्ट सरकवला, कडी लावून ठेवली आणि मगच तिच्या जिवात जीव आला.

स्वयंपाकघराच्या दारातच उभी राहून ती हॉलवरून नजर फिरवत होती. खरोखरच एखाद्याने अंधाऱ्या खोलीत दोन्ही हात पुढे करून सावकाश सावकाश पावलं टाकावीत असंच हे होतं– हाताला काय लागेल, पाय कशात अडखळेल (किंवा अंधारातच वरून अंगावर काय पडेल) कशाचीच कल्पना नसते– तिची नजर हॉलवरून फिरत होती खरी; पण पुन्हा पुन्हा मावशींच्या खोलीच्याच दाराकडे येत होती. तिला एकदा वाटलं हा संभ्रमाचा ताण आता असह्य होणार आहे. असंच जावं, त्यांच्या खोलीचं दार उघडावं–

आत मावशी असल्या तर छानच! काहीही सांगता येईल–

पण आत मावशी नसल्या तर–

पण त्याचक्षणी तिचे विचार गोठले.

आधी वाटत होतं डोळ्यांची फसगत होत आहे; पण ती फसगत नव्हती. मावशींच्या खोलीचं दार सावकाश सावकाश उघडत होतं. आधी चिंचोळी काळी चीर होती, ती रुंदावत गेली, मग दार सताड उघडलं.

किती तरी वेळ दार तसंच उघडं राहिलं.

किती वेळ गेला? अर्धा मिनीट? दोन मिनिटं? पाच मिनिटं?

तिला वाटलं आता आपण ओरडणार आहोत– "मावशी!"

दारातून मावशी बाहेर आल्या. मावशीच असल्या पाहिजेत. दुसरं कोण असणार? त्यांनी डोक्यावरून एखादी गडद शाल पांघरून घेतली असली पाहिजे. अरुणा दोन पावलं मागे सरली– तिने ओठ दातांखाली घट्ट दाबून धरले होते. श्वास आत रोखून धरला होता.

मावशी दाराबाहेरच उभ्या होत्या. तसे अवयव स्पष्ट दिसत नव्हते– पण इकडे तिकडे पाहत असल्यासारख्या वाटत होत्या–

मग त्या वळल्या आणि जिन्याच्या दिशेने निघाल्या–

अरुणा त्यांच्या मागोमाग जाणार होती–

पण मागच्या बाजूने एकदम कोणाचा तरी हात तिच्या तोंडावर आला– हात तोंडावर घट्ट नसता तर ती किंचाळलीच असती– तिला वाटलं आता आपण बेशुद्धच पडणार आहोत–

मग कानाशी अगदी हलका आवाज आला–

"श्! श्! घाबरू नकोस! मी श्रीधर आहे! श्रीधर!"

प्रतिक्रिया आली ती इतकी तीव्र होती की तिच्या हातापायातलं अवसानच पार गळून गेलं. श्रीधरचाच दुसरा हात तिच्याभोवती आला नसता तर ती तशीच्या तशीच कोलमडून खाली कोसळली असती. आता ती तशीच मागे त्याला टेकून त्याच्या आधाराने उभी राहिली. श्वास मोठमोठ्याने येत होता. डोळे घट्ट मिटलेले होते. हे विकारांचे चढउतार तिच्या सहनशक्तीचा अंत पाहणार होते.

"कुठे चालली होतीस?" श्रीधरने हलकेच विचारलं.

"मावशी– मावशी–" ती कशीतरी पुटपुटली.

"हो. मी पाहिलं; पण तू कुठे चालली होतीस? त्यांच्या मागे मागे?"

"हो–"

"सावध राहा– सावध राहा– कितीदा तरी सांगितलं होतं ना?"

"हो."

"सगळं विसरलीस का?"

"पण– पण–"

"पण नाही. मी नऊ वाजल्यापासून मागच्या भिंतीबाहेर आहे. भिंतीवरून पाहत होतो. अर्ध्या तासापूर्वी तुझे आई आणि वडील, दोघंही तिसऱ्या मजल्यावर गेले आहेत–"

"आई-बाबा? दोघंही? तिसऱ्या मजल्यावर?"

"हो."

"आता? रात्रीच्या वेळी? कशाला?"

"मला कसं सांगता येणार? मग तसाच भिंतीवरून खाली आलो आणि दाराबाहेर येऊन उभा होतो. दोनतीनदा दाराला धक्का देऊन पाहिला– पण दार बंद! काय करावं काही सुचेनाच! मनाशी म्हटलं, आता जर का ही अरुणा दार उघडायला विसरली– किंवा तिला संधी मिळाली नाही– तर तर फार बाका प्रसंग येणार आहे– पण तेवढ्यात आतून काही सरकवल्याचा अगदी बारीक आवाज आला– जरा वेळाने दार अगदी अलगद उघडून मी स्वयंपाकघरात आलो– दारापाशी तू उभी असलेली दिसत होतीस–"

"मग मला आल्याची कल्पना तरी द्यायचीस!"

"मुद्दाम दिली नाही– एकही शब्द किंवा एकही हालचाल नको होती– मुख्य म्हणजे मी आत हजर होतो– तू बाहेर काय पाहत होतीस याचं नवल वाटलं म्हणून आवाज न करता तुझ्यामागे येऊन उभा होतो–"

"श्रीधर! त्या मावशी–"

"हो. मलाही दिसल्या."

"त्या– त्या– आता वर गेल्या–"

"हो– वर जातील– तिसऱ्या मजल्यावर जातील–"

"तिथे आईबाबा आहेत!"

"हो. आहेत."

"मग चल ना! आपण जाऊ या– वर–"

"तिसऱ्या मजल्यावर?"

"हो."

"कशाला?"

"पाहू या तरी काय करताहेत! त्यांना धोक्याची सूचना तरी देता येईल–"

"काय सूचना देशील?"

"असं काय करता? सांगेन– इथे धोका आहे–"

"त्यांचा तुझ्या शब्दांवर विश्वास बसेल? त्यांनी काही पुरावा मागितला तर काय पुरावा देशील?"

"श्रीधर! तुम्ही मुद्दाम मला रोखता आहात!"

तिने पुढे पाय टाकायचा प्रयत्न केला– पण तिला समजलं की त्याच्या हाताच्या विळख्यात ती कोणतीही हालचाल करू शकत नव्हती. ती काही बोलणार तोच त्याचा दुसरा हात तिच्या तोंडावर आला. खाली वाकून तो तिच्या कानात म्हणाला,

"मी तुला रोखतो आहे– तू काही अविचार करू नयेस म्हणून! जरा विचार कर! वर काय आहे याची तुला काडीइतकी तरी कल्पना आहे का? नुसती आरडाओरडा करून धावत धावत वर जाण्याने काय साध्य होणार आहे?"

"पण आईबाबा–"

"हो– त्यांना काहीतरी धोका आहे– पण तू काय मदत करू शकणार आहेस? जळत्या घरात कोणी सापडलं तर मदतीसाठी अविचाराने त्या अग्निकांडात उडी घ्यायची? स्वतःचाही प्राण गमवायचा?"

"मग मी काय करू? नुसती अशीच लांब लांब राहू?"

"समजा, बोटीवरून चालली आहेस– आणि जवळचं कोणीतरी समुद्रात पडलं– तू मागोमाग उडी घेशील? अथांग सागरात? मदतीची कोणतीही क्षमता अंगी नसताना? अरुणा, काही काही ट्रॅजिडी नुसत्या पाहाव्या लागतात– जेव्हा तुमच्यापाशी मदतीचं काहीही साधन नसतं तेव्हा नुसतं निष्क्रिय निरीक्षक होण्याखेरीज अन्य मार्गच नसतो–"

अरुणा काहीतरी बोलणार होती; पण तिचे शब्द ओठांवरच थिजले.

तिसऱ्या मजल्यावरून काही काही आवाज आले.

एक ओरडण्याचा होता, एक किंचाळण्याचा होता, एक मोठ्याने हसल्याचा होता, एक नुसता हंबरल्यासारखा होता–

आणि मग सर्व शांतता झाली.

तिला बाहेर अंगणात जाणाऱ्या दाराकडे ओढत श्रीधर म्हणाला,

"अरुणा, चल– या घरात आता थांबायला नको– चल–"

"पण श्रीधर! आईबाबांना काय झालंय ते तरी पाहायला नको का?"

"नाही– ते पाहायची आताची वेळ नाही– मला माहीत आहे तू मला निष्ठुर म्हणशील– उलट्या काळजाचा म्हणशील– पण ही वास्तू या क्षणी अतिशय धोक्याची झाली आहे– चल–"

मनावर इतके आघात झाले होते की अरुणा स्वतः काही निर्णय घेण्याच्या मनःस्थितीत नव्हतीच– श्रीधरबरोबर ती घराच्या दाराबाहेर पडली. श्रीधरने मागे दार लावून टाकलं, बाहेरून बोल्ट सरकवला. तिचा हात धरून तिला, भिंतीकडे ओढत घाई करीत तो म्हणाला,

"चल! चल! उचल पाऊल! चल!"

आता जे व्हायचं ते होऊन चुकलं आहे– तिचे आई-वडील गेले आहेत, कोणीही राहिलं नाही– आता यांना कशाची घाई? तिच्या मनात विचार येत होता– पण ती बोलली काहीच नाही.

गुलमोहराच्या झाडामागे भिंत होती आणि भिंतीला एक दोरात लाकडी पायऱ्या अडकवलेली दोराची शिडी लोंबकळत होती. अरुणाला पुढे ढकलत श्रीधर म्हणाला, "जा– जा– शिडीवरून चढून वर जा– वर भिंत चांगली रुंद आहे– तिथे बस– मी येतोच– जा!"

एक एक पायरी करीत ती कशीतरी वर पोहोचून भिंतीवर बसली– तिच्यामागोमाग श्रीधरही शिडीवरून वर आला. त्याने शिडी वर ओढली. भिंतीच्या बाहेरच्या भागावरून खाली सोडली.

आणि मग त्यांना ते दिसलं.

बंगल्यातल्या सर्व खोल्यांतले सर्व दिवे एकदम शिलगावले गेले. वरपासून खालपर्यंत सर्व खोल्यांच्या दारं-खिडक्यांची उघडझाप उघडझाप झाली– आणि मग सर्व दिवे मालवले गेले.

आवाज गेला, प्रकाश गेला–

सर्व बंगल्यात अंधारी शांतता भरून राहिली होती.

२२.

"श्रीधर–" अरुणा हलकेच म्हणाली. रात्रीच्या अंधाऱ्या प्रकाशात त्याच्या चेहऱ्याचा फक्त लांबट पांढरा ठिपका दिसत होता. त्याची मान हललेली तेवढी तिला दिसली. समोरचा बंगला आता अंधारून गेला होता; पण तासापूर्वी ती, तिचे आई-वडील त्याच बंगल्यात वावरले होते– आता? काहीतरी करावं, काहीतरी धडपड करावी असं क्षणाक्षणाला वाटत होतं– पण काय? ती या शहरात परकी, आताची अशी ही आडरात्रीची वेळ, तिच्यापाशी काहीही साधन नाही– ती काय करणार?

जरा पुढे वाकून श्रीधर हलक्या आवाजात म्हणाला, "अरुणा, आता तिकडे जाण्यात काहीही अर्थ नाही– धोका मात्र आहे. आपण उद्या पहाटेस तिथे जाऊ या– काय झालं आहे ते पाहू या–"

"पण आईबाबा! त्यांना आता कदाचित मदतीची जरुरी असेल– कदाचित त्या पाचदहा मिनिटांच्या उशिरामुळे त्यांना वाचवण्याची संधी हातून जाईल–"

एक उसासा सोडून श्रीधर म्हणाला, "ठीक आहे. आता जर मी तुझी खात्री पटवली नाही तर तुझा माझ्यावर साऱ्या जन्मात कधीही विश्वास बसणार नाही. माझ्या प्रत्येक कृतीची, माझ्या प्रत्येक शब्दाची तुला शंका येईल– ठीक आहे– चल– पाहू या–"

त्याने भिंतीबाहेर सोडलेली शिडी परत वर उचलली. भिंतीच्या आत सोडली आणि खाली उतरता उतरता तो म्हणाला, "ये माझ्या मागून." जीन आणि कॅनव्हास शू घालण्यात केवढा शहाणपणा केला याची तिला आता खरी कल्पना आली. साडीत किंवा नाइट गाऊनमध्ये या हालचाली अशक्यच झाल्या असत्या.

शिडीच्या पायथ्याशीच श्रीधर उभा होता. शेवटी शेवटी तिला त्याचा हात धरूनच खाली उतरावं लागलं. ते दोघं जेव्हा बंगल्याकडे निघाले तेव्हा त्यांच्या पावलांचा अजिबात आवाज होत नव्हता. दारापाशी पोहोचताच श्रीधरने अलगद दार उघडलं. त्याच्यामागून अरुणा आत येताच त्याने दार लोटून ठेवलं.

"बटण दाबू नकोस." तो हलकेच म्हणाला. "माझ्या खिशात पॉकेट टॉर्च आहे–"

प्रकाश आला; पण त्याने टॉर्चच्या काचेवर रुमाल टाकला असावा. प्रकाश जेमतेम पाऊल टाकण्याइतपतच होता.

"स्वयंपाकघरात मेणबत्त्या आहेत?" त्याने विचारलं.

"हो." तिला सुरुवातीचे दिवस आठवले.

त्या अंधुकसर प्रकाशात ते दोघं स्वयंपाकघरात आले. अरुणा ओट्यापाशी गेली. खालचे एकदोन खाने उघडताच मेणबत्ती दिसली. गॅसच्या मागे काडेपेटी होती. मेणबत्ती हातात घेऊन श्रीधरने ती काडीवर शिलगावली.

"आधी खालच्या सगळ्या खोल्या पाहू–" श्रीधर म्हणाला.

पण तळमजल्यावरच्या सर्व खोल्या रिकाम्या होत्या. मावशींच्या खोलीत जाताना अरुणाचं पाऊल अडखळलं. अंगावर काटाही आला; पण तीही खोली रिकामी होती. कॉटवर नुसतीच उशी होती. पायालगतची शाल मावशीनी शेवटी अंगावरून पांघरून घेतली होती.

ते दोघं जिना चढून वर आले. वरच्या मजल्यावरच्याही सर्व खोल्या रिकाम्या होत्या. आई-बाबांच्या रिकाम्या खोलीत येताच अरुणाला एकदम हुंदकाच आला. तासाभरापूर्वी ते दोघं इथे सुखात झोपले होते– आता– आता?

"चल." श्रीधर म्हणाला. तो तिसऱ्या मजल्याकडे जाणाऱ्या जिन्याकडे निघाला होता. मूकपणे ती त्याच्यामागोमाग निघाली. काही बोलली नाही. आता बोलण्यासारखं काही राहिलंच नव्हतं.

जिन्याचा चौकोन, जिना आणि वरचा भाग अंधारात होता.

काल रात्री इथेच उभी राहून ती वर पाहत होती. तेव्हा तिला कल्पना नव्हती की याच प्रकाराची चोवीस तासांत अशी भयानक पुनरावृत्ती होणार आहे.

मेणबत्ती पुढे धरून श्रीधर वर निघाला आणि त्याच्या मागोमाग अरुणा. पावलं आपोआपच अगदी अलगद, आवाज न करता पडत होती. ते दारापाशी पोहोचले. दार बंद होते. श्रीधरचा हात दाराकडे गेला. क्षणभर अरुणाला वाटलं, त्याला सांगावं, "नको!" कुणास ठाऊक आत काय दिसेल ते! पण अर्थात ती काहीच बोलली नाही.

दाराला जरासा जोर लावताच दार अलगद आत गेलं. श्रीधरने मेणबत्ती घेतलेला हात दारातून पुढे केला आणि त्या प्रकाशात सर्व खोलीवरून नजर फिरवली. खरं तर दार उघडताच त्याचीही नाडी दौड करायला लागली होती– पण निदान अरुणाला धीर येण्यासाठी तरी त्याला वरकरणी तरी बिनधास्तपणाचा आव आणावाच लागला.

"काय आहे? काही आहे का?" अरुणाने मागून हलकेच विचारलं.

"काही नाही." तो त्याच खालच्या आवाजात म्हणाला आणि त्याने खोलीत पाय टाकला. दोन पावलं आत आल्यावर त्याने मेणबत्ती वर धरून चारी दिशांना फिरवली.

खोली खरोखरच रिकामी होती.

खोलीत काही म्हणजे काही नव्हतं.

या क्षणी मनाला जरा स्वस्थ करणारी; पण प्रश्नाचं एक विलक्षण मोहोळ उठवणारी गोष्ट. खोली रिकामी होती.

मग अरुणाचे आई-वडील, त्या मावशी–

ते सर्व कुठे गेले?

पण आता त्यांच्यापाशी या प्रश्नाचं उत्तर नव्हतं. आणि त्या प्रश्नाचं उत्तर शोधण्याची ही वेळही नव्हती. वेळ आहे आणि संधी आहे तोवर येथून काढता पाय घेणं हेच सर्वांत श्रेयस्कर.

"पाहिलंस ना?" श्रीधर म्हणाला, "चल आता."

"पण– पण– श्रीधर–"

"हां! हां! ही वेळ शंकांची नाही– आधी चल–"

तो एकटा असता तर कदाचित त्याने या खोलीची अगदी बारकाईने तपासणी केली असती– पण अरुणा बरोबर होती. तिचा खांदा धरून त्याने तिला बळंबळं, अलगद खोलीबाहेर ढकललं आणि तोही स्वतः बाहेर आला. मागे त्याने दार लोटून घेतलं, गेले तसेच दोघंही खाली आले, स्वयंपाकघरातून बाहेर पडले– ते अंगणात उघडणारं दारही त्याने नुसतंच लोटून घेतलं.

ते दोघं त्याच्या ब्लॉकवर पोहोचले तेव्हा पहाटेचे दोन वाजले होते. श्रीधरने कडक कॉफी बनवली, अरुणाला आग्रह करून करून एक कप घ्यायला लावली.

"हे बघ– पहाटेपर्यंत तू या खोलीत विश्रांती घे– झोप म्हणणार नाही– कारण आता झोप शक्यच नाही– मग पहाटे पाहू या काय करण्यासारखं आहे ते– जा–"

अरुणा आतल्या खोलीत आली. ती त्याची बेडरूम होती. आपल्यामागे दार लोटून घेऊन क्षणभर ती दाराला पाठ लावून उभी राहिली. आयुष्याला एका क्षणात एवढा मोठा झोका बसला होता की तिचा तोलच गेला होता. सारं जग

उलटंपालटं होणं म्हणजे काय याचा ती प्रत्यक्षातच अनुभव घेत होती. हे श्रीधर नसते तर– तिची अवस्था काय झाली असती? कदाचित आपली अवस्था जाणण्याच्या अवस्थेतही ती राहिली नसती– जसे तिचे आई-बाबा...

तिने स्वतःला आवरलं. आता छाती पिटून घेण्यात काय अर्थ होता? आणि त्याचा उपयोगही काय होता? ज्यांच्या संसारावर, आयुष्यावर अनपेक्षित आघात होतात अशा दुर्दैवी लोकांपैकी ती एक होती– मागचा क्षण परत आणता येत नाही. भूतकाळातल्या घटना उलटवता येत नाहीत. आयुष्यात जे दान पडेल ते स्वीकारायलाच हवं. शेवटी मानवाचा ताबा फारच थोड्या घटकांवर असतो. खऱ्या अर्थाने मानव पराधीनच असतो–

खोलीत बारीक दिवा जळत होता. त्याच्या प्रकाशात ती कॉटपर्यंत आली. पायातले बूट उतरवून ठेवून ती कॉटवर आडवी झाली.

मध्यानरात्री आपण एका परक्या पुरुषाच्या ब्लॉकमध्ये आलो आहोत ही गोष्ट मनाला शिवलीसुद्धा नाही. आदल्या रात्रीपासून ती विलक्षण तणावाखाली होती. आज सकाळपासून तर तो तणाव कमी होण्याऐवजी वाढत गेला होता– परिणती व्हायची ती होऊन गेली होती– आता मनाला एक प्रकारचा बधिरपणा आला होता–

आपत्ती आली होती ती एखाद्या पूर, धरणीकंप यांच्यासारखी आली होती– अशा वेळी एखादी संपूर्ण परकी व्यक्ती मदतीसाठी पुढे येते– तसेच हे श्रीधर आले होते–

दारावर जेव्हा जोराचा आवाज आला तेव्हा तिला जाग आली.

क्षणभर तिला कशाचा संदर्भच लागेना.

आसपासची खोली अपरिचित होती.

मग आठवलं. त्या श्रीधरची खोली.

आदल्या रात्रीचे ते उत्पाती प्रसंग.

पण अविश्वसनीय गोष्ट– काही वेळ का होईना, तिला झोप लागली होती! शेवटी तासातासांच्या असह्य तणावाखाली शरीराची सहनशक्तीच संपली होती–

"जागी आहेस का?" श्रीधरचा आवाज आला.

"हो."

श्रीधर खोलीत आला. त्याच्या हातात चहाचा कप होता. खोलीतल्या खुर्चीवर बसत त्याने चहाचा कप पुढे केला.

"सहा वाजताहेत." तो म्हणाला, "अजून बाहेर अंधारच आहे. चहा घे. तुझी आवराआवर कर. मग आपण जाऊ."

कुठे ते विचारायचीच आवश्यकता नव्हती. चहाचा कप हातात घेता घेता अरुणा म्हणाली, "श्रीधर, मला माझी अगदी शरम वाटते! मी चक्क झोपले होते!"

"त्यात शरमण्यासारखं काय आहे?" श्रीधर म्हणाला. "स्वतःला का दोष लावून घेतेस? त्यात तुझा काही अपराध होता का? ती घटना तू टाळू शकली असतीस का? अर्थात त्या गोष्टी विसरून जायच्या नाहीत– विसरण्यासारख्या नाहीतच– पण पुढे काय करायचं याचा काहीतरी प्लॅन करायला हवा ना? तू चहा घे– मग आपण जाऊ या–"

ते बंगल्याच्या मोठ्या फाटकापाशी आले तेव्हा जेमतेम उजाडलं होतं. फाटकाचा आतला बोल्ट नुसता सरकवलेला होता. स्कूटर आत आली आणि अंगणातल्या दारासमोर थांबली. दार उघडून श्रीधर आणि त्याच्या मागोमाग अरुणा आत आली. घरभर काळोख होता, शांतता होती, एक उदासी भरून राहिली होती. ते दोघं दिवाणखान्यात आले.

"एकदा सगळीकडे पाहून यायचं का?" श्रीधरने विचारलं.

तळमजल्याच्या सर्व, पहिल्या मजल्यावरच्या सर्व आणि तिसरा मजला– सर्व खोल्यांतून ते जाऊन आले. अर्थात काल रात्रीच्या परिस्थितीत काहीही बदल झालेला नव्हता. त्याच त्या मूक, शांत रिकाम्या खोल्या–

शेवटी ते दोघं पुन्हा एकदा खालच्या हॉलमध्ये येऊन पोहोचले होते. सोफ्याकडे बोट करीत श्रीधर म्हणाला,

"अरुणा, जरा बस."

ती सोफ्यावर बसली; पण तो तिच्यासमोर येरझारा घालत होता. मग तो बोलायला लागला.

"अरुणा, आता मी तुला बरंच काही सांगणार आहे. सांगताना त्यात एक क्रम असणार आहे– असं वाटेल की सर्व प्रसंग एका साच्यात बसलेले आहेत–

पण हे सारं मागाहून झालं आहे. मनात हे विचार आले तेव्हा अत्यंत विस्कळीत होते. जिगसॉच्या कोड्यासारखे विखुरलेले होते. एक एक तुकडा जोडला गेला तेव्हा जाणवायला लागलं की त्यांच्यात एक तर्कसंगती आहे. एक साचा आहे. वर्षानुवर्षे चालत आलेलं ते एक हत्याकांड आहे. निरपराधी, निष्पाप जिवांचा बळी देण्याचं ते एक क्रूर कारस्थान आहे. यशवंतराव-विनीता-सुनील यांचे बळी गेले– पण तेव्हा मी हजर नव्हतो आणि आधी मला असा काही घातकी प्रकार झाला असेल अशी शंकाही आली नाही–

"पण आता माझ्या डोळ्यांसमोर तुझे आईवडील आणि त्या मावशी यांचे बळी गेले आहेत– आता माझ्या मनात कोणतीही शंका राहिलेली नाही. का, कसं आणि केव्हा या तीनही प्रश्नांची उत्तरं मला मिळाली आहेत.

"इथला हा दुष्टतेचा, क्रौर्याचा, पापी वारसा फार फार मागे, शेकडो वर्षांपर्यंत मागे जातो. त्या आधीही ते असणारच; पण त्याचा पुरावा नाही. पण गेल्या दोन-सव्वादोनशे वर्षांचा पुरावा तर समोर आहेच. ही अत्यंत अमंगळ, अशुभ, वस्तीस अत्यंत अयोग्य अशी वास्तू आहे; पण तरीही तिथे सतत वसती आहेच. माझ्या मनात शंका नाही की नृशंस, उन्मार्गी, तथाकथित वाममार्गी यातूधानाचीच ही वास्तू वसतीसाठी निवडली असली पाहिजे. काळ्या पृष्ठावर आणखी काजळीचा थर चढावा तशी मुळातली अभद्र वास्तू अशांच्या वास्तव्याने आणि अर्थात अधर्माचरणाने आणखीन कलुषित झालेली असणार– पण त्या पिढ्या गेल्या– माझ्या माहितीप्रमाणे या वास्तूतील वाडे, किल्ले, मठ अनेक वेळा आगीच्या भक्ष्यस्थानी पडलेले आहेत– आपल्याला जशी आता येथल्या तामसी आणि सैतानी कृत्यांची जाणीव झाली तशीच पूर्वासुरीपैकी कोणाकोणाला झाली असेल– आणि त्या प्रवृत्तीच्या पारिपत्यासाठी त्यांनी येथल्या रचना जाळून भस्मसात केल्या असतील– पण–

"एक मोठा पण आहे. हे केवळ वरवरचे धुमारे तोडले जात होते. त्या विषवृक्षाचं मूळ फार फार खोल गेलं आहे. या सर्व परिसरावर आता त्याची सत्ता आहे. इथे कोणतीही रचना उभी राहिली की त्यातील कणाकणाचा ताबा घेतला जातो. जणू काही ते त्या दुष्टशक्तीचं बाह्य आवरण, कवच, शरीरच बनून जातं–

"या कविकल्पना नाहीत, अरुणा. आपल्या शरीराच्या एखाद्या भागास इजा झाली की आपल्याला जाणीव होते तशीच गोष्ट इथे आहे. वरची वास्तू जीर्णशीर्ण

झाली, धुरकटली, काळवंडली की 'आत' कोठेतरी जाणीव होते– आणि जागृती येते. आणि दीर्घनिद्रेतून जागृतावस्थेत आलेले प्राणी जसे भुकेने वखवखलेले असतात तसंच इथेही आहे–

"आणि त्याच्यासाठी भक्ष्य आणलं जातं किंवा कदाचित तीही एक सततची भूक असेल– आणि पूर्वी कधी कधी इथे झालेल्या हत्यांचा बोभाटा झाला असेल आणि संतप्त जमावाने वास्तू बेचिराख केली असेल. तेव्हा आता भक्ष्य खूप काळजीने निवडलं जातं. ज्यांना इथे कोणी ओळखत नाही, ज्यांचे इथे लागेबांधे नाहीत, नातेवाईक नाहीत, ज्यांच्या असण्या-नसण्याबद्दल इथे सर्व बेफिकीर आहेत असे निवडले जातात.

"जसे अमेरिकेहून आलेले यशवंतराव किंवा जसे परगावाहून आलेले तुझे वडील. अगदी अपवादात्मक योगायोगाने विनीता ही माझी बहीण निघाली आणि मी त्यांच्या इथल्या अल्पावधीच्या वास्तव्याला साक्षीदार झालो. तरीही काळजी घेतली पाहिजे–

"हा कोणीतरी दलाल आहे, मध्यस्थ आहे– यशवंतरावांना कोणत्या नावाने कुठे भेटला माहीत नाही– नंतर तो गायब झालेला असणार. तुझे वडील त्याला 'दास' या नावाने ओळखत होते– पण मी त्या पत्त्यावर तपास केला– ती एक तात्पुरती घेतलेली जागा होती– बंगल्याचा व्यवहार पुरा झाल्यावर तो 'दास' गायब झाला–"

"पण हे सारं कशासाठी?" अरुणाने नवलाने विचारलं.

"पैसे! पैशांसाठी!"

"पैसे? त्यांना कोण देणार पैसे?"

"द्यायला कशाला हवेत? यशवंतराव-विनीता-सुनील हे गेले– पण मागे राहिलेलं त्यांचं सारं सामान कुठे आहे? दागिने होते, पैसे होते, उत्तमोत्तम कपडे होते, मनोरंजनाच्या वस्तू होत्या, घड्याळं, इतरही– ते कुठे आहे? आता 'दास' म्हणून वावरणारा आणि पूर्वी दुसऱ्या एखाद्या नावाने वावरणारा, त्यानेच हडप केलेलं असणार, हो की नाही? अरुणा, त्यांची किंमत सहज दीडदोन लाखांपर्यंत असेल– मला माहीत आहे, कारण मी यशवंतरावांना सामान मांडण्यात प्रत्यक्षच मदत केली होती– पण याचा अर्थ तुझ्या लक्षात येतो का? जरा विचार कर!"

काही वेळ गप्प बसून मग अरुणाने नुसती मान हलवली.

"याचा अर्थ इथलं हत्याकांड झाल्यावर तो दास या बंगल्याला भेट देत असला पाहिजे! इथली सर्व मालमत्ता हडप करायला– आणि जखमेवर मीठ चोळण्यासाठीच की काय, त्या व्यक्तींचे फोटो खालच्या त्या कपाटात ठेवून द्यायला!"

"पण श्रीधर! तुम्ही किती उत्तेजित झाला आहात?"

"तुझ्या लक्षात येत नाही का? तो दास परत या बंगल्यात येणार आहे! तेवढी एकच संधी आपल्याला मिळणार आहे!"

"संधी? कशाची संधी?" अरुणाने श्रीधरकडे पाहून विचारलं– पण त्याचा चेहरा पाहताच तिचे शब्द जवळजवळ ओठांवर गोठलेच. त्याचा चेहरा फत्तरासारखा कठीण झाला होता.

"हे उद्योग कोण करतं ते कळेल तरी! आणि एकदा त्यांची गाठ पडली की त्यांच्याकडून आणखीही माहिती काढता येईल–" आणि मग त्याचा चेहरा एकदम निवळला. "ठीक आहे. त्या पुढच्या गोष्टी आहेत."

"पण श्रीधर! आईबाबांचं नाहीसं होणं–"

"यस? पुढे काय?"

"त्यांचा काही शोध नको का घ्यायला?"

"कुठे शोध घेशील? कसा घेशील?"

"पण पोलीस–"

"पोलीस? हां! तुला खरंच वाटतं पोलिसांच्या मदतीने शोध लागायला काही मदत होईल?" आणि मग एक हात वर करून, "अरुणा, सत्य स्वीकार. ते अतिशय दुःखद आहे; पण त्याला पर्याय नाही. तुला खरंच असं वाटतं का तुझ्या आईबाबांचा शोध लागेल?"

अरुणाचा चेहराच पुरेसा बोलका होता. अतिशय खिन्नपणे तिने मान हलवली. नाही.

"अरुणा, त्यांचा शोध लागणार नाही– पण त्यांचा असा घात करणाराला जर काही शिक्षा करता आली तर मनाला अंशतः तरी समाधान मिळेल. तुझे आईवडील गेले आहेत, माझीही बहीण आणि भाचा असाच गेला आहे– ठीक आहे– आपल्याला जास्तीत जास्त दोन दिवसच मिळणार आहेत–"

तिच्या प्रश्नार्थक चेहऱ्याकडे पाहत तो म्हणाला, "अरुणा, इथे हे हत्याकांड झालं की तो दास– किंवा जो कोणी असेल तो, त्याला काही ना काही मार्गाने

त्याची जाणीव होत असणार- खबर लागत असणार- की लागलीच इथल्या सामानाची लूट करण्यासाठी तो इथे हजर होत असणार- तेव्हा आता एक कर- या घरात पैसेअडके, दागिने, जे जे किमती असेल ते बरोबर घेऊन बाहेर पड-"

"बाहेर पडू? कुठे?"

"ते पाहू- एखादं चांगलं बोर्डिंग पाहूया- नाहीतर माझ्या ब्लॉकवर राहिलीस तरी चालेल- जा- सामान वेगळं काढायला लाग- सुटकेस कुठे आहेत?"

अरुणाने बाथरूमच्या वरच्या माळ्याकडे बोट केलं. श्रीधरने एका खुर्चीवर चढून वरच्या तीन मोठमोठ्या सुटकेस काढल्या. दिवाणखान्यातल्या कोचावर हळूहळू जिनसा जमायला लागल्या. कष्टाने आणि हौसेने घेतलेल्या किमती वस्तू. अरुणाच्या डोळ्याचं पाणी थांबत नव्हतं. तीनही बॅगा भरून वर सामान उरलंच होतं. ते श्रीधरने बाजूला ठेवलं. बॅगा बंद करता करता तो म्हणाला,

"मग काय ठरवलं आहेस तू? लॉजवर जातेस?"

"नको. तुमच्या ब्लॉकवरच जाऊ या. एकटीला वेळ जाता जायचा नाही. आणि तुमच्याकडून काही ना काही समजत जाईल-"

तिच्याकडे जरा नवलाने पाहत श्रीधर म्हणाला,

"माझ्यावर तुझा भलताच विश्वास दिसतोय!"

"आता मी अगदी एकटी एकटी आहे- आता कोणाकडे वळू मी?" अरुणाचा आवाज गहिवरून आला होता.

"सॉरी. चल."

२३.

ते दोघंही अशा काही परिस्थितीत सापडले होते की आता तरी त्यांना लोकापवादाची चिंता नव्हती. इतरांना कोणाला काय वाटेल याचा विचारच करण्याची त्यांची मनःस्थिती नव्हती. ही परिस्थिती अपवादात्मक होती- या वेळी तिने त्याच्याबरोबर असणं योग्य होतं आणि त्याप्रमाणे ती त्याच्याकडे राहिली.

श्रीधरने टॅक्सीतून तिला ब्लॉकवर आणून सोडलं.

"रात्रभर जागरण झालं आहे. शिवाय ताणाखाली होतीस. आता खुशाल झोप." श्रीधर म्हणाला, "दाराला लॅच आहे. माझ्यापाशी किल्ली आहे. अगदी निवांत झोप."

रिक्षा करून तो परत बंगल्यावर आला. इथे तो दास किंवा दास या नावाखाली वावरणारा माणूस येणार ही त्याची खात्री होती. आणि तो भेटण्याची ती एकच संधी मिळणार होती, हीही गोष्ट खरी होती. एव्हानाच त्याने पत्ता बदलला होता, नावही बदललं असेल. एकदा हातातून सुटला की पुन्हा कधीच सापडणार नाही. त्याच्याकडून आवश्यक ती माहिती काढण्यासाठी योग्य आणि सर्व ते उपाय वापरायला हवेत. विनीता- यशवंतराव-सुनील आणि अरुणाचे आई-वडील-मावशी ही दोन कुटुंबं तर त्याच्यासमोरच मृत्यूच्या भक्ष्यस्थानी पडली होती. ही तीन वर्षांची सायकल दिसत होती. बंगल्याचा नवेपणा साधारण तीन वर्षे टिकत होता– आणि तो नवेपणा जाणं, बंगला जरासा जीर्ण दिसणं हीच आतल्या 'त्या' ची जागृत झाल्याची खूण असावी. की लागलीच हा दास (नावाने दास आणि प्रत्यक्षातही 'त्या'चा दासच!) जेथे असेल तेथून हजर होत होता– आणि एजंट-दलाल-मध्यस्थ असं ऑफीस थाटून नवीन सावजाची सोय करत होता– अशा आणखी किती जणांना त्याने मृत्यूच्या खाईत लोटलं होतं कोणास ठाऊक! लोकांच्या जिवांवर चरणारा हा तर कसाईच होता! त्याला स्वतःला दया-माया-करुणा यांचा गंधही नव्हता– लहान अश्राप मुलं, जीवनाच्या अखेरीस पोहोचलेले निष्पाप लोक, यौवनाच्या उंबरठ्यावरचे तरुण-तरुणी– त्या दासने कोणाचाही अपवाद केला नव्हता– दर वेळी हे विचार मनात आले की श्रीधरच्या रक्ताला जणू उकळी फुटल्यासारखं व्हायचं– मोठ्या प्रयासाने त्याला आपलं मन ताळ्यावर आणावं लागे–

आपल्यामागे मोठ्या फाटकाला आतून कडी घालून तो मधल्या अंगणात आला. नुकताच सूर्य वर आला होता. बंगल्याचा वरचा भाग त्या सकाळच्या उन्हात उजळून निघाला होता. ज्याला त्या शापित वास्तूचा इतिहास माहीत नव्हता त्याला ते चित्र अत्यंत आकर्षक आणि देखणं वाटलं असतं– स्वतःशीच मान हलवत तो व्हरांड्याच्या पायऱ्या चढून मोठ्या दारातून आत आला. आपल्यामागे दार लोटून घेऊन तो तिथल्या सोफ्यावर बसला.

पुढच्या सर्व कृती विचार करून केल्या पाहिजेत. त्याचा अंदाज खरा असला तर दोन किंवा तीन दिवसांत तो 'दास' बंगल्यावर हजर होईल. आतापर्यंतच्या अनुभवावरून तो वागणार– त्याची खात्री असणार की बंगल्यात कोणीही जिवंत नसणार– तरीही तो सावधपणे येणार. प्रत्येक वेळी अपवाद असू शकतात असं

गृहीत धरूनच तो येणार– त्याचा हिशेब चुकला आणि बंगल्यात खरोखरच कोणी भेटलं तर तो काहीतरी सबब सांगून वेळ मारून नेणार– कारण त्याच्यामार्फत हा व्यवहार झालेला होता–

बंगल्यात कोणी नाही अशी खात्री झाली की मग त्याची लूटमार अगदी पद्धतशीरपणे सुरू होणार–

दुसरीही एक खात्री होती. हा दास दिवसाचाच येणार, कारण बंगल्यात खरोखरच काय आहे याची त्याला पूर्ण कल्पना होती, तो रात्रीचा अंधार पडल्यानंतर मुळीच येणार नाही–

तेव्हा पुढचे दोन किंवा तीन किंवा आवश्यक तेवढे दिवस श्रीधरला सकाळपासून संध्याकाळपर्यंत बंगल्यात हजर असायला हवं. दुपारच्या जेवणाची काहीतरी सामग्री बरोबर आणून इथेच मुक्काम टाकायला हवा.

त्याची नजर हॉलमधल्या सामानावरून फिरत होती. अरुणाने मागे ठेवलेल्या अनेक वस्तू खालच्या फरशीवर, सोफ्यावर, टीपॉयवर पडल्या होत्या. पुरात-वादळात-धरणीकंपात लोक जशा अगदी आवश्यक तेवढ्याच गोष्टी बरोबर घेऊन घरंदारं सोडतात तसाच हा प्रकार होता. ही एक अमानवी आपत्तीच होती– आणि जाताना आपल्याबरोबर ती अरुणाच्या आई-बाबांना घेऊन गेली होती–

श्रीधरला एका जागी बसवेना.

तो उठला. नाहीतरी तो तिसरा मजला एकदा अगदी बारकाईने पाहण्याचं राहूनच गेलं होतं. हॉलच्या दाराला आतून कडी घालून, स्वयंपाकघराचं त्यांनी वापरलेलं दार आतून बंद करून मग तो तिसऱ्या मजल्यावर आला.

सकाळच्या उन्हात उजळून निघालेली खोली.

प्रशस्त. हवेशीर. देखणी.

पण हे बाह्यरूप किती फसवं होतं!

आणि खोलीत येणाऱ्याची नजर शेवटी त्या रहस्यमय बंद दाराकडे वळणारच– आता श्रीधरही जवळ जाऊन ते दार नीट पाहत होता. दार सहज चार बाय आठचं होतं. मधल्या दोन्ही पाळांवर क्लिष्ट कोरीवकाम होतं. कदाचित त्या कोरलेल्या पानात, फुलात, फळात, कोठेतरी त्या दारासाठी एखादी कळ असेलही– जी दाबताच दारं उघडतील किंवा दोन्ही अंगांना सरकतील–

पण आता त्याला तो प्रयोग नको होता.

त्याच्या मनात फक्त त्या दासचाच विचार होता. तो आला की– आणि तो येणार यात शंका नव्हती– त्याला कुठे ट्रॅप करायचा याचा श्रीधर विचार करीत होता.

त्या दासचं रंग-रूप-शरीर श्रीधरला माहीत नव्हतं; पण एक गोष्ट नक्की– सतत अशी नीच कर्मं करणारा नेहमी सावध असणार– आपल्या वागणुकीचा कोणालाही संशय आला तरी काय परिणाम होतील याची त्याला पूर्ण कल्पना होती. जी कुटुंबं त्याने यमसदनात पाठवली होती त्यांची निवड करताना त्याने खूप काळजी घेतली होती– पण शेवटी योगायोग, अपघात, अपवाद हे होतातच–

तो समाजाचा शत्रू होता आणि व्यत्यासही खरा होता. त्याचं स्वरूप ओळखणारा प्रत्येक त्याचा शत्रूच होणार होता–

तो सतत सावध असणार असंच समजून चालायला हवं.

श्रीधर खालच्या हॉलमध्ये सोफ्यावर बसला होता.

सर्व काही त्याला एकट्यालाच करावं लागणार होतं. पोलिसांचा विचारसुद्धा वर्ज्य होता. एक तर त्याच्या एका शब्दावरही त्यांचा विश्वास बसणार नाही– आणि समजा, एखादा बुद्धिमान कल्पक अधिकारी भेटलाच, तरी त्यांचे मार्ग कायदेशीर असणार– नाही. पोलीस वर्ज्य.

त्याचा असा जवळचा कोणी मित्रही नव्हता– जो त्याच्याबरोबर या शोधात आणि कार्यक्रमात भाग घेईल.

नाही. तो एकटा होता. सर्व काही त्यालाच करावं लागणार होतं.

आणि जी एकमेव संधी येणार होती तिचाच संपूर्ण फायदा उठवायला हवा होता– पुन्हा ती संधी येणार नव्हती.

तसा तो स्वभावाने काही धाडसी, साहसी, हिकमती नव्हता; पण खांद्यावर ओझं आलं की पेलावंच लागतं. समोर साप आला की हातात काठी घ्यावीच लागते. त्या समस्येवर सतत विचार केला की आपोआपच गोष्टी सुचत जातील. शेवटी मानवी बुद्धीला काहीतरी वारसा होताच ना?

त्या सकाळच्या भेटीत त्याने सर्व बंगल्यातली आवराआवर केली. सर्व खोल्यांतून हिंडताना त्याची नजर हेही शोधत होती– एखादी लपण्यासारखी जागा, हत्यार म्हणून वापरता येण्यासारखी एखादी वस्तू–

तो ब्लॉकवर परत आला तेव्हा अकरा वाजत आले होते.

अरुणा बाहेरच्या खोलीत बसली होती. स्नान वगैरे करून कपडे बदललेले दिसत होते. ती काही विचारणार होती; पण एक हात वर करून त्याने तिला जरा थांबायची खूण केली, ऑफीसला फोन लावला.

"काही दिवस मला यायला जमणार नाही." तो फोनवर बोलला.

दुसऱ्या बाजूने जे कोणी बोलत होतं त्याचे शब्द श्रीधरला आवडलेले दिसले नाहीत. त्याचा चेहरा जरासा त्रासिक आणि रागीट झाला. जरा कठीण आवाजात तो म्हणाला,

"ते नसतील तर त्यांच्यासाठी निरोप लिहून ठेवा. हेच शब्द. श्रीधर पानसे यांचा निरोप आहे की ते काही दिवस कामावर येऊ शकणार नाहीत. किती दिवस गैरहजर राहतील ते सांगता येत नाही. ते प्रत्यक्ष हजर होतील तेव्हा आपल्याशी बोलतील. हा निरोप ठेवा."

पुन्हा काहीतरी बोलणं झालं.

"तुमचं काम निरोप ठेवण्याचं आहे– तेवढं करा!" श्रीधरचा आवाज चढला होता. जरा रागानेच त्याने फोन खाली ठेवला. मग तो अरुणाकडे वळला.

"तू मोठ्या विलक्षण परिस्थितीत आहेस, नाही का?" तो म्हणाला. "एकदम अशी उघड्यावर पडलीस– आणि मी संपूर्ण परका. तुमचे खरोखरच कुणी नातेवाईक नाहीत?"

"निदान माझ्या माहितीत तरी कुणी नाहीत?"

"मी आत्ताच तिथून आलो. सर्व बंगला रिकामा आहे. खालपासून वरपर्यंत. कुणाचीही खूण नाही."

"मला जराशी आशा होती–" तिचे खांदे आणखीच खचले.

"मला कल्पना आहे. सॉरी. ठीक आहे. आता पुढचा विचार करायला हवा. एखाद्या चांगल्या लॉजवर राहा म्हणून मी तुला सुचवलं होतं– पण माझ्या सूचनेचा राग येणार नसेल तर एक सूचना करतो– पुढचे काही दिवस तरी तू इथेच राहा– पुढच्या काही दिवसांतच काहीतरी घडण्याची मला आशा आहे–"

"आता काय घडणार आहे?" तिचा आवाज निराश होता

"अरुणा, तुझी अशी का कल्पना आहे की या सर्व घटना-शृंखलेचा शेवट झाला? मुळीच नाही! या घटना काही आपोआप, नैसर्गिक कारणांनी घडलेल्या

नाहीत. त्यांच्यामागे एक छुपा हात आहे. तो आपल्याला आता उघड करायचा आहे.

"व्हायचं ते होऊन गेलंच आहे– अगदी त्याला एक्स्पोझ केला, तर गेलेल्या व्यक्ती काय परत येणार आहेत का?" तिचा आवाज व्याकूळ होता. डोळ्यांना परत पाणी आलं होतं.

"काही काही वेळा स्वतःच्या पलीकडचा विचार करावा लागतो अरुणा. हे हत्याकांड कित्येक दशके, कदाचित कित्येक शतके चालत आलेलं आहे– सर्व मानवजातीविरुद्धचाच तो एक अक्षम्य अपराध आहे– मानव म्हणून आपलं कर्तव्य आहे की शक्य झालं तर त्या चक्राला खीळ घातली पाहिजे– हे हत्याकांड थांबवलं पाहिजे–"

"एक माणूस! एक माणूस काय करू शकणार आहे?"

"काहीही नाही, कदाचित; पण अरुणा, अपयशात दोष नाही, शरमही नाही– निष्क्रियतेत मात्र शरम आहे– शक्यता असूनही काही प्रयत्न केला नाही तर तो साऱ्या मानवजातीचाच विश्वासघात होईल–"

ती काहीतरी बोलणार होती; पण एकदम मोठा श्वास घेऊन तिने आपल्या तोंडावर हात ठेवला. तिचे डोळे मोठे झाले होते.

"काय? बोल ना! गप्प का बसलीस?"

तिने नुसतीच मान हलवली.

"खरंच बोल! मनात काही ठेवू नकोस!"

स्वतःच्या हाताकडे खाली पाहत अरुणा म्हणाली,

"अगदी ओठांवर शब्द आले होते– परस्पर पांडित्याच्या या गोष्टी तुम्हाला बोलायला सोप्या जातात– पण श्रीधर, मला माफ करा! मी विसरलेच होते की तुमचीही बहीण, भाचा, मेहुणा यांनाही या भयानक रहस्यचक्रात आपले प्राण गमवावे लागले आहेत– सॉरी!"

दोघांच्या संवादातला तो जरासा ताणाचा क्षण होता. श्रीधर उठला. "मी आता स्नान वगैरे करून घेतो आणि मग जेवणाचा डबा घेऊन येतो. चहा करण्याइतपतच साहित्य इथे आहे. रात्रीचाही डबा सांगून ठेवतो. आणि जेवण उरकलं की मी परत बंगल्यावर जाणार आहे. तो एकदम संध्याकाळ झाल्यावरच परत येईन. काही दिवस तरी तुझं तुलाच मनोरंजन करून घ्यावं लागणार आहे."

२४.

तिसऱ्या दिवशी सकाळी श्रीधर तिसऱ्या मजल्यावरच्या खिडकीतून खाली पाहत असताना त्याला मोठ्या गेटपाशी काहीतरी हालचाल दिसली.

कदाचित ज्यासाठी तो थांबला होता ती वेळ आली असेल.

घाईघाईने तो खाली गेला. हॉलमधल्या मोठ्या दाराचा बोल्ट सरकवून ठेवला आणि तिथल्या जवळच्या एका खिडकीला लावलेल्या मोठ्या पडद्यामागे तो उभा राहिला. खिडकीच्या काचेतून त्याला गेटकडून आलेली वाट दिसत होती. त्याला जाणवत होतं आपल्या छातीत धडधड होत आहे. तोंडाला जराशी कोरड पडली आहे.

आणि वळणावरून कोण येत आहे हे दिसताच त्याला धक्काच बसला. त्याने याची खासच अपेक्षा केली नव्हती.

वळणावरून दोघं येत होती.

एक वयस्क पुरुष आणि एक वयस्क स्त्री.

आणि किती अनपेक्षित वेशभूषा!

त्या गृहस्थांच्या मस्तकाला एक जुन्या धाटणीचा फेटा होता, अंगात गुडघ्यापर्यंत पोहोचणारा काळा कोट होता, खांद्यावरून तिरकं घेतलेलं उपरणं होतं, खाली दोन काचे मारलेलं धोतर होतं, पायात चढाव होते. त्या स्त्रीच्या अंगावर जुन्या पद्धतीचं वीतभर काठाचं टोपपदरी लुगडं होतं, केसांची रचना जुनी होती, कपाळावर चांगला रुपयाएवढा लाल कुंकवाचा टिळा होता. एखाद्या जुन्या नाटकात शोभावीत अशीच दोन पात्रं!

क्षणभर त्याला शंका आली की या दोन व्यक्ती कोणी वेगळ्याच असाव्यात; आपण ज्यांची वाट पाहत आहोत ते हे नसावेतच– पण तो विचार त्याने तत्क्षणीच मनातून काढून टाकला. या क्षणी तो कुणालाही संशयाचा फायदा देण्याच्या मनःस्थितीत नव्हता. त्याची चूक झाली आणि त्याचा परिणाम कुणा निरपराध्याला भोगावा लागला तर ते त्याचं दुर्दैव!

ती जोडी वळून खालच्या अंगणात आली. तिथेच उभे राहून दोघं बंगल्याकडे पाहत होते. काही सेकंद ते तसेच उभे राहिले आणि मग ते गृहस्थ म्हणाले, "चला."

ते व्हरांड्याच्या पायऱ्या चढायला लागताच श्रीधरने मान वळवून आत घेतली आणि हातातला दोन इंच व्यासाचा चांगला चार फुटी लांब सागवानी रूळ घट्ट

धरला. वर शोधता शोधता त्याला तो सापडला होता. आणि त्याने तो उचलून खाली आणला होता.

मोठं दार ढकललं गेलं; पण ती जोडी लागलीच आत आली नाही. कदाचित आतला अंदाज घेत असतील.

मग ते आत आले.

पडद्याच्या फटीतून श्रीधर त्यांच्याकडे पाहत होता.

ते दोघं हॉलमध्ये आले. त्यांनी आपल्यामागे दार बंद केलं. मग ते आणखी पुढे पाचसहा पावलं आले– श्रीधरच्या बरोबर समोर.

एका हाताने श्रीधरने पडदा दूर केला. त्याची सळसळ झाली.

त्या आवाजाने सावध होऊन त्या गृहस्थाने मान वळवली.

श्रीधरला पडद्यामागून बाहेर येताना पाहून त्यांच्या तोंडाचा 'आ'च झाला. हे त्यांना सर्वस्वी अनपेक्षित होतं.

श्रीधरच्या हातातला दंडुका वर गेला आणि सपाट्याने खाली आला.

त्या गृहस्थांच्या डोक्यावरचा फेटा पाहताच श्रीधरच्या मनात दोन विचार आले होते– एक म्हणजे डोक्याला संरक्षण आहे, साध्या फटक्याने काम होणार नाही. दुसरा. टोला कितीही जोराचा हाणला तरी त्यांच्या प्राणावर बेतण्याची शक्यता नाही.

डोक्याच्या मध्यावर दंडुक्याचा टोला बसला.

"अब्!" आवाज करून ते गृहस्थ जागच्या जागी कोसळले.

त्यांच्याकडे लक्ष न देता श्रीधर पुढे झाला.

त्या बाई चकित होऊन नुसत्या पाहतच उभ्या होत्या.

"या." म्हणत श्रीधरने त्यांना हाताला धरून ओढत ओढत आत स्वयंपाकघरात नेलं. त्यांचा प्रतिकार झाला; पण तो अतिशय क्षीण होता. डायनिंग टेबलावर दोऱ्यांची वेटोळी ठेवली होती. त्यांच्यातली एक दोरी घेऊन श्रीधरने त्या बाईला डायनिंग चेअरला घट्ट बांधून ठेवलं.

मग तो बाहेर आला.

ते गृहस्थ तसेच अस्ताव्यस्त पडले होते.

त्यांच्या दोन्ही काखांत दोन हात घालून श्रीधरने त्यांना ओढत ओढत स्वयंपाकघरात नेलं, उचलून कसंतरी खुर्चीवर बसवलं आणि त्यांनाही दोरीने खुर्चीला जाम बांधून टाकलं.

त्यांची मान खाली वेडीवाकडी वळली होती.

श्रीधरने रॅकमधला ग्लास घेतला. नळाच्या गार पाण्याने अर्धा भरला आणि पुढे येऊन ग्लासमधलं पाणी त्या गृहस्थांच्या चेहऱ्यावर सपदिशी फेकलं.

त्यांचे डोळे सावकाश उघडले. मग मान सरळ झाली.

काय झालं आहे याचं त्यांना काही क्षण आकलन झालं नसावं- मग सर्व प्रकार त्यांच्या ध्यानात आला. मान एकदम ताठ झाली आणि ते ओरडले,

"ही काय बदमाशी आहे?"

श्रीधर त्यांच्यासमोरच्या खुर्चीत बसला.

"मला तुमचं नाव माहीत नाही. त्याच्याशी मला कर्तव्यही नाही. मी तुम्हाला काही प्रश्न विचारणार आहे- त्याची सरळ सरळ उत्तरं द्या."

"एकाही प्रश्नाचं उत्तर देणार नाही!" ते ओरडले. "आधी मला मोकळं कर- नाहीतर- नाहीतर-"

त्याच्या शब्दाकडे अजिबात लक्ष न देता श्रीधर म्हणाला,

"गेल्या महिन्यात दास या नावाने व्यवहार करून जयस्वाल नावाच्या गृहस्थांना तुम्ही हा बंगला भाड्याने दिलात की नाही?"

त्या प्रश्नाबरोबर खोलीत एकदम शांतता झाली.

"दुसरा प्रश्न आहे- तीन वर्षांपूर्वी अमेरिकेहून आलेल्या सुलाखे यांनाही तुम्हीच हा बंगला भाड्याने दिलात की नाही?"

ते गृहस्थ काही वेळ श्रीधरकडे पाहत गप्प बसले- मग स्वतःशीच मान हलवत ते जराशा खिन्न आवाजात म्हणाले, "आजकाल साधा व्यवसाय, धंदा करणं म्हणजेसुद्धा पाप, गुन्हा झालाय की काय? हो- मी त्या दोन्ही कुटुंबांना हा बंगला भाड्याने दिला- कारण तो माझा व्यवसाय आहे- आणि या लोकांना जागेची निकड होती म्हणून दिला- यात काय मोठा गुन्हा केला?"

"म्हणजे तुम्ही या प्रॉपर्टीचे मालक नाही?"

त्यांच्या चेहऱ्यावर एक जरा चमत्कारिक हास्य आलं.

"छे! छे! मालक वेगळेच आहेत! मी नुसता एजंट हो!"

"या जयस्वालांना जागा दिल्याबरोबर तुम्ही व्यवसाय बंद केलेला दिसतो!"

"छे! असं कसं म्हणता?"

"जयस्वालांना जो पत्ता दिला होतात त्या पत्त्यावर मी गेलो होतो- तिथं तुमचं नाव नाही, पाटी नाही, ऑफीसची जागा खाली केलेली आहे- म्हणून म्हणतो- व्यवसाय बंद केलात की काय?"

“छे हो! जागा बदलली एवढंच! आम्ही एजंट असलो तरी आम्हालाही कोणातर्फे तरी जागा मिळवाव्याच लागतात!” आपल्याच कोटीवर जरासे हसत ते म्हणाले– पण श्रीधरच्या चेहऱ्याकडे एक नजर जाताच त्यांच्या चेहऱ्यावरचं हास्य पुसलं गेलं.

“मी आता तुम्हाला तुमच्या नवीन ऑफीसचा पत्ता विचारणारच आहे–” श्रीधर म्हणाला. “आणि त्या जागेच्या किल्ल्याही तुमच्याकडून घेणार आहे– पण त्या आधी तुम्हाला काही काही विचारणार आहे– आणि माझ्या सर्व प्रश्नांची तुम्ही सविस्तर उत्तरं देणार आहात–”

“तुम्ही कोण आहात? तुमचा यात काय संबंध येतो? नाही तिथे लुडबूड करण्याचा अधिकार तुम्हाला कुणी दिला? कायदा नावाची काही चीज अस्तित्वात आहे याची जरा तरी जाण ठेवाल की नाही?”

“तुम्ही कायद्याच्या गप्पा मारता? तुम्ही?” श्रीधर विलक्षण कडवट आवाजात म्हणाला, “प्रश्न विचारण्याआधी तुम्हाला थोडीशी माहिती देतो– म्हणजे मी हे प्रश्न का विचारतो आणि त्यांची उत्तरं मला का मिळालीच पाहिजेत हे तुम्हाला लक्षात येईल– तेव्हा ऐका– आधी, तीन वर्षांपूर्वी इथे राहायला आलेले सुलाखे– ते माझे मेहुणे होते– त्यांची पत्नी विनीता– ती माझी सख्खी बहीण होती– समजलं? आता आणखी ऐका– इथे गेल्या काही दिवसांत एक जयस्वाल म्हणून राहायला आले होते– त्यांची अरुणा नावाची मुलगी होती– ती माझी अगदी जवळची मैत्रीण होती– समजलं ना?”

त्या गृहस्थाच्या चेहऱ्यावर आता प्रथमच जराशी शंका आणि जराशी भीती दिसायला लागली होती.

“सुलाखे इथे राहायला आल्यानंतर पंधरा दिवसांच्या आतच कुठेतरी गेले– काही केल्या मला त्यांचा तपास लागला नाही– या जयस्वालाचं तसंच झालं– जेमतेम आठवडाभर इथे राहिले असतील– मग एकदम कुठेतरी गेले– तुम्हाला यातलं काही माहीत आहे?”

“अहो, हे परदेशातून, परगावाहून आलेले लोक– त्यांचे अनेक व्यवसाय असतात– जिथे काम असेल तिथे जाणार– आम्हाला काय माहिती असणार? त्यांना जागा दाखवायची, ठरलेले पैसे घ्यायचे की आमचं काम संपलं, नाही का? पुढच्या चौकशा आम्हाला कशासाठी हव्यात? तुमचा माझ्याबद्दल काहीतरी भलताच गैरसमज झालेला दिसतो– सोडा या दोऱ्या– पुरे झाला हा डांबीसपणा!”

“म्हणजे तुम्हाला काहीही कल्पना नाही?”

“छे हो! माझा संबंधच काय?”

काही न बोलता श्रीधर उठला, ओट्याजवळचा एक ड्रॉवर ओढून त्याने त्यातून एक मेणबत्ती काढली, गॅसमागची काडेपेटीही घेतली, मग तो परत टेबलापाशी येऊन बसला. येताना त्याने रॅकमधली एक जरा लांब सुरीही आणली. मेणबत्ती पेटवून त्याने ती टेबलावर उभी केली आणि लाकडी मुठीची सुरी त्याने ज्योतीवर धरली–

“तुम्हाला अजिबात काही माहिती नाही?” त्याने विचारलं.

श्रीधरच्या हालचाली ते गृहस्थ बारकाईने पाहत होते– पण उघड होतं की त्यांना कशाचाच उलगडा होत नव्हता.

“एकदा सांगितलं ना की काहीही माहिती नाही म्हणून?”

त्या गृहस्थाचे दोन्ही हात मांड्यावर होते. श्रीधरच्या पुढच्या कृतीची त्यांना कणमात्रही कल्पना नसली पाहिजे– नाहीतर ते इतके शांतपणे बसलेच नसते.

ज्योतीवर तापलेली सुरी श्रीधरने एकदम पुढे आणली आणि तिची बिनधारेची उभी कड त्या गृहस्थाच्या उजव्या हातावर टेकवली. चर्र र्र र्र आवाज झाला.

ते गृहस्थ एकदा मोठ्यांदा ओरडले. खुर्चीतल्या खुर्चीत धडपड करायला लागले. आता डोळ्यांत शॉक होता, भीती होती, एक असहाय संतापही होता.

“आता तुमची आठवण परत येईल.” श्रीधर त्याच त्या थंड आवाजात म्हणाला. “तुम्हाला हे माहीत होतं की नाही– ही कुटुंबं काही दिवसांतच बेपत्ता होणार आहेत?”

ते गप्प बसताच ज्योतीतली सुरी पुन्हा पुढे आली.

“हो– हो– हो– माहीत होतं–” ते जवळजवळ ओरडलेच.

“त्यांना जागा द्यायच्या आधीपासूनच माहीत होतं ना?”

ते सेकंदभरच गप्प बसले. त्याचा हात हलताच ओरडले–

“हो– हो– माहीत होतं.”

“मागाहून तुम्हीच इथे येत होतात? आवराआवर करायला?”

“हो.”

“फोटो कपाटात तुम्हीच ठेवलेत?”

“फोटो? फोटो?– हो– हो– मीच ठेवले–”

“बंगला रिकामा झाला की इथलं सगळं सामान तुम्हीच हलवत होतात? कपडे? पैसे? दागिने? इतर वस्तू?”

एक सेकंदभरच थांबून, “हो.”

त्या एका चटक्याने त्यांचा सारा प्रतिकारच विरघळला होता. ज्योतीत मागेपुढे होणाऱ्या सुरीवर त्यांची नजर एकटक खिळली होती. कपाळावर घाम आला होता. डोळ्यांत भीती होती.

“जागा भाड्याने दिलीत की ऑफीस बंद करून टाकत होता?”

“हो.”

“म्हणजे या लोकांना जीव गमवावा लागणार आहे हे माहीत असूनही तुम्ही त्यांना इथे, या मृत्यूच्या खाईत पाठवत होतात?”

त्यांना एक सेकंद उशीर होताच पुन्हा सुरीचा चटका बसला.

एखाद्या गुराच्या ओरडण्यासारखा आवाज त्यांच्या तोंडून आला.

“हो– हो– हो– सांगतो– सांगतो– हो–”

“बंगल्यात काय आहे?”

ते जरा वेळ थांबले आणि मग ओरडले– “मला खरंच माहीत नाही! खरंच माहीत नाही! जीव घेतलात तरी सांगता यायचं नाही!”

ते खरं सांगत होते यात शंका नव्हती.

“तुम्ही पाहिलेलं नाही?”

“नाही! नाही! अजिबात नाही! देवा!”

हा नराधम देवाचं नाव घेत होता! केवढी व्याजोक्ती!

“हा बंगला जुना दिसायला लागला की इथे कोणाला तरी पाठवावं लागतं? हो की नाही? हो की नाही?”

“हो– हो–”

“नाही पाठवलं तर?”

एक सेकंदभरच शांतता.

“नाहीतर आम्हाला यावं लागेल–”

श्रीधरचा आवाज प्रथमच चढला.

“तुमच्यासारखे हलकट, नालायक, नीच लोक खरोखरच असतील यावर माझा विश्वास बसला नसता– तुम्हीच समोर नसतात तर!” त्याची नजर संतापाने त्या बाईवरही वळली. त्या थंडपणे समोर पाहत होत्या. याला मूढपणा म्हणायचं, निर्बुद्धपणा म्हणायचं, मख्खपणा म्हणायचं का बेमुर्वतखोरपणा म्हणायचं?

“मग इकडे यायची वेळ झालेली कशी समजते?”

ते गृहस्थ श्रीधरची नजर टाळत होते. डोळ्यांची उघडझाप करत होते. मान इकडे तिकडे हलवत होते. सुरी अजून श्रीधरच्या हातातच होती. तिने तो टेबलावर टक् टक् आवाज करीत होता.

ते गृहस्थ अगदी खालच्या आवाजात म्हणाले,

"हिच्या अंगात येतं."

त्या शब्दांनी श्रीधरला धक्काच बसला. या सर्व प्रकाराला त्याक्षणी एक नवी मितीच जोडली गेल्याची त्याला भावना झाली. हे काहीतरी नवीन, वेगळं आणि भयानक होतं. अमानवी शक्तींचा प्रत्यक्ष हस्तक्षेप? शक्य होतं? पण इथे अशक्य काय होतं?

त्या बाई इतक्या घुम्म बसल्या होत्या– हेच तर त्याचं कारण नसेल? त्याला शंका यायला लागली की प्रकरणातले सर्व घटक आपण विचारात घेतले नाहीत. या नादान माणसाने खरं सांगितलं होतं का थाप मारली होती? पण तो आताच्या क्षणी काही कपोलकल्पित थाप मारण्याच्या शारीरिक आणि मानसिक अवस्थेत नव्हता. तो सांगतो ते खरं मानून चालायला हवं. निदान एवढं तरी मानायला हवं की त्याचा स्वतःचा या गोष्टीवर विश्वास आहे. कदाचित या विश्वासांना किंवा समजांना तर्काचे नियम लागू पडत नसतील– पण एक गोष्ट निश्चित होती. त्यांच्या त्यांच्या चौकटीत त्या आपल्या पद्धतीने कार्यरत होत्या– अगदी मानलं, की या अकल्पित मार्गाने त्यांना इकडे बंगल्यावर येण्याची सूचना मिळत असेल– तरीही सध्या हा बंगला अगदी नवीन स्वरूपात होता– तेव्हा निदान आताच्या क्षणी या हस्तक्षेपाची भीती बाळगण्याचं कारण नव्हतं.

आता फक्त एकच गोष्ट जाणून घ्यायची बाकी राहिली होती. त्या गृहस्थांचा सध्याचा पत्ता.

श्रीधर खुर्चीवरून उभा राहताच त्या गृहस्थांची जराशी भयभीत नजर त्याच्यावर खिळली.

"तुमच्या ऑफीसचा पत्ता सांगा, कोणत्या नावाखाली धंदा चालू आहे ते सांगा आणि किल्ल्या कुठे आहेत ते सांगा."

अर्धाएक मिनीट ते काही बोललेच नाहीत; पण श्रीधरच्या थंड नजरेपुढे शेवटी त्यांची नजर घसरली.

"नंदलाल आणि कंपनी. चारशे पंचवीस, स्टेशन रोड."

"किल्ल्या? खिशात आहेत का?"

"हो." जरा वेळाने उत्तर आलं.

श्रीधरने त्यांच्या लांब कोटाचे खिसे चाचपले. शेवटी डाव्या हाताच्या वरच्या खिशातून किल्ल्यांचा खुळखूळ आवाज आला. त्याने किल्ल्यांचा जुडगा काढून घेतला.

येथून तो आता त्या तपासावर जाणार होता. त्या आधी सुरक्षिततेचे अनेक उपाय योजण्याचं त्याने ठरवलं होतं. किल्ल्या हातात येताच त्याने त्या खिशात टाकल्या. त्या गृहस्थांची खुर्ची ओढत ओढत समोरच्या खोलीत आणली, खुर्ची दारापासून लांब भिंतीस पाठ लावून ठेवली आणि बाहेर येऊन त्याने दाराला कडी घातली. त्या बाईना खुर्चीसकट ओढत ओढत शेजारच्या डायनिंग रूममध्ये आणलं, डायनिंगरूममध्ये येणारी दोन्ही दारं बाहेरून बंद करून घेतली. मग तो बंगल्याबाहेर आला. आपल्या मागे त्याने मोठ्या दाराला कुलूप घातलं. मागे झाडीत स्कूटर ठेवली होती, ती सुरू करून वळवून तो अंगणात आला आणि मग वळणाच्या रस्त्याने गेटबाहेर येऊन हमरस्त्याला लागला.

साडेबारा वाजून गेले होते. अरुणा ब्लॉकवर त्याची वाट पाहत असेल. तिची भेट घ्यायला हवी. तिला आता घडलेल्या प्रसंगापैकी किती सांगायचं आणि किती मागे ठेवायचं याचा त्याला प्रश्नच पडला होता. ते लोक जर खरोखरच या प्रकरणात गुंतलेले असतील तर ते आपल्या कारवायांची माहिती सहजासहजी कोणा त्रयस्थाला देणार नाहीत हे समजण्याइतकी अरुणा चलाख नक्कीच होती. त्यांच्याकडून माहिती काढून घेण्यासाठी त्याने काय काय उपायांचा वापर केला हे समजलं तर तिची प्रतिक्रिया काय होईल?

पण मग त्याने विचार केला– एका अत्यंत अपवादात्मक परिस्थितीत आपण दोघं एकत्र आलो आहोत. परस्परांवर संपूर्ण विश्वास हाच खऱ्या अर्थपूर्ण मैत्रीचा पाया होऊ शकत होता. त्याचं वागणं असं हवं की कधीही त्याच्या एकाही शब्दाची तिला शंका येता उपयोगी नाही– वास्तविक पहिल्याच भेटीत त्याने तिला एक किती विलक्षण, संपूर्ण चाकोरीबाहेरची, जवळजवळ अविश्वसनीय हकीकत सांगितली होती– आणि तिने त्याच्यावर संपूर्ण विश्वास ठेवला होता!

जेवणाचा डबा ब्लॉकवर आला होता आणि त्याच्या अपेक्षेप्रमाणे अरुणा त्याची वाटच पाहत होती. आल्या आल्या हाततोंड धुऊन श्रीधर स्वयंपाकघरात आला. त्याच्यामागोमाग आत आलेल्या अरुणाला तो म्हणाला, "बस– आधी जेवण करून घेऊ या–"

“काहीतरी झालं आहे!” ती त्याच्याकडे पाहत म्हणाली.

“कशावरून?”

“तुमचा चेहराच ते सांगतो आहे!”

“बरीच चाणाक्ष नजर आहे म्हणायची!”

“सांगा ना!”

“सांगतो.” तो खुर्चीवर बसत म्हणाला. “बस. जेवण करता करता सर्व काही सांगतो. मग पाहू या काय करायचं ते–”

खरं तर त्याची हकीकत इतकी विलक्षण होती की त्या दोघांचं जेवणात जेमतेम लक्ष होतं. विशेषतः त्या दासांच्या हाताला तापलेल्या सुरीचा चटका दिल्याचा प्रसंग त्याने सांगितला तेव्हा ‘अगंबाई!’ म्हणत अरुणा एकदम ताठ झाली.

आणि मग जेव्हा त्या बाईच्या अंगात येण्याचा उल्लेख आला तेव्हा अरुणाच्या चेहऱ्यावरचा रंग एकदम उतरला.

“अगंबाई! किती भयंकर, नाही?” ती खालच्या आवाजात म्हणाली. “श्रीधर! तुमचा याच्यावर विश्वास बसतो?”

“ज्याच्यावर सहजासहजी विश्वास बसणारच नाही, अशा कितीतरी गोष्टींचा आपण एवढ्यात प्रत्यक्षच अनुभव घेतला आहे, नाही का? तशा आपल्या विश्वासांच्या मर्यादा केव्हाच तोडल्या गेल्या आहेत– आपण एका संपूर्ण वेगळ्या मितीतच प्रवेश केला आहे– गोष्टी खऱ्या की खोट्या यांचा तार्किक काथ्याकूट करण्यात आपल्याला काय स्वारस्य आहे? आपल्याला काही काही गोष्टी साध्य करून घ्यायच्या आहेत– तेव्हा ऐकलेलं, पाहिलेलं, अनुभवलेलं सर्व ध्यानात ठेवून वागायचं एवढंच आपण करू शकतो–”

“पण आता करणार आहात तरी काय?”

“मी नाही– म्हणजे मी एकटा नाही– आपण दोघं करणार आहोत– आता जेवण झालं आहे– आपण दासांनी दिलेल्या त्या पत्त्यावर जाणार आहोत– पत्ता खरा की खोटा ते कळेल– आणि आत काय आहे तेही कळेल–”

२५.

४२५, स्टेशन रोड ही जुनी इमारत होती. तीसपस्तीस वर्षांपूर्वी बांधलेली चारमजली इमारत. खालच्या दोन मजल्यावर दुकानं, ऑफिसेस होती– वर राहण्याच्या जागा असतील. दोन्ही अंगांना सहा-सहा गाळे होते आणि मध्यभागी

आत जाणारा मोठा बोळवजा रस्ता होता. वर जाणारे जिने मागच्या बाजूस होते. चारशे पंचवीस म्हणजे एकदम चौथा मजला. लिफ्टची वगैरे सोय नव्हती. पूर्वी कधीकाळी शहराचा हा भाग कमर्शियल एरिया असावा– पण आता व्यापारउदीम नव्या वस्त्यांकडे वळला होता आणि या भागाचं एके काळचं वैभव आणि महत्त्व उतरणीस लागलं होतं.

चारशे पंचवीस ही चौथा मजल्यावरची अगदी टोकाची जागा होती. एके काळचा फिकट करडा रंग आता पार विटून गेला होता. दारावर 'नंदलाल आणि कंपनी इस्टेट अँड कमिशन एजंट' अशी एक लहानशी पाटी होती. वरच्या मजल्यावर काहीही वर्दळ नव्हती. श्रीधरने किल्ल्यांचा जुडगा काढला, पाचपैकी दुसरी किल्ली कुलपात बरोबर लागली, खट् आवाज करून कुलूप उघडलं. कुलूप डाव्या हातात घेऊन उजव्या हाताने त्याने कडी सरकवली आणि दार आत ढकललं. उजवीकडच्या भिंतीस दोन मोठ्या खिडक्या होत्या त्यांच्यातून लख्ख प्रकाश आत येत होता. दारात उभा राहून श्रीधरने खोलीच्या अंतरंगावरून नजर टाकली.

उजव्या हाताला एक टेबल, त्यामागे एक खुर्ची, टेबलासमोर दोन खुर्च्या, भिंतीत एक कपाट. खाली फार पूर्वी केव्हातरी घातलेलं, त्यावरचं डिझाइन पार घासलं गेलेलं लिनोलियम. बाकी काही नाही. एका दृष्टिक्षेपातच त्याच्या लक्षात आलं की अगदी टेंपररी वापरासाठी ही जागा उपयोगात आणली जात होती.

आत येऊन त्याने मागोमाग येणाऱ्या अरुणाला दार लोटून घेण्याची खूण केली. मग खोलीची तपासणी केली. टेबलावर एकही कागद नव्हता, टेबलाचा खण रिकामा होता, मागचं कपाट रिकामं होतं, खोलीत इतरत्र काहीही नव्हतं. समोरचं एक दार मागच्या खोलीकडे जात होतं. ते उघडून श्रीधरने आत नजर टाकली. ती तर अगदीच बोडकी खोली होती. खाली धूळ होती. खिडक्यांच्या काचा धुरकटल्या होत्या. भिंतींच्या कोपऱ्यांतून कोळिष्टकं लोंबकळत होती. इथे तरी कितीतरी दिवसांत कोणाचा वावरही झालेला दिसत नव्हता.

म्हणजे इथे काहीही माहिती मिळण्याची शक्यता नव्हती.

पण जुडग्यात आणखी चार किल्ल्या होत्या– इथं तर काहीही बंद केलेलं दिसत नव्हतं. मग ह्या कुठल्या किल्ल्या?

"चल– निघू या– इथे काही नाही–" म्हणत श्रीधर बाहेर आला. अरुणा बाहेर आल्यावर त्याने दार बंद केलं. कुलूप लावलं आणि ते दोघं जिन्याने खाली आले.

"काही सापडेल अशी अपेक्षा होती?" अरुणाने विचारलं.

"खरं तर होती; पण ही एकूण जागा पाहताच मनात शंका आली की ही त्याची तात्पुरती वापरायची जागा आहे– नव्या सावजांसाठी तो दरवेळी अशी तात्पुरती जागा वापरत असावा– त्याचा खरा पत्ता त्याच्याकडून काढलाच पाहिजे–"

"श्रीधर–?" अरुणा जरा भयभीत आवाजात म्हणाली.

"त्याच्याशिवाय इलाजच नाही, नाही का?" श्रीधर म्हणाला. "मनात जर काही दयामाया असला विचार आला असेल तर तो पार विसर! त्या लायकीची ही माणसं नाहीतच, अरुणा! विंचू, साप यांसारखे हे विषारी प्राणी आहेत– त्यांना ठेचून मारायलाच हवं!"

श्रीधरच्या चेहऱ्याकडे तिने एकच नजर टाकली आणि मग ती काहीच बोलली नाही.

ब्लॉकपाशी स्कूटर थांबली तेव्हा अरुणा उतरली तरी श्रीधर स्कूटरवर बसून होता. एक पाऊल मागे सरकत अरुणाने विचारलं,

"हे काय? तुम्ही? घरी नाही येत?"

"नाही– मला जायला हवं–"

"तिकडे बंगल्यावर?"

"हो."

"आणि परत केव्हा येणार?"

"काही सांगता येत नाही– काम तर पुरं व्हायलाच हवं–"

"श्रीधर, सांभाळून राहा हं–"

"हो. आणि तूही सांभाळून राहा– समजा, काही झालं– काही कारणाने मला परत येता आलं नाही–"

"श्रीधर!" ती एकदम म्हणाली.

"अरुणा, सगळ्या शक्यता विचारात घ्यायलाच हव्यात– आपण ज्यात गुंतलो आहोत ते साधं प्रकरण नाही– त्याचे धागे अनेक अज्ञात दिशांना पसरत गेलेले आहेत– मी काळजी घेईन– पण कधी कधी धोका ओळखूच येत नाही– ठीक आहे– सांभाळून राहा–"

श्रीधर दिसेनासा होईपर्यंत अरुणा त्याच्या पाठमोऱ्या आकृतीकडे पाहत तिथे उभी होती. मग ती सावकाश आत आली.

स्कूटर त्याने पायऱ्यांपाशीच उभी केली. व्हरांड्याच्या पायऱ्या चढून तो वर आला, मोठं दार उघडून आत आला– क्षणभरच दाराच्या आत पावलाभरावरच उभा राहून त्याने आतल्या अवकाशाची चाहूल घेतली– शांतता.

डावीकडच्या खोलीचं दार तसंच बाहेरून बंद होतं. श्रीधर सरळ स्वयंपाकघरात गेला, काडेपेटी घेऊन बाहेर आला, मग त्या खोलीत दार उघडून आत गेला.

दास बांधून ठेवले होते तसेच खुर्चीत होते. मान खाली गेली होती.

दाराचा आवाज कानावर येताच त्यांची मान वर आली.

एक खुर्ची फर्रकन ओढत त्यांच्यापासून हाताभराच्या अंतरावर आणून श्रीधर त्या खुर्चीत बसला. उजव्या हातात काडेपेटी होती– ती मागेपुढे हलवताना आतल्या काड्यांचा खटखट आवाज येत होता.

श्रीधर बोलला तेव्हा त्याचा आवाज चढला नव्हता, थंड होता.

"दास, तुम्ही दिलेल्या पत्त्यावर मी पाहून आलो. तिथे मला हवं होतं ते सापडलं नाही– पण त्याची कल्पना मला आधीच यायला हवी होती– ती खोली तुम्ही नाटकातल्या स्टेजसारखी वापरत होतात–"

खिशातला किल्ल्यांचा जुडगा काढून तो दासांच्यासमोर खुळखुळ करीत हलवत श्रीधर म्हणाला, "दास, या किल्ल्या ज्या जागेच्या आहेत त्या जागेचा पत्ता मला हवा आहे. मला आता वेळ नाही. मला उत्तर ताबडतोब हवं आहे. मी फक्त दहा सेकंद थांबणार आहे."

तांबारलेल्या डोळ्यांनी दास श्रीधरकडे पाहत होते.

"तुम्हाला तिथे दिसलं नाही का माझा कशात–"

दास बोलत असतानाच श्रीधर मध्येच म्हणाला "दहा!"

त्याने काडेपेटीतली काडी काढली, शिलगावली आणि पेटती काडी त्यांच्या हाताच्या बोटाला लावली. ते वेडंवाकडं ओरडले. काडीचा जळता स्पर्श झाला होता तिथे टरारून फोड आला होता. त्यांच्यापेक्षाही मोठा आवाज काढून श्रीधर ओरडला, "सांगा! मला वेळ नाही! सांगा!"

ती काडी खाली टाकून त्याने दुसरी काडी पेटवली.

"सांगतो! सांगतो!" ते ओरडले.

"झटपट!"

"मालधक्का आहे ना? त्याच्यापुढे हमरस्त्यावर सोमेश्वर सोसायटी उभी राहिली आहे– त्या सोसायटीच्या आधी एक पडकी वखार लागते– तीच जागा– तिथल्याच दाराची किल्ली यात आहे–"

“आणि बाकीच्या?”

“आतल्या कपाटांच्या आहेत-”

“ठीक आहे– मी पाहून येणार आहे– तुमच्यासाठी खायचे काही पदार्थ आणले आहेत– तुमचा एक हात मोकळा करणार आहे–”

श्रीधरने पिशवीतली पावभाजी तो बसला होता त्या खुर्चीत ठेवली, स्वयंपाकघरातून ग्लासभर पाणी आणलं, पुड्याशेजारी ठेवलं आणि त्या दासांचा उजवा हात दोरीतून सोडवून मोकळा केला.

“मी तुम्हाला पाच मिनिटं देणार आहे– तेवढ्यात खाऊन घ्या!”

तो त्या बाईंच्याकडे गेला. त्याने त्यांना ठेवलं होतं त्याच अवस्थेत त्या अजूनही होत्या. सकाळपासून या क्षणापर्यंत त्या एक शब्दही बोलल्या नव्हत्या. आताही त्या दारातून आत आलेल्या श्रीधरकडे एकटक पाहत होत्या.

त्यांच्यासाठी श्रीधरने खाण्यापिण्याची तीच व्यवस्था केली.

बरोबर पाच मिनिटांनी तो दासांच्या खोलीत गेला. अन्न आणि पाणी संपवून टाकलेलं दिसत होतं. काही न बोलता त्याने त्यांचा हात परत बांधून टाकला, ग्लास उचलला, खोलीबाहेर आल्यावर मागे खोलीच्या दाराला कडी घातली, ग्लास स्वयंपाकघरात नेऊन ठेवला.

मग तो परत बाईंच्या खोलीत आला. त्यांनी अन्नपाण्याला स्पर्शही केला नव्हता. तीच ती थंड नजर त्याच्यावर खिळलेली होती– त्या नजरेखाली त्याला अस्वस्थपणा जाणवायला लागला.

“जशी तुमची मर्जी–” तो म्हणाला आणि त्याने त्यांचा हात पहिल्यासारखा बांधून ठेवला, अन्नपाणी आत नेऊन ठेवलं, दाराला कडी घातली आणि तो बंगल्याबाहेर पडला.

मागे बाहेरचं दार बंद करायला विसरला नाही.

श्रीधर स्कूटरवरून निघाला. आता अरुणाकडे जायला आणि तिला झाल्या गोष्टी सांगत बसायला वेळ नव्हता. तीन वाजत आले होते. हिवाळयातला दिवस लहान होता– त्याला दोनतीन तासांपेक्षा जास्त वेळ मिळणार नव्हता. तेवढ्याच वेळेतच, जे काय करायचं ते त्याला करून टाकायला हवं.

आधी या दासांनी दिलेल्या माहितीची शहानिशा करून घ्यायला हवी होती– त्याखेरीज इतर कशाला अर्थ नव्हता. स्कूटर त्या भागाकडे निघाली. शहराच्या

या भागाशी त्याचा फारसा संबंध आलेला नव्हता; पण मालधक्का ही अगदी प्रसिद्ध जागा होती. सर्व रस्त्यांवर प्रचंड इमारती उभ्या राहिल्या होत्या– आणि त्यामुळे मोकळया प्लॉटमधली ती मातट रंगाची जुनाट वखार ताबडतोब नजरेत भरत होती. रस्त्यालगत तारांचे कुंपण होते. कुंपणात फाटक होतं. ते उघडंच होतं. स्कूटर वखारीच्या मोठ्या दरवाजापाशी येऊन थांबली. त्या मोठ्या लोखंडी कुलपाची किल्ली सहज ओळखता आली. कडी जड होती. दार आत ढकलायला जरा नेटच लावावा लागला. बाहेरच्या प्रकाशाला सरावलेल्या डोळयांना आधी आत काही दिसेनाच. अंधारही होताच. उजव्या हाताला दिव्यांची बटणं होती– त्यातली दोन बटणं दाबताच दोन मोठे दिवे लागले. श्रीधरला धक्काच बसला. वखारीचं बाह्यरूप जितकं जुनाट, अनाकर्षक होतं, तितकंच आतलं रूप आलिशान, आरामशीर होतं. खाली उत्तम गालिचा होता. आसपास आरामशीर सोफा-कोच होते. वर पंखे होते. भिंतीला लागून उभ्या असलेल्या तीन लोखंडी अलमाऱ्यांकडे श्रीधरचं लक्ष गेलं. जवळ जाऊन त्याने आधी एक उघडली, मग दुसरी, मग तिसरी–

त्याच्या सर्व शंकांचं निरसन झालं होतं.

एका कपाटात नोटांची बंडलं होती. नुसते रुपयेच नाही, तर पौंड, डॉलर्स, मार्क इत्यादींच्याही नोटांची पुडकी होती.

दुसऱ्या कपाटात दागिने होते, गळेसर, चेन, बांगड्या, पाटल्या, गोट, इयररिंग्ज, अंगठ्या, टायपिन्स, छल्ले, की रिंग– लोकांनी हौसेने बनवून घेतलेले अलंकार, घड्याळं होती– सोन्याची, प्लॅटीनमची, हिरे जडवलेली– सर्व किमती.

तिसऱ्या कपाटात उत्तमोत्तम कपडे होते. शाली, पैठण्या. इतरही.

वर्षावर्षांची लूट इथे साठवलेली होती.

श्रीधरने कपाटं बंद केली. दिवे बंद केले. बाहेर येऊन आपल्यामागे वखारीचं दार बंद करून त्याला कुलूप घातलं.

त्या दासजोडप्याबद्दल मनात जर कुठे सांदीकोपऱ्यात एखादा सहानुभूतीचा, दयेचा, करुणेचा कण असता तर तो त्या वखारीतल्या दृश्याने नाहीसा झाला. त्या दासांची ही एकच नीच कृती नव्हती– वर्षानुवर्षे हे पाप चाललंच होतं. परप्रांतातून किंवा परदेशातून आलेल्या अनभिज्ञांचा नरबळी देऊन त्याच्या बदलातली ही लूट इथे जमवली होती. पुराणातल्या म्हणीत काही तथ्य असेल तर त्यांच्या पापांचा रांजण आता भरला होता.

त्या दोन नराधमांच्या आणि त्यांच्याबरोबर त्या अभद्र वास्तूचा नाश करणं हा एकच उपाय त्याला दिसत होता. संधी त्याच्या हातात चालून आली होती. मनाशी निर्णय घ्यायला सेकंदभराचासुद्धा अवधी लागला नाही.

वाटेतल्या एका दुकानात त्याने पाच-पाच लिटरचे दोन जेरीकॅन विकत घेतले. पेट्रोलपंपावर दोन्ही कॅन पेट्रोलने भरून घेतले. आणि तिथल्या फोनवरून अरुणाला फोन केला.

ती त्याचा काही निरोप येण्याची वाटच पाहत होती. पहिल्या रिंगलाच ती फोनवर आली.

"अरुणा, मी श्रीधर आहे."

"हो."

"इकडे बऱ्याच घडामोडी झाल्या आहेत. मी आता सारं काम उरकूनच ब्लॉकवर परत येणार आहे. जरासा उशीर लागेल– पण तू काही काळजी करू नकोस–"

"आणखी सांगा ना! हे किती मोघम आहे!"

"तुला आणखी सांगायचं आहे– नीट ध्यान देऊन ऐक– तुला इथे या बंगल्यात चाललेल्या सर्व प्रकाराची पुरी कल्पना आहे ना?"

"हो."

"अरुणा, मी सर्व सावधगिरी घेऊन, अतिशय काळजीने एक एक पाऊल टाकत आहे. तरीही काहीही होण्याची शक्यता आहे. कारण इथे भलत्याच वाटेने जायचं आहे. आपण त्यात अगदी अनभिज्ञ असतो."

"श्रीधर! त्यापेक्षा परत या ना!"

"नाही. हे पुरं व्हायलाच हवं. निदान मला प्रयत्न तरी करायलाच हवा. आता एक कागद-पेन्सिल घे– सांगतो तो पत्ता लिहून घे– जागा अगदी सहज सापडण्यासारखी आहे–"

"श्रीधर–"

"आधी पत्ता लिहून घे– वेळ महत्त्वाचा आहे–"

"सांगा–" काही वेळाने ती म्हणाली.

श्रीधरने वखारीचा पत्ता सांगितला.

"आता आणखी ऐक– त्या बंगल्याचं मोठं गेट आहे ना? त्या गेटच्या डाव्या हाताला एक लहानसं झुडूप आहे– त्याच्या बुंध्याशी एका लहानशा खड्ड्यात मी

या वखारीच्या किल्ल्या पुरून ठेवणार आहे– मला काही झालं, मी परत येऊ शकलो नाही, तर तू त्या किल्ल्या घे– आणि कोणातरी विश्वासू माणसाला बरोबर घेऊन त्या पत्त्यावर जा– बंगल्यात काय काय होत असतं हे तुला माहीतच आहे– तेव्हा वखारीतल्या सामानाचा अर्थ तुला बरोबर समजेल–"

"श्रीधर!" त्याला मध्येच अडवत ती म्हणाली, "कुठे आहात? कुठून बोलता आहात? ही कसली निरवानिरवीची भाषा? भलतंच साहस करू नका– काही नको ते झालं, तर मग मला कोण आहे, श्रीधर?"

एक सेकंदभर थांबून श्रीधर म्हणाला,

"अरुणा, सांगितलेलं सर्व नीट लक्षात ठेव. बाय."

त्याने फोन खाली ठेवला. तिला जाणवत होत्या त्या भावना त्यालाही जाणवत होत्या. तो आणि अरुणा– किती अपवादात्मक परिस्थितीत एकत्र आले होते! औपचारिकतेला पहिल्या क्षणापासूनच फाटा गेला होता. प्रसंगांना अशी काही आच होती की परकेपणाची आवरणं जळून खाक झाली होती. अर्थात मनात विचार आला होता–

तो जर यातून सहीसलामत परत आला तरच मग त्या गोष्टीचा विचार शक्य होता–

त्याची स्कूटर गेटपाशी आली आणि थांबली. खिशातला किल्ल्यांचा जुडगा काढून तो डावीकडच्या झुडपापाशी गेला. झुडूप म्हटलं तरी सातआठ फूट उंच होतं. खालच्या बुंध्यापासची माती हाताने दूर करून त्याने त्या लहानशा खड्ड्यात किल्ल्या ठेवल्या आणि त्या मातीखाली झाकून टाकल्या. उभा राहून तो वळला– आणि दचकलाच.

त्याच्यासमोर अरुणा उभी होती.

"अरुणा! तू?" तो नवलाने म्हणाला.

"असे निर्वाणीचे निरोप फोनवरून देता– मी घरी कशी बसू?" तिचा आवाज कातर येत होता. "मी तुमच्याशेजारून हलणार नाही आता!"

"ठीक आहे– आलीच आहेस तर आता इलाजच नाही–" श्रीधर म्हणाला, "काय झालं ते थोडक्यात सांगतो. त्या दासकडून त्याच्या राहण्याच्या जागेचा पत्ता काढला. तिथे जाऊन खात्री करून घेतली. तोच तो तुला दिलेला वखारीचा पत्ता. अरुणा, या हलकटाने लूट केलेल्या सर्व वस्तू, सर्व दागिने, सर्व पैसे त्या वखारीत आहेत.

“आता मी काय करणार आहे ते सांगतो. या बदमाशांना या जगात जिवंत राहण्याचा हक्कच नाही आणि ही झपाटलेली धोक्याची वास्तूसुद्धा नाश करून टाकली पाहिजे.” स्कूटरच्या फूटबोर्डवर ठेवलेल्या पेट्रोलच्या दोन जेरीकॅनकडे बोट करून श्रीधर म्हणाला, “त्यासाठी सर्व तयारी करूनच मी आलो आहे. या बंगल्यालाच आग लावून देणार आहे. तू आता इथेच थांब. मी ते कॅन व्हरांड्यात ठेवून येतो. स्कूटर बाहेर भिंतीला लावलेल्या शिडीपाशी उभी करणार आहे– आणि तूही शिडीवरून भिंतीवर थांबायचं आहेस. आत यायचं नाही.”

त्याचा आवाज कोणताही नकार स्वीकारणारा नव्हता.

“मी येतोच– जास्तीत जास्त दहा मिनिटं–” तो म्हणाला, गेट ढकलून उघडून ठेवून त्याने स्कूटर सुरू केली. पुढचा दिवा लावलाच नाही. थर्डमध्ये ठेवून आवाज अजिबात न करता त्याने स्कूटर वळणाच्या वाटेवरून आत नेली, पायऱ्यांसमोर उभी केली. दोन्ही कॅन वर व्हरांड्यात आणून ठेवल्या आणि त्याच पावली तो माघारी फिरला. स्कूटर गेटपाशी येताच त्याने अरुणाला मागच्या सीटवर बसायची खूण केली आणि स्कूटर वळवून उजवीकडच्या भिंतीपाशी आणली. स्कूटर बंद करून श्रीधर खाली उतरला.

“मी आता शिडीने वर जातो. माझ्या मागोमाग तू पण वर ये; पण तू मात्र वरच भिंतीवर थांबायचं आहेस– पुढे मी एकटाच खाली उतरणार आहे, समजलं?”

“हो.” ती आज्ञाधारकपणे म्हणाली.

श्रीधर शिडीवरून वर चढून गेला, भिंतीवर तिची वाट पाहत थांबला, आणि ती वर पोहोचताच त्याने शिडी वर ओढून आतल्या बाजूस सोडली. शेवटी त्याला राहावलंच नाही. हात पुढे करून तिचा हात हातात घेत तो म्हणाला,

“तुला येऊ नको म्हणत होतो– पण तू आल्याने धीर आला आहे ही खरी गोष्ट आहे. काम झालं की मी येतोच. अच्छा.”

त्याचा हात दोन्ही हातात धरून जरासा दाबत ती म्हणाली,

“श्रीधर, बेस्ट लक! यशस्वी होऊनच परत या.”

श्रीधर शिडीवरून खाली अंगणात उतरला.

एव्हाना पार अंधार झाला होता. बंगल्याची बाह्यकृती मात्र समोर अंधुकपणे उमटलेली दिसत होती. बंगल्याला वळसा घालून तो व्हरांड्यात आला. हॉलचं दार त्याने सावकाश उघडलं– आतला कानोसा घेतला.

आत संपूर्ण शांतता होती. आता त्याची खरी कसोटी होती. पुढे काय होईल काहीच सांगता येत नव्हतं; पण ताण वाढला होता. नाडी दौडायला लागली होती. जे काय करायचं ते झटपट करायला हवं होतं– नाहीतर वेळच त्याचा शत्रू झाला असता.

हॉलमध्ये जाऊन त्याने मागे दार बंद करून घेतलं, दिवा लावला.

त्याच्या हालचालींची चाहूल दासना लागली असावी. त्यांना ज्या खोलीत बांधून ठेवलं होतं त्या खोलीचं दार उघडून तो आत गेला तेव्हा त्याला दिसलं की ते दाराकडेच पाहत आहेत. त्यांचा चेहरा ओढलेला होता. श्रीधर सरळ स्वयंपाकघरात गेला, पाण्याचा ग्लास घेऊन आला. दासांचे दोन्ही हात मोकळे करीत तो म्हणाला, “घ्या– पाणी घ्या–”

दोन्ही हात चोळून चोळून दासनी हाताच्या मुंग्या घालवल्या, त्याने पुढे केलेला पाण्याचा ग्लास घटाघटा पिऊन रिकामा केला. श्रीधरने त्यांचे हात पाठीमागे बांधले, पण अगदी घट्ट नाही. मग त्यांचे पाय मोकळे केले. त्यांना उभं केलं आणि उधळणाऱ्या गायीचे पुढचे पाय जसे दोरीने एकमेकांना बांधतात तसे त्यांचे पाय बांधले. सावकाश हालचाल केली तर त्यांना चालता येणार होतं– पण जरा पाऊल चुकलं की ते खाली पडणार होते.

“चला.” तो दचकला.

“आता कुठे?” त्यांचा आवाज घोगरा येत होता.

“चला! म्हणजे समजेल!” तो कठोर आवाजात म्हणाला.

श्रीधर त्यांना जसा तिसऱ्या मजल्याकडे न्यायला लागला तशी त्यांची पावलं रेंगाळायला लागली. शेवटी शेवटी तर श्रीधरला त्यांना अक्षरशः ढकलत न्यावं लागलं.

“वर कशाला? अहो, वर कशाला? तुमचा विचार तरी काय आहे?” ते पुन्हा पुन्हा विचारत होते. श्रीधर एक शब्दही बोलला नव्हता, फक्त त्यांना वर चलण्याची खूण करीत होता.

खोलीत आल्यावर श्रीधरने त्यांना ढकलत एका खिडकीपाशी नेलं, त्यांचे दोन्ही हात दोरीने खिडकीच्या गजाला बांधून टाकले. माघारी फिरून तो खाली आला– डायनिंग रूममध्ये आला.

त्या बाई तशाच बसल्या होत्या. डोळे जास्तच निर्विकार झाले होते, थिजल्यासारखे झाले होते. खरं तर त्यांच्या अंगाला स्पर्श करायची श्रीधरला जराशी भीतीच वाटायला लागली होती– पण त्याला ते सर्व करावंच लागलं.

तिसऱ्या मजल्याच्या दाराशी पोहोचताच श्रीधरने त्यांना हातानेच आत जाण्याची खूण केली आणि त्या खोलीत जाताच त्याने खोलीचं दार बंद केलं, बाहेरचा कडीकोयंडा सरकवला.

पुढच्या त्याच्या सर्व क्रिया झटाझटा, अगदी घाईघाईने झाल्या. व्हरांड्यातले पेट्रोलचे कॅन त्याने आत आणले. त्यांच्यातला एक वर आणला, तिसऱ्या मजल्यावरच्या जिन्यावरून पेट्रोल ओतत ओतत दुसऱ्या मजल्यापर्यंत आणलं. खिडक्यांचे पडदे फाडून ते पेट्रोलमध्ये बुडवून त्यांचे बोळे खोलीच्या भिंतीपाशी रचले– मग पहिल्या मजल्याकडे जाणाऱ्या जिन्यावरही पेट्रोल ओतत तो खाली आला. खाली तेच केलं आणि मग तो मोठ्या दारापाशी आला. शेवटचं पेट्रोल दाराच्या आतच शिंपडून तो बाहेर आला.

खिशातून काडेपेटी काढून त्याने एक काडी शिलगावली आणि खाली वाकून ओल्या बोळयाला पेटत्या काडीचा स्पर्श केला– एखाद्या अधाशी जनावरासारखी अग्नीने कापडावर झेप घेतली.

श्रीधरने दार लावून घेतलं, आणि पळत पळत तो अंगणात गुलमोहराच्या झाडापाशी आला. भिंतीस शिडी लटकतच होती. शिडीवरून भराभर चढून तो वर गेला. आपल्यामागे त्याने शिडी वर ओढून घेतली. भिंतीच्या बाहेर सोडली. अरुणा तिथेच भिंतीवर बसली होती.

मग दोघांच्या नजरा बंगल्याकडे गेल्या.

खालच्या मजल्याच्या भिंतीपाशी आत फडफडत्या ज्वाळांची वेलबुट्टी दिसायला लागली होती– जरा वेळाने तोच धगधगता हलता प्रकाश दुसऱ्या मजल्यावरच्या खिडक्यांतून दिसायला लागला.

"चल– आपण निघू या–" श्रीधर म्हणाला.

आधी अरुणा आणि मग तो असे त्या शिडीवरून खाली आले.

अरुणा स्कूटरवर बसताच श्रीधरने स्कूटर सुरू केली आणि वळवून हमरस्त्यावर आणली.

ब्लॉकच्या बाहेरच्या खोलीत दोघं समोर बसले होते.

"आपण तिथेच आणखी काही वेळ थांबलो असतो तर?" अरुणा म्हणाली. "निदान शेवटी काय झालं ते समजलं तरी असतं–"

“नाही– समजा, एकदम आग भडकली– एकदम गर्दी जमली तर आपल्याला निघणं कठीण झालं असतं– आपण कुणाच्याही नजरेस पडलो असतो तर खासच आपला संशय आला असता–”

“श्रीधर, आता जरा तपशील सांगता का? संध्याकाळी नुसता फोन केलात– काही केल्या मला इथे बसवलंच नसतं–”

स्वतःशीच मान हलवत श्रीधर म्हणाला, “आज सकाळपर्यंत हे दास नावाचे कुणी अस्तित्वात आहेत हेच माहिती नव्हतं– पण त्यांच्याकडून एक एक गोष्ट समजत गेली तसतसा प्रकरणाचा उलगडा होत गेला– पण अजूनही कितीतरी गोष्टी अज्ञात आहेत–

“आता माझी काय कल्पना झाली आहे ती सांगतो. एक गोष्ट नक्की आहे. ही वास्तू– ही शापित पछाडलेली वास्तू आज कितीतरी शतके त्याच जागी अस्तित्वात आहे– बाह्य रंगरूप बदलत असेल– पण तिचा तो सैतानी गाभा ही दशकामागून दशकं, शतकामागून शतकं तिथेच अबाधित अस्पर्श असा राहिलेला आहे. आणि प्रत्येक खेपेस त्याची पाशवी भूक शमवण्यासाठी त्याला नरबळी लागतात– आणि हे नीच कर्म करण्यासाठी बाहेरच्या जगात कुणीतरी दास-सेवक-गुलाम-भक्त घडवला जातो. हा भाग माझ्या समजापलीकडचा आहे. एखाद्या आंधळ्याने केवळ स्पर्शाने एखाद्या अनोळखी वस्तूबद्दल अंदाज बांधावेत असाच हा प्रकार आहे–

“आताच्या वेळी, आपल्या पिढीत हे सेवकाचं काम त्या बाई करीत होत्या– जे दास नावाचे गृहस्थ आले होते त्यांच्याबरोबरच्या बाई– त्यांचं खरं नाव दास नाहीच, त्या बाईही त्यांच्या पत्नी नसाव्यात– पण ते दास सांगत होते की हिच्या अंगात येतं–”

“अंगात येतं?” अरुणा जरा सावरून बसत म्हणाली.

“हो. तीन-सव्वातीन वर्षांनी त्या वास्तूत जे काही आहे त्याची पाशवी भूक भागवावी लागते. त्या वेळी या बाईच्या अंगात येतं. अरुणा, एक गोष्ट मी स्वतः माझ्या डोळ्यांनी पाहिली आहे– तिथे माणसं राहायला आली की त्यांच्यापैकी कोणीतरी त्याला वश होतं– आणि बंगल्याच्या बाह्यरूपात बदल व्हायला लागतो. जुनं-पुराणं- ओंगळ रूप जातं– रंग तकतकीत होतात, दारं- खिडक्या- काचा लख्ख होतात– ज्याला सायकिक एनर्जी म्हणतात तिचं शोषण होऊन ती वापरली जात असेल– मी काय सांगणार? मी काही त्यातला तज्ज्ञ नाही– पण होतं ही गोष्ट खरी आहे–

"आणि अरुणा, सर्वात वाईट गोष्ट ही आहे की त्या घरातली ती व्यक्तीच फितूर होते आणि आपल्या निकटच्या लोकांचा घात करते– मला तर शंका येते की माझी बहीण विनीताच त्याच्या प्रभावाखाली गेली होती– सुनीलला मॅनेन्जायटीस झाला होता असं हॉस्पिटलमधले वैद्यकीय अहवाल सांगतात– पण असा अठ्ठेचाळीस तासांतच मृत्यू? तेही त्याचं स्पष्टीकरण देऊ शकत नाहीत– आणि मग त्या बंगल्यात फक्त यशवंतराव आणि विनीता– काय झालं असेल याचा नुसता विचार केला तरी अंगावर काटा येतो– कारण अरुणा, त्या शेवटच्या रात्री तुझ्या आईवडिलांना तिसऱ्या मजल्यावरच्या खोलीत जाताना मी स्वतः पाहिलं आहे–"

"मावशी?" अरुणाने दबलेल्या आवाजात विचारलं.

"हो– त्याच वश झाल्या असल्या पाहिजेत, नाही का? त्यांच्यातला बदल, त्यांच्या वरच्या मजल्याला रात्री-अपरात्रीच्या भेटी– काही शंका नाही, नाही का? कशी मानसिक भूल घातली जाते, काय प्रलोभनं दाखवली जातात, कोणत्या भ्रमविश्वात हे फितूर वावरत असतात- काही कल्पना नाही; पण माझ्या डोळ्यांसमोर देखावा येतो तो रात्रीचा आहे– काही न काही निमित्ताने विनीता आणि यशवंतराव वर तिसऱ्या मजल्यावर गेले आहेत–"

श्रीधरने डोळे घट्ट मिटून घेतले.

मग त्याचा चेहरा कठोर झाला.

"हा देखावा डोळ्यांसमोर होता म्हणूनच मी त्या दासांशी इतका निर्घृणपणे वागू शकलो– नाहीतर तो माझा स्वभावच नाही; पण त्याने माहिती द्यायला जरा अळंटळं करताच आधी त्याच्या हाताला तापलेल्या सुरीचा चटाका दिला- आणि दुसऱ्यांदा माहिती काढायची वेळ आली तेव्हा पेटती काडी सरळ त्याच्या बोटाला लावली– अगं, ही माणसं नाहीतच! माणसाच्या रूपात वावरणारे सैतान आहेत– खवीस आहेत– त्यांना कसली दयामाया दाखवायची?"

"त्याने तो वखारीचा पत्ता दिला. तेथे जाऊन मी खात्री करून घेतली. मग तुला फोन केला. काय करायचं ते मी मनाशी ठरवलं होतं– तो बंगला जाळून खाक करायचं ठरवलं होतं– त्या बंगल्याबरोबरच ती दोघं हरामखोर माणसंही जळून जातील– पण–"

श्रीधरच्या चेहऱ्यावर एक विलक्षण भाव आला.

"तुमच्या मनात आहे तरी काय?" अरुणाने विचारलं.

"त्यांनी सांगितलेलं सर्व खरं मानलं तर मनात अशी विलक्षण कल्पना येते– बंगला म्हणजे त्याच्या रूपाचं एक बाह्य प्रतीक आहे– तो जुनापुराणा दिसायला लागला की ते जागं झाल्याची खूण समजायची– मग बंगलाच पेटल्यावर? ते त्याच्या पापी निद्रेतून जागं होईल का? जागं झालं तर त्या बाईच्या अंगात येतं म्हणे– मग त्या बाई तिथेच वर आहेत, मोकळ्या आहेत आणि तो हलकट दास त्यांच्यासमोरच खिडकीला बांधलेला आहे– जसे विनीतासमोर यशवंतराव होते, जसे मावशीसमोर तुझे आईवडील होते– त्यांचे आयुष्याचे शेवटचे क्षण असे भीतीने पिचून, प्राणासाठी एखाद्या अमानुष अविरोध शक्तीची निरर्थक दयायाचना करण्यात जावेत, त्याने त्या सापळ्यात अडकवलेल्या सारखंच त्याला मरण यावं अशी मनात इच्छा आहे–"

श्रीधर गप्प बसला. त्याच्या कपाळावर घामाचा ओलावा होता.

"पण त्यातून वाचत कुणीच नाही!" अरुणा शेवटी म्हणाली.

"मी म्हटलं ना? आपल्याला खरंच काही माहिती नाही–" श्रीधर उठत म्हणाला– "आता उद्या सकाळपर्यंत आपल्याला काहीच करता येण्यासारखं नाही. वर्तमानपत्रात त्या आगीसंबंधात काही बातमी आली आहे का ते पाहू– मग त्या बंगल्याला भेट द्यावीच लागेल– आणि त्या वखारीलाही भेट द्यावी लागणार आहे– त्यावरही विचार करून काहीतरी निर्णय घ्यावा लागणार आहे–"

२६.

श्रीधर खोलीतून निघून जाताच दासांनी दोन्ही हातांना जोराचे हिसके मारून हात मोकळे करण्याचा प्रयत्न केला– पण दोरीच्या गाठी अगदी पक्क्या होत्या– ओढ दिल्याने हात काचले गेले इतकेच– शेवटी धापा टाकत ते खिडकीला टेकून नुसते उभे राहिले.

पुन्हा खोलीचं दार उघडलं आणि त्या बाई खोलीत आल्या. त्यांच्या मागोमाग दार बंद झालं, बाहेरून कडी सरकवल्याचा आवाज आला. पावलं जिना उतरून खाली गेल्याचा आवाज आला. मग शांतता. त्या बाईला एकट्यानेच खोलीत येताना पाहिल्याबरोबर दासांच्या चेहऱ्यावर आशा आली. ते हलक्या आवाजात म्हणाले,

'ये-ये- तो हलकट परत यायच्या आत माझे हात मोकळे कर-ये- लवकर ये-'

दाराच्या आत दोनच पावलांवर त्या बाई उभ्या होत्या. त्या अशाच उभ्या राहून दासांच्याकडे पाहत होत्या. दासांचे शब्द त्यांनी ऐकलेच नसावेत असं वाटत होतं. त्यांचं लक्ष दुसरीकडेच कुठेतरी होतं.

"पहिल्यांदाच आपण अंधार पडल्यावर या खोलीत येतो आहोत, नाही?" त्या म्हणाल्या. दासांच्याकडे एक नजरही न टाकता त्या खोलीभर हिंडत होत्या. खिडक्यांतून बाहेर पाहत होत्या. खोलीची पुरी चक्कर झाल्यावर त्या शेवटी मधल्या मोठ्या लाकडी दारापाशी येऊन उभ्या राहिल्या.

उतावळ्या आवाजात दास म्हणाले, 'वेळ महत्त्वाची आहे हे समजत नाही का तुला? सुटकेचा काहीतरी प्रयत्न नको का करायला? माझे हात मोकळे कर– ये लवकर–"

आणि मग दासांचे शब्द त्यांच्या ओठांवरच अडले.

त्या बाईचा चेहरा बदलत होता.

आधी डोळे वटारल्यासारखे मोठे झाले. दातांखाली ओठ गच्च आवळले होते. मान डावी-उजवीकडे हलायला लागली.

या खुणा दासांच्या परिचयाच्या होत्या.

त्या बाईना तो ॲटॅक येणार होता.

पण खरं तर ही वेळ मुळीच नव्हती. बंगला एवढ्यातच अगदी नवा झाला होता. अजून किमान तीन वर्षे तरी काहीही व्हायला नको होतं. अजून महिनासुद्धा उलटला नव्हता–

पण त्या बाईंची मान आणखी जोराने हलायला लागली. त्या शरीराला आळोखेपिळोखे द्यायला लागल्या. दोन्ही हात दोन्ही बाजूंना लांब पसरून त्या स्वतःभोवती गरागरा फिरायला लागल्या. केसांची वेणी सुटली. केस मोकळे झाले, खांद्यावरून खाली आले. वटारलेल्या डोळ्यांत लाली आली होती. दात विचकले होते– पण ते हास्य नव्हतं– हास्याची भयानक विद्रूप नक्कल होती.

त्यांच्या अंगात येत होतं.

आणि दास नको त्या वेळी त्या ठिकाणी, नको त्या अवस्थेत होते. पाय बांधलेले. हात मागे खिडकीच्या गजाला जखडलेले.

अर्थात हा अंगात येण्याचा प्रकार पूर्वी अनेक वेळा झाला होता.

भुकेल्या वास्तूची ही हाक होती.

पण अशा वेळी दास बाईंना वखारीतल्या जाड भिंतींच्या खोलीत कोंडून बाहेर पडू शकत असत. आता ते काय करणार?

खालून फट्! असा मोठा आवाज झाला आणि त्याच क्षणी खोलीतला दिवा गेला. मिट्ट काळोख झाला. दासांची नजर इकडेतिकडे फिरत शेवटी खिडकीतून बाहेर आणि खाली गेली. खालीही सगळा अंधार दिसत होता– नाही, अगदी अंधार नाही–

खालच्या अंगणात लालसर-पिवळसर हलता प्रकाश दिसत होता. दिव्याचा नाही, मेणबत्तीचा नाही.

आगीचा. आगीच्या ज्वाळांचा.

मग नाकाला तो धुराचा, जळल्याचा वासही जाणवला.

त्या बदमाशाने बंगल्याला आग लावली होती!

त्या आगीतच विजेचा फ्यूज उडाला होता– आणि आता त्यांना बाईच्या अंगात येण्याचं कारण समजलं. बंगल्यात आग लागली होती– त्याबरोबर त्या वास्तूने हाक दिली होती–

खोलीत पार काळोख होता. डोळे फाडफाडून पाहिलं तरीही काहीही दिसत नव्हतं. फक्त आवाज कानावर येत होता– पावलं घासण्याचा आवाज, पाय जमिनीवर आपटल्याचा आवाज आणि हुंकार दिल्याचा आवाज–

त्या बाई आता खोलीभर धिंगाणा घालायला लागल्या होत्या–

मधूनच एकदा त्यांचा हात दासांच्या तोंडाला स्पर्श करून गेला– एखादी तापलेली तारच स्पर्शल्यासारखा चटका बसला–

त्या सुरुवातीच्या आवाजाखेरीज आणखीही काही काही आवाज त्यांच्या कानावर येत होते– किंवा आल्यासारखे वाटत होते–

लहान मुलांच्या हसण्याचा, बागडण्याचा, रडण्याचा आवाज–

वयस्क स्त्रीच्या भजन म्हणण्याचा आवाज–

मोठ्यांच्या गप्पागोष्टींचा आवाज–

पण या सर्व आवाजात मधूनमधून किंचाळण्याचे, ओरडण्याचे, रडण्याचेही आवाज होते–

आवाज कुठून येत होते त्यांना माहीत नव्हतं. आवाज खरे आहेत का मेंदूचे भास आहेत हेही त्यांना उमगत नव्हतं–

मग बंद दाराच्या फटीतून लालसर प्रकाश खोलीत आला–

शेवटी आग तिसऱ्या मजल्यापर्यंत येऊन पोहोचली होती–

आणि त्या अर्धप्रकाशात समोर खोलीत खरोखरच काय आहे हे त्यांना दिसलं–

हा अवाढव्य आकार त्या बाईचा खासच नव्हता. हे दोन-दोन इंच व्यासाचे आग ओकणारे डोळे त्यांचे खासच नव्हते. आणि हा पायांना हादरा देणारा हुंकार त्या बाईंचा खासच नव्हता– आणि हा अंगाला होणारा स्पर्श बोटांचा खासच नव्हता– त्यानंतर अणकुचीदार नख्याच वाटत होत्या–

शेवटी प्राक्तन त्यांच्या भेटीला आलं होतं.

ज्या नरकाच्या खाईत अनेक निरपराधी जिवांना त्यांनी जाणूनबुजून लोटून दिलं होतं तीच खाई आता त्यांच्यासाठी उघडत होती. जेव्हा दोन काटेरी, अंग भाजणारे हात शरीराभोवती आले, जेव्हा त्या हातांनी जबरदस्त हिसका मारून त्यांना खिडकीपासून खेचून घेतलं (दोर तुटताना हातांतून अगदी जीवघेणी कळ आली), जेव्हा किंचाळण्यासाठी तोंडाचा 'आ' झाला; पण भाजणाऱ्या हवेत सुकलेल्या घशातून शब्दच येईना, जेव्हा ते हात त्यांना ओढत ओढत मधल्या लाकडी दारापाशी घेऊन गेले, जेव्हा असंख्य तीक्ष्ण नांग्यांनी शरीरातला अस्थि-मांस-मज्जा यांचा कण आणि कण शोषून घेतला, जेव्हा या सर्व यातना त्यांना जिवंतपणी, मृत्यूच्या अखेरच्या क्षणापर्यंत भोगाव्या लागल्या, तेव्हाच त्यांना वर्षावर्षांच्या अगणित पातकांची उपरती झाली–

पण अर्थात तेव्हा फार उशीर झाला होता–

फार फार उशीर झाला होता.

२७.

अरुणा आतल्या खोलीत झोपली होती. श्रीधर बाहेरच्या खोलीत सोफ्यावर झोपला होता. दोघांचीही झोप अस्वस्थ होती, सारखी सारखी चाळवली जात होती– वेड्यावाकड्या स्वप्नांनी काळजाला हिसका बसून जाग येत होती. पण त्यात अस्वाभाविक काय होतं? एका निषिद्ध मितीला स्पर्श करून आलेलं मन सैरभैर झालं होतं. कोवळं पान आगीच्या नुसत्या जवळिकीनेच होरपळून जातं.

होरेशियो, तुला कल्पनाही नसेल अशा गोष्टी विश्वात आहेत–

शेक्सपियरचे शब्द किती खरे होते!

जणू समोरचं जग म्हणजे आरशातलं केवळ एक मायावी प्रतिबिंब होतं– आणि चुकून त्यांच्या बोटाचा स्पर्श आरशाच्या धारदार कडेला झाला होता– तिथे बोट कापणारी तीक्ष्ण धार होती–

शेवटी पडून राहणं अशक्य झालं आणि चारच्या सुमारास श्रीधर पाणी पिण्यासाठी स्वयंपाकघरात आला आणि त्याच्यामागोमाग अरुणाही आली. झोप येत नाही ना? हे विचारण्याची गरजच नव्हती.

"बस. चहा करतो." श्रीधर म्हणाला.

अरुणा टेबलापाशी बसली, टेबलावर दोन्ही कोपरं टेकून मग हाताच्या तळव्यावर तिने कपाळ टेकवलं. तिची अवस्था काय असेल याची श्रीधरला पूर्ण कल्पना होती. केवळ सात-आठ दिवसांच्या अवधीत तिच्या साऱ्या आयुष्याची पार धूळधाण झाली होती. घर नाही, नातेवाईक नाहीत, काहीही नाही. ज्याला खडतर आयुष्याची, धकाधकीच्या मामल्याची सवय असते तो असे लहानसहान धक्के सहज सहन करतो– पण ही अरुणा– एका संरक्षित कवचात वाढलेली, उद्याचा विचार करण्याची वेळ तर तिच्यावर आली नव्हती– नव्हे, तशी कधी आवश्यकताही भासली नव्हती– एखाद्या काचघरात नाजूक रोप वाढावं तशी ती वाढली होती– आणि आता एकदम वादळ-वाऱ्यात, ऊन-पावसात फेकली गेली होती– दोनचार सांत्वनाच्या शब्दांनी तिचं दुःख थोडंच कमी होणार होतं?

"अरुणा, मनाशी एक ठाम निर्धार कर." श्रीधर म्हणाला.

"तुझ्यावर अतिशय भयानक आपत्ती गुदरली आहे– तुझा त्यात कोणताही दोष नाही– पण आता मात्र परिस्थितीला खंबीरपणे तोंड द्यायला हवं. जे झालं ते कितीही अप्रिय असलं तरी त्याचा स्वीकार करायला हवा. नजर भूतकाळावर ठेवायची नाही. नजर भविष्यावर वळवायची. आणि मी सतत तुझ्यामागे, तुझ्या मदतीसाठी उभा आहे, हे विसरू नकोस– सतत ध्यानात ठेव–"

तिच्या डोळ्यांतून पाणी वाहत होतं; पण ती स्वतःला सावरायचा प्रयत्न करत होती. उठून तिने बेसीनपाशी हाततोंड धुतलं. श्रीधरने पुढे ठेवलेला चहा घेतला.

"आता आपल्यापुढे बरीच कामं आहेत–" श्रीधर म्हणाला.

"त्या बंगल्याला भेट द्यायची ना?"

"त्या आधी दुसरं महत्त्वाचं काम आहे. आधी त्या वखारीला भेट द्यायला हवी. ती जोडी जरी कालच्या अग्निप्रलयातून वाचली तरी घराची दारं बाहेरून

बंद आहेत– त्यांना बाहेर पडणं इतकं सोपं असणार नाही– आपण त्या आधीच वखारीला भेट द्यायला हवी."

स्कूटरच्या डिकीमध्ये श्रीधरने दोनतीन जाड पिशव्या टाकल्या. ते वखारीपाशी पोहोचले तेव्हा जेमतेम उजाडलं होतं. तिला स्कूटरपाशीच उभी करून श्रीधरने वखारीचं कुलूप उघडलं. दिवा लावून आत एक नजर टाकताच त्याला दिसलं की अजूनपर्यंत तरी इथे कोणी आलेलं नाही. हाताने खूण करून त्याने अरुणाला बोलावलं. ती आत येताच तिच्यामागे दार लोटून ठेवलं. एक पिशवी त्याने तिच्या हातात दिली. पैसेअडके– दागिने इत्यादींचा पसारा समोर पडला होता– तिकडे हात करीत श्रीधर म्हणाला, "वास्तविक आपला यापैकी कशावरही हक्क नाही– पण हे इथे राहू देता उपयोगी नाही– आधी आपल्याबरोबर घेऊन जाऊ या– मग पाहू या त्याचं काय करायचं ते–"

नोटा, दागिने, जडजवाहीर यांनी दोन पिशव्या भरल्या. इतर कशाला त्यांनी हातही लावला नाही.

वखारीबाहेर येऊन श्रीधरने मागे दाराला कुलूप लावलं आणि ते दोघं सरळ त्यांच्या ब्लॉकवर आले. सामान आत आणून ठेवल्यावर मग श्रीधर म्हणाला, "आता त्या बंगल्याला भेट देऊ या– चल."

गेटपासची गर्दी लांबवरूनच दिसली. श्रीधरने स्कूटर तिथे बाजूला थांबवली आणि ते दोघं खाली उतरून गेटपासच्या बघ्यांच्या गर्दीत सामील झाले. त्यांच्याकडे कोणाचंही लक्ष नव्हतं. लोकांच्या आपापसात चाललेल्या बोलण्यावरून काय झालं असावं याचा बरोबर अंदाज येत होता.

"अहो, आम्हाला रात्री जाळ दिसला म्हणून इथं येऊन पाहिलं– खालपासून वरपर्यंत.

"अहो, मीच फायर ब्रिगेडला फोन केला–"

"दोन तास घेतले त्यांनी इथे यायला! तोवर बंगल्याची पार राखरांगोळी होऊन गेली होती–"

"आता पोलीस पण आलेत वाटतं–"

अरुणाला खूण करून श्रीधर तिला घेऊन गेटमधून आत गेला. जोपर्यंत कोणी हटकत नाही तोपर्यंत पुढे जातच राहायचं त्याने ठरवलं होतं. बागेतल्या

वाटेवरही बऱ्याच माणसांची ये-जा चालली होती. गम्मत-तमाशा पाहायला जमलेले लोक. क्षणभर मनोरंजन करून घेण्यासाठी जमलेले लोक. त्यांना कशातच सोयरसुतक नव्हतं. त्यांच्यातून श्रीधर-अरुणा पुढे गेले. आतल्या अंगणात पोहोचले. व्हरांड्याच्या पायऱ्यांपाशी एक निळी पोलीस व्हॅन आणि एक पोलीस जीप उभी होती; पण श्रीधर-अरुणाचं लक्ष समोरच्या भग्न अवशेषांवर होतं. व्हरांड्याचे दोनतीन खांब उभे होते; पण मागची सर्व इमारत आत कोसळली होती. तडकलेल्या काचा, होरपळून कोळसा झालेली लाकडं, धुरकटलेल्या विटा, दगड यांचा नुसता खच पडला होता. दोनतीन फुटांच्या वरचा सर्व भागच कोसळला होता. पोलिसांचे लोक तो राडारोडा उलथापालथा करून पाहत होते. अर्थात आगीत कोणा व्यक्तीचा मृत्यू झाला आहे का हे पाहत असणार. शिवाय आता पोलिसांचे तज्ज्ञ येतीलच– अवशेषांची पाहणी करून आग कशी लागली असावी हे शोधून काढण्याचा प्रयत्न करतील आणि त्यांना आवश्यक तो पुरावा सापडणार यात काहीच शंका नव्हती– कारण श्रीधरने काहीच लपवण्याचा प्रयत्न केला नव्हता; पण पोलिसांसाठी ते एक कोडेच राहणार होतं. जास्त चौकस लोक चौथऱ्यावर चढून आतला ढीग पाहत होते. जोपर्यंत ते चार पावलं दूर रहात होते तोवर पोलीस त्यांच्याकडे लक्ष देत नव्हते. श्रीधरही चौथऱ्यावर चढला, मागच्या बाजूस गेला– तो भाग तिसऱ्या मजल्याच्या त्या बंद भागाखाली येत होता– या अग्नीत एखादा सापडला तर त्याच्या हाडांची शकलेच मागे राहणार– किंवा एखादं होरपळलेलं मोठं हाड दिसणार– तसं काही दिसलं नसावं– नाहीतर पोलिसांच्यात धावपळ झाली असती– पोलिसांच्यापेक्षा श्रीधरसाठी ते एक जास्त रहस्यमय प्रकरण होतं– कारण आगीच्या वेळी बंगल्यात कोणी व्यक्ती प्रत्यक्ष हजर होत्या की नाही याची पोलिसांना काहीही माहिती नव्हती– पण श्रीधरला माहीत होतं की तिसऱ्या मजल्यावर ते दोघं होते– पण जर त्यांचे काही अवशेष सापडले नाहीत तर काय निष्कर्ष काढायचा? आगीतून कोणत्या ना कोणत्या मार्गाने त्यांनी आपली सुटका करून घेतली? असं असेल तर मग ते दोघं वखारीवर परत आले असते– पण आले नव्हते– मग वाचले असतील तर कोठे होते? विचारांचा हा मार्ग एखाद्या दलदलीसारखा होता– जसा जसा पुढे जाईल तसा तसा पाय आणखीच खोलात रूतत होता– रोजच्या जगाच्या अनुभवाच्या पातळीपेक्षा वेगळयाच पातळीवर घडणाऱ्या या घटना– त्यांना व्यवहारातले तर्काचे नियम लावण्यात अर्थच नव्हता.

पुढे जात जात ते बंगल्याच्या डाव्या बाजूला आले. तिथेच बागेत ते शोभेचं तळं होतं. त्या तळयाकडे पाहत श्रीधर तिथे काही वेळ उभा राहिला. तळयाच्या पृष्ठभागावर पातळसर राखेचा थर पसरला होता. जळलेल्या, करपलेल्या कागदांचे काही कपटे पाण्यावर तरंगत होते. वरवंड तडकली होती. जळत्या वाड्याच्या धगीने तडकलेली असणार. वरचा एनॅमलसारखा रंगही वितळून खाली पसरला होता.

कानावर लोकांच्या बोलण्याचे, हालचालींचे, खांडकी-डबर उलथेपालथे करण्याचे आवाज येत होते. काही क्षण ते आवाज एकदम थांबले. असा अचानक शांततेचा अनुभव कधी कधी गर्दीतही येतो; पण त्या शांततेच्या पाचसात सेकंदात श्रीधरला काही वेगळंच ऐकल्याचा भास झाला. आवाज किंवा त्यांचे अनुनाद– किंवा त्या अनुनादांच्या स्मृती–

विविध वयाच्या, वेगवेगळ्या आवाजाच्या पुरुष-स्त्रिया-मुलं यांच्या एकत्रित हसण्याचा, बोलण्याचा, ओरडण्याचा, रडण्याचा, किंचाळण्याचा आवाज–

पूर्वी एकदा तिसऱ्या मजल्यावर त्याला हा अनुभव आला होता–

इथे बळी गेलेल्यांचे भावनांचे आविष्कार या वास्तूत गोठले होते–

अग्नीने वाडा भस्मसात झाला होता– पण तो कृष्णकर्दमाचा गाभा तसाच होता– पण हे पूर्वीही झालं नव्हतं का?

अरुणा शेजारीच उभी होती– तिच्या चेहऱ्यावरून अजूनपर्यंत तरी तिला काहीही जाणवलं नसावं असं दिसत होतं– तिला ते जाणवण्याआधीच इथून हलायला हवं– तिच्या मनात दुःखद आठवणी काय कमी होत्या का? त्यांच्यात ही भीतीची भर कशाला?

"अरुणा, चल–" श्रीधर म्हणाला. ती लगबगीने परत फिरली. वियोगाशी जोडल्या गेलेल्या या वास्तूत ती परत आली आणि इतका वेळ थांबली हेच विशेष होतं.

स्नान आणि नास्ता उरकून दोघं बाहेरच्या खोलीत बसले होते.

"आयुष्यातला एक अध्याय पुरा झाल्यासारखा वाटतो, नाही?" श्रीधर म्हणाला. "तुझ्या आणि माझ्याही. आधी तुझ्या सांपत्तिक स्थितीचा विचार करायला हवा. खरं तर चारपाच दिवसांपूर्वी आपण एकमेकांना पार परके होतो– पण आपल्याला अशा काही विलक्षण प्रसंगातून जावं लागलं की रात्रंदिवस

एकमेकांच्या सहवासात राहण्याखेरीज, एकमेकांवर संपूर्ण विश्वास टाकण्याखेरीज आपल्याला गत्यंतरच नव्हतं, नाही का? एखादी बस किंवा गाडी दुर्घटनेत, अपघातात सापडली की तासाभरापूर्वी एकमेकांना संपूर्ण परके असलेले लोकही एकमेकांच्या मदतीसाठी धावतात– अगदी जवळचे वाटायला लागतात– पण आता घाट आणि दुर्घटना आणि अपघात आणि इमर्जन्सी– सगळं काही मागे गेलं आहे. आपण आता साध्या सपाटीच्या रस्त्याला लागलो आहोत– आता पूर्ववत रोजचं आयुष्य जगायचं आहे–"

"श्रीधर," अरुणा म्हणाली, "इतक्या विलक्षण अनुभवातून गेल्यावर पुढचं आयुष्य पूर्ववत वाटेल असं खरंच तुम्हाला वाटतं? या अनुभवांचा काहीही वारसा मागे राहणार नाही असं खरंच तुम्हाला वाटतं?"

श्रीधरने अरुणाकडे पाहिलं. मग त्याला जाणवलं की अगदी साधी अशी म्हणण्यासारखी त्या दोघांची ही पहिलीच भेट होती! गेले काही दिवस ते एकमेकांच्या सततच्या सहवासात होते– पण सतत तणावाखाली होते. व्यक्तिगत विचारांना वेळच मिळाला नव्हता. सारखी धावपळ चालली होती.

एक स्त्री, एक तरुणी म्हणून तो तिच्याकडे प्रथमच पाहत होता. गौर वर्णाचा, कुरळया केसांच्या महिरपीतला, किंचित उभा चेहरा, टपोरे, भावदर्शी डोळे. त्याची संपूर्ण खात्री होती आपल्या विचारात कणभराचीही कामुकता नाही; पण ही गोष्टही खरी होती– अरुणाचा चेहरा, व्यक्तिमत्त्व, सर्व आकर्षक होतं.

"नाही– आयुष्यं पूर्वीसारखी कधीही असणार नाहीत हे मला पटतं. लोखंड भट्टीत काही वेळ राहिलं की त्याच्यावर एक ताव चढतो– आपलं असंच झालं आहे; पण तो बोजा, तो बदल, ते जे काही असेल ते बरोबर घेऊन पुढचं आयुष्य तर क्रमायचंच आहे, नाही का?"

"हं." एक उसासा सोडत अरुणा म्हणाली.

"अरुणा, मागच्या दुःखांचा बोजा सतत खांद्यावर वाहणार असशील तर आयुष्य सुखी, सुसह्य कसं होईल? सगळं विसरून जा असं मी मुळीच म्हणत नाही– पण एक लक्षात घे– डोंगर पार केला की त्याच्या पायथ्याशी त्याची सावली गडद असते– पण तुम्ही पुढे पुढे जात राहिलात की हळूहळू सावलीबाहेर येता– आणि खूप मार्ग क्रमल्यानंतर मागे वळून पाहिलंत तर लक्षात येतं की, सावली म्हणजे एक काळा ठिपका आहे– सारं आयुष्य झाकोळून टाकण्याइतकी मोठी खासच नाही! तेव्हा एक लक्षात ठेव– मागचं विसरायचं नाही– पण मनात सतत आशा ठेवायची–"

"मला माहीत आहे तुम्ही केवळ माझ्या समाधानासाठी बोलत नाही आहात, मनापासून बोलत आहात– मी खरंच प्रयत्न करीन–"

"गुड गर्ल! आता तुमच्या राहण्यासंबंधात– गेले दोनतीन दिवस अपवादात्मक होते– तेव्हा इथे राहिलीस ते आवश्यक आणि योग्य होतं– आता तुझ्यासाठी एखादी जागा पाहू या– पैशांचं कसं आहे?"

"बाबांनी आमच्या तिघांचा जॉइंट अकाउंट ठेवला आहे– तेव्हा पैशांची अडचण नाही. शिवाय त्यांच्या सर्व गुंतवणुकीत त्यांनी ते, आई आणि मी अशी जॉइंट नावं टाकली आहेत–" आणि मग जरा गहिवरल्या आवाजात "शिवाय बंगल्यावरून आपण सगळं काही आणलं– त्यात रोख रक्कम आहे, आईचे– माझे दागिने आहेत– सर्व काही आहे–"

"स्टेडी! अरुणा, स्टेडी!"

"कशी स्टेडी होऊ? ही सगळी धनदौलत, सगळे पैसेअडके, सगळे दागिने– त्यांच्याऐवजी आई-बाबा असते तर!"

श्रीधर काय बोलणार! तिचा आवेग स्वाभाविकच होता; पण तीच जरा वेळाने म्हणाली, "सॉरी! मनातला विचार तुमच्यासमोर उघड केला. कारण तुम्ही अजिबात परके वाटत नाहीत– सॉरी!"

"सॉरी म्हणण्यासारखं काहीही झालं नाही. ठीक आहे– तर मग आज आपण जागा पाहू या– मी तर सुचवीन एकदम विकत घेण्यापेक्षा पेइंग गेस्ट म्हणून कुठे सोय झाली तर जास्त चांगलं– आणि अर्थात मी काही तुझा गार्डीयन नाही– पण व्यवसाय म्हणून तुझ्या मनात काही विचार असतील तर होईल तशी आणि तेवढी मदत करायला मी अगदी आनंदाने तयार आहे– ठीक आहे– हे एक बोलायचं होतं– आता दुसरं एक सांगायचं आहे– किंवा विचारायचं आहे–"

वखारीतून भरून आणलेल्या पिशव्या तिथेच सोफ्याखाली सारलेल्या होत्या. त्यांच्याकडे बोट करीत श्रीधर म्हणाला,

"याचं काय करायचं?"

अंगावर शहारा आल्यासारखा आविर्भाव करीत अरुणा म्हणाली, "मला तर त्यातली कवडीसुद्धा नको!"

"ते मला माहीत आहे, अरुणा! पण त्याची काहीतरी विल्हेवाट तर लावायलाच हवी, नाही का? ते तर काही रस्त्यावर, नदीत, उकिरड्यावर फेकून देता येत

नाही! बरं, कुणाच्या कानावर आलं तर नाही ती तोहमत यायची आपल्यावर! कारण त्याची मालकी आपण शाबित करूच शकणार नाही! त्याचा काहीतरी सत्कार्यासाठी उपयोग करता आला तर बरं होईल. असं वाटतं–"

"तुम्हाला जे योग्य वाटेल ते करा– मला त्यात स्वारस्य नाही–"

"छान!"

वर्तमानपत्रातल्या 'जागा भाड्याने देणे', 'लेडीज हॉस्टेल', 'पेईंग गेस्ट'च्या जाहिराती पाहिल्या. दोन ठिकाणी फोन केले, काही जागा त्यांनी प्रत्यक्ष पाहिल्या– पण अरुणाचं समाधान होत नव्हतं.

जेवण करून ते ब्लॉकवर परत आले होते. जरा वेळाने अरुणाच म्हणाली, "मला अगदी चोखंदळ म्हणाल, नाही का तुम्ही? ही नको, ती नको– सारखे दोषच काढत होते–"

श्रीधर जरासा हसत म्हणाला, "भिकाऱ्याला निवड नसते, अशी एक म्हण आहे– बेगर्स हॅव नो चॉइस– माहीत आहे ना? जे समोर येईल ते स्वीकारलंच पाहिजे अशी काही तुझी परिस्थिती नाही–"

"म्हणून या साऱ्या गमजा, असंच की नाही?"

"तसं नाही. तुझ्या पसंतीचा तुला हक्कच आहे, हो की नाही?"

जरा गंभीर होत अरुणा म्हणाली, "श्रीधर, खरं सांगू का? आजवर आईबाबांव्यतिरिक्त एकट्याने अशी मी राहिलेलीच नाही– आजकाल मुली सरळ परगावी शिक्षणासाठी जातात, बोर्डिंग-हॉस्टेलमध्ये राहतात– तेव्हा मी म्हणजे अगदीच 'काकू' वाटत असेन तुम्हाला नाही का?"

"वेल, तसं नाही– पण जरा धीट व्हायलाच हवं तुला– आता यापुढे तुझी तूच मुखत्यार आहेस– तुझे सगळे निर्णय तुला एकटीलाच घ्यायचे आहेत– हरकत नाही तुला कशाची माहिती नसली तरी– ती माहिती मिळवता येते– अनुभवाने माणूस शहाणा होत जातो– फक्त एक काळजी घे– आपला अननुभवीपणा कुणाच्या नजरेस पडणार नाही एवढं पाहा– नाहीतर फसवणारे, गैरफायदा घेणारे सर्वत्र आहेतच–"

"पण तुम्ही आहात ना सल्लामसलतीला?"

"मी आहे ना–" श्रीधर म्हणाला. 'पण मी जन्मभर तुझ्याबरोबर थोडाच असणार आहे?' असे शब्द त्याच्या अगदी ओठांवर आले होते– पण त्याने ते उच्चारले नाहीत– कदाचित– कदाचित–

"आज संध्याकाळपर्यंत आणखी काही पाहू या– नाहीतर उद्या सकाळी मी कोणती तरी एक नक्की ठरवीन– चालेल?"

"अगं, मला तुझ्या इथे राहण्याने अडचण होते आहे अशी का तुझी समजूत आहे? मुळीच नाही! एकट्याने एकट्याने राहणारा मी– हा बदल किती छान वाटतो! पण शेवटी रूढी-परंपरा काही आहेच ना? अगदी इमर्जन्सीच होती तेव्हा आपण हा विचारसुद्धा केला नाही– आणि ते योग्यच होतं– पण आता विचार करायलाच हवा, नाही का?"

त्यांच्या यादीतल्या उरलेल्या तीन ठिकाणांना त्यांनी संध्याकाळी भेटी दिल्या. शेवटची जागा म्हणजे एक बंगला होता. आऊटहाऊसमध्ये जागा होती. जागा स्वतंत्र होती, स्वच्छ हवेशीर सोयीची होती, परिसर शांत होता. बाहेर आल्यावर स्कूटरपाशी उभा राहून किल्ली खिशातून काढता काढता श्रीधर म्हणाला, "हा शेवटचा नंबर."

हातातल्या पर्सशी चाळा करत अरुणा म्हणाली,

"तुमचा काय विचार आहे? आताच मला एखाद्या लॉजमध्ये पाठवणार आहात का? म्हणजे सकाळीच तुम्ही म्हणत होतात–"

"ओ माय गॉड! अरुणा! मी काही तुला घरातून काढण्याची भाषा करत नव्हतो! कम ऑन! कम ऑन! चल ब्लॉकवर!"

तिचा चेहरा एकदम खुलला. खरं तर ती प्रतिक्रिया श्रीधरच्या अगदी मनासारखी होती. फक्त बोलण्याची अजून वेळ आली नव्हती.

२८.

वाटेत जेवण उरकूनच ते ब्लॉकवर आले. श्रीधरला वाटलं, नशीब आपला एखादा सहकारी या पाचसात दिवसांत आपल्याकडे आला नाही. तशी 'लिव्ह-इन'ची कल्पना भारतातही, निदान मुंबई-दिल्ली-कलकत्ता-मद्रास यांसारख्या मोठ्या शहरांतून दिसायला लागली होती– पण समाजाची मानसिकता अजून तरी त्या कल्पनेच्या विरुद्धच होती.

ब्लॉकवर आल्यावर नऊ-सव्वानऊपर्यंतचा वेळ टीव्ही पाहण्यात गेला आणि मग दोघांनी झोपायची तयारी केली. सकाळ-संध्याकाळ खूप रपेट झाली होती– तेव्हा झोप खरोखरच अगदी डोळयांवर आली होती.

श्रीधर सुरुवातीची एक रात्र हॉलमध्ये सोफ्यावर निजला होता– पण मग त्याने स्वत:साठी एक कॅनव्हास-पाइपची घडीची खाट आणली होती. हलकी होती, दिवसा एका बाजूच्या कोपऱ्यात ठेवता येत असे. ती आता त्याने उघडली आणि खोलीच्या मध्यावर मांडली.

तशी त्याची झोप सर्वसाधारणपणे गाढ असायची; पण अर्थात एखादी रात्र अशी येतेच की झोप लवकर येतच नाही. गेल्या काही दिवसांतल्या घटना सहजासहजी दृष्टिआड करता येण्यासारख्या नव्हत्याच; पण मानसिक अस्वस्थतेचं खरं कारण श्रीधरला माहीत होतं– अरुणा. इतका निकटचा सहवास आल्यानंतर स्वभावातले लहानमोठे कंगोरे आपोआपच समजतात; त्यांच्याशी जुळवून घेण्याची क्रियाही आपोआपच सुरू होते आणि बृहत् रेखनाची– एक्स्ट्रापोलेशनची– मनाला सवयच असते– अनुभवांवरून किंवा मनातल्या इच्छेला अडसरून मन भविष्याचा एक पट समोर मांडत असतं–

अशा अवस्थेत झोप येणं जरा कठीणच होतं.

अशी वेळ आली तर त्या समस्येवर श्रीधरचं उत्तर सोपं, हमखास यशस्वी होणार होतं. एखादा अतिशय क्लिष्ट, गहन विषयाचा 'ग्रंथ' वाचायला घ्यायचा– तोच तो पॅरेग्राफ पुन्हा पुन्हा वाचायची वेळ आली की समजावं, मात्रा लागू पडत आहे– मग दिवा मालवायचा–

रात्रीच्या अंधारात त्याला जाग आली. कदाचित त्या वासाच्या, आवाजाच्या संवेदना निद्रितावस्थेतही मेंदूत नोंदल्या गेल्या असतील– आणि एक उंबरठा, 'थ्रेस्होल्ड' ओलांडला जाताच त्याला जाग आली असेल–

काही क्षण तो होता तसाच निपचित पडून राहिला. गेल्या काही दिवसांत आलेल्या अनुभवांनी मनाला सावधपणाची सवयच लागली होती. पडल्या पडल्या ध्यानात येऊन तो आसपासचा वेध घेत होता–

आणि मग शंकाच राहिली नाही.

तेच ते बडबडण्याचे, हसण्याचे, रडण्याचे, हुंदक्याचे आवाज– आणि तोच तो कुंद, कुजल्या-सडल्यासारखा वास, तीच ती गरम हवा–

बंगल्यातल्या तिसऱ्या मजल्यावर आलेला अनुभव!

पण इथे? त्याच्या खोलीत? इथे कसा?

मग धोक्याची जाणीव झाली. तो कॉटवर धाडदिशी उठून बसला. आसपासची खोली अंधारातच होती; पण अगदी अगदी अस्पष्ट, भासच वाटण्यासारखा, चोरट्या हालचालींचा काही आवाज होत होता का?

अरुणा! ती आतल्या खोलीत होती!

कॉटवरून अलगद उतरून तो आतल्या खोलीच्या दारापाशी गेला. दारावर त्याने अगदी हलकीच टक् टक् केली. काही वेळ थांबून पुन्हा एकदा. नशीब तितक्या लहान आवाजाने ती जागी झाली. दारापाशी आली–

"काय आहे?" तिने आतूनच विचारलं.

"श् श् श्!" श्रीधर दाराच्या फटीला तोंड लावून पुटपुटला. "मी श्रीधर आहे– दार उघड!– काहीही बोलू नकोस! दार उघड!"

एक क्षणाचाही विलंब न लावता अरुणाने दार उघडलं (मागाहून त्याला उमगणार होतं– आपण तसे परकेच; ती एकटीच, ब्लॉकमध्ये आपल्या दोघांखेरीज कोणीही नाही; मध्यरात्रीची वेळ– तरीही तिने संपूर्ण विश्वासाने दार उघडलं होतं!)

दार उघडताच ओठांवर बोट ठेवून तिला गप्प बसण्याची खूण करीत तो खोलीत आला, आत रातदिवा जळत होता; प्रकाश पुरेसा होता. आपल्यामागे त्याने दार बंद केलं, अलगद बोल्ट सरकवला. तिला हाताने धरून कॉटकडे नेलं, कॉटवरची जाड चादर तिच्या अंगाभोवती घातली, एक शाल स्वतःच्याही खांद्यावरून घेतली.

नशीब की बेडरूममधून स्वयंपाकघरात जाणारं दार होतं आणि स्वयंपाकघरालाही बाहेरच्या बोळात उघडणारं दार होतं. तिचा हात धरून तिला हाताने ओढत त्याने स्वयंपाकघरात आणली, तिथून बाहेर आणली, आपल्यामागे दाराला कडी घातली. जिन्याकडे बोट करीत तो म्हणाला, "वर चल."

किती आज्ञाधारकपणे ती त्याचा शब्द अन् शब्द पाळत होती!

बाहेर थंडी कडाक्याची होती. जिन्याने ते वर टेरेसवर आले. वर जिन्याची कॅप होती– तीच जरा आडोशाची जागा होती– तिथेच त्यांना रात्रीचा उरलेला वेळ घालवावा लागणार होता. शेवटी अरुणा म्हणाली,

"श्रीधर! आता सांगाल का– हे काय चाललं आहे?"

"तुला गाढ झोप लागली होती?"

"हो. का?"

“काही जाणवलं नाही? वास? आवाज?”

“नाही.” पण तिच्या चेहऱ्यावर जराशी भीती आली होती.

“अरुणा, माझ्या खोलीत काहीतरी आलं होतं.”

किती असमाधानकारक शब्द! आणि किती तोकडे शब्द!

अरुणा काहीच बोलली नाही. आणखी स्पष्टीकरणाची वाट पाहत असावी. “अरुणा,” श्रीधर म्हणाला, “बंगल्याच्या तिसऱ्या मजल्यावरच्या खोलीत मी गेलो होतो. वाटते तशी ती खोली साधी नाही. एखाद्या उग्र वासाचा क्षीणसर अंश खूप वेळपर्यंत मागे रहावा तसा काहीतरी अंश त्या खोलीत आहे. पूर्वी होऊन गेलेल्या प्रसंगांचे अगदी पुसटसे प्रक्षेप तिथे जाणवतात. वेगवेगळ्या भावनांचा मनाला स्पर्श होतो. आनंद, दुःख, राग, प्रेम, भीती, वेदना- सर्व काही– पण मला हे कळत नाही– माझ्या ब्लॉकवर का? माझ्या ब्लॉकचा काय संबंध आहे?–”

आणि मग डोक्यात प्रकाश पडल्यासारखे त्याचे डोळे एकदम विस्फारले, “अरुणा!” तो म्हणाला, “ते धन!”

“कोणतं धन?”

“त्या वखारीतून आणलेले पैसे! दागिने! मूर्ती! अलंकार! ते सारं त्या माझ्या खोलीत ठेवलेलं नाही का आपण?”

“पण त्याचा काय संबंध?”

“बंगल्याला जोडणारा दुसरा धागाच नाही! ज्या रात्री तिथे आकांत माजला त्या रात्री ते धन, पैसे-अडके सर्व काही त्या बंगल्यात होतं– नरबळींची रात्र! डागाळलेली रात्र! तोच डाग त्या धनावरही आहे! आपण ते वखारीतून आणायला नको होतं! त्या सर्वांवर रक्तलांच्छन आहे! उद्या त्याचा नाश करून टाकायला हवा!”

अरुणा काहीच बोलली नाही.

ते रात्रीचे उरलेले तास विलक्षण ताणाखाली गेले. खालून हालचालींचा काही आवाज येतो का याचा श्रीधर क्षणाक्षणाला कानोसा घेत होता. खरोखरच त्यांच्या मागावर जर काही आलं असतं तर–?

शेवटी एकाच घळीतून फिरणाऱ्या विचारांनी मनालाच इतका थकवा आला की शरीर अवघडलेलं असूनही, कडाक्याची थंडी असूनही त्याला डुलकी लागली.

त्याला जाग आली तेव्हा किंचित फटफटलं होतं. आकाशाची एक कड किंचितशी उजळली होती. निदान रात्र तरी पार पडली होती. माणसाला दिवस मित्र वाटतो– कदाचित स्वतःची फसवणूकही असेल– पण मित्र वाटतो ही गोष्ट खरी आहे.

त्याने वळून अरुणाकडे पाहिलं. अंगाभोवती चादर गुंडाळून घेऊन शरीराचं मुटकुळं करून ती त्याला टेकून झोपली होती. त्याच्यावर तिचा केवढा विश्वास होता! या विश्वासाला मला सार्थ ठरू दे, त्याने मनातल्या मनात देवाची प्रार्थना केली.

जराशी हलवताच अरुणाला जाग आली. पहिले एकदोन क्षण तिला काही उलगडाच झाला नसावा– मग शेजारी श्रीधर दिसताच रात्रीचा प्रसंग आठवला–
"अरुणा, रात्र उलटली आहे– दिवस झाला आहे– आणि रात्रीतून आपण शिरसलामत बचावून निघालो आहोत–"

"आता?"

"आता काही नाही– जरासं उजाडू देत– मग खाली जाऊ–"

अर्ध्याएक तासाने खाली वर्तमानपत्रवाले, दूधवाले यांची वर्दळ सुरू झाली. दिवे लागले. कुठेकुठे रेडिओ-टीव्हीचा आवाज यायला लागला–

ते दोघं खाली आले. बोळातल्या दाराची कडी सरकवताना, दार उघडून आत पाय टाकताना काळजाची जराशी धडधड झालीच. आधी ते स्वयंपाकघरात, तिथून त्याच्या बेडरूममध्ये आले, आणि मधलं दार उघडून त्यांनी हॉलमध्ये एक घाईची नजर टाकली.

पाचसात सेकंद थांबून श्रीधर खोलीत आला आणि त्याने मधला मोठा दिवा लावला.

मग त्याची नजर खाली लिनोलियमकडे गेली.

सोफ्याखालच्या पिशव्या बाहेर ओढल्या गेल्या होत्या– उचकटल्या गेल्या होत्या– नोटा, दागिने, घड्याळं यांचा पसारा पडला होता– तसं एखाद्या सिनेमातल्या स्टील फ्रेमसारखं चित्र–

पण अंगाचा थरकाप होत होता. खरोखरच काहीतरी काल रात्री इथे आलं होतं. पैसे-दागिने हाताने (?) चिवडत बसलं होतं. त्याला तर वेळीच जाग आली नसती तर?

तो इतका स्तब्ध उभा होता की शेवटी अरुणा त्याच्या बाजूने खोलीत आली– आणि तिलाही ते दिसलं.

"अगंबाई!" दबक्या आवाजात ती बोलली.

समोरचा देखावाच बोलका होता. शब्दांची आवश्यकताच नव्हती. अरुणाचा हात धरून त्याने तिला स्वयंपाकघरात आणलं, बाहेरच्या खोलीचं दार लावून टाकलं. ते दृश्य नजरेसमोरसुद्धा नको होतं. स्वयंपाकघरात आल्या आल्या अरुणा एका पावलावरच एकदम थांबली!

"श्रीधर!"

तिच्या हाकेसरशी तो तिच्याकडे वळला. तिने दोन्ही हातात आपला चेहरा घेतला होता. डोळे विस्फारलेले होते.

"ते पैसे! ते दागिने! आपण बंगल्यातून आणले ते!" ती म्हणाली. "तेही तिथे रात्रभर नव्हते का?"

"पाहू या नं! चल!" तो म्हणाला. मधल्या दारातून ते दोघं बेडरूममध्ये गेले.

"कुठे ठेवले होतेस?"

अरुणाने समोरच्या ड्रेसरकडे बोट केलं.

आणि मग त्यांना ते दिसलं.

ड्रेसरजवळच लिनोलियमवर काजळीचे, राखेचे डाग होते. वरचा ड्रावर अर्धवट उघडलेला होता. त्यांनी वाकून आत पाहिलं तेव्हा दिसलं– नोटांचे चुरगळे झाले आहेत– दागिन्यांचीही उलथापालथ झाली आहे– सगळ्यांवर काळसर डाग आहेत– म्हणजे बाहेरच्या खोलीमागोमाग ते इथंही आलं होतं तर! सुदैवच म्हणायचं की वेळीच श्रीधरने तिला खोलीबाहेर नेलं होतं– नाहीतर कुणास ठाऊक नजरेसमोर काय आलं असतं ते!

चहा झाल्यावर आठच्या सुमारास श्रीधर बाहेर निघाला; पण अरुणा त्याला एकट्याला जाऊ द्यायला तयार नव्हती. ती एकट्याने ब्लॉकवर सेकंदभरसुद्धा राहायला तयार नव्हती.

"ठीक आहे. चल." श्रीधर नाइलाज होऊन म्हणाला.

इतक्या लवकर उघडणारं हार्डवेअरचं दुकान सापडायला जरासा वेळच लागला. दोन-तीन तासांत सेट होणारं अर्धा किलो सिमेंट विकत घेऊन ते परत ब्लॉकवर आले. श्रीधरने एक मोठा प्लॅस्टिकचा तुकडा घेतला. त्याच्या मध्यभागी सिमेंटचा

पसरट लगदा पसरला. एकूण एक सर्व दागिने त्या लगद्यावर ठेवले आणि वरून सिमेंटचा दुसरा थर पसरला. मोठ्या विटेच्या आकाराचा तो साधारण चौकोनी ब्लॉक तयार झाला.

मग त्याने बाथरूमच्या माळ्यावर ठेवलेलं घमेलं काढलं. त्यात त्या सर्व नोटा ठेवल्या. कपड्यांवरचे तेलकट डाग काढण्यासाठी एका बाटलीत पेट्रोल भरून ठेवलेलं होतं, ते आणलं! नोटांवर शिंपडलं आणि त्यांना काडी लावली. पाचसात मिनिटांत त्या सर्व नोटांची राखराख होऊन गेली.

अकराच्या सुमारास ते दोघे जेवणासाठी बाहेर पडले, तेव्हा श्रीधरने एव्हाना वाळून दगड झालेला तो सिमेंटचा ठोकळा पुलावरून नदीच्या पात्रात मध्यभागी फेकून दिला आणि त्या नोटांची राख वाऱ्यावर सोडून दिली.

मध्यवस्तीतलं एक जरा महाग; पण सर्व सोयी असलेलं लेडीज होस्टेल अरुणाने पसंत केलं. आणि त्याच संध्याकाळी तिच्या दोन बॅगा घेऊन दोघं होस्टेलवर हजर झाले. सिंगल रूम मिळत असूनही अरुणाने दोन पार्टनर असलेली खोली पसंत केली होती. होस्टेलच्या गड्याने तिच्या बॅगा तिच्या कॉटखाली नेऊन ठेवल्या. निरोप घेण्यासाठी श्रीधर लाउंजमध्ये थांबला होता. त्याच्याबरोबर अरुणाही बाहेरच्या अंगणात आली.

"श्रीधर, तुम्हाला माहीत आहे तुमच्या ब्लॉकवरून हलायला मी जराशी नाखूशच होते– पण कालचा प्रकार झाल्यावर–"

"मला माहीत आहे." श्रीधर म्हणाला.

"एकटीला तिथे राहवलंच नसतं– आणि रात्री तर–"

"मला माहीत आहे, सांगितलं ना?"

"पण श्रीधर, तुमच्या मदतीची आणि सल्ल्याची मला सारखी गरज लागणार आहे–"

"मग मी आहे की! केव्हाही नुसता फोन लाव–"

"नाही."

"नाही?"

"नाही. नुसत्या फोनने काम व्हायचं नाही– दररोज संध्याकाळी तुम्ही मला भेटलं पाहिजे– तुमचे इतके उपकार झाले आहेत की–"

"अरुणा!"

"अच्छा, त्याबद्दल काही बोलत नाही; पण रोजची भेट ही व्हायलाच हवी."

"ॲक्सेप्टेड! झालं?"

"हो. आणि आणखी एक. त्या– त्या– ब्लॉकमध्ये जरा सांभाळून राहा. नाहीतर– नाहीतर–"

आतापर्यंत श्रीधरने तिला अनेक वेळा स्पर्श केला होता. कधी तिला शिडीवरून उतरताना हात दिला होता– एकदा तर एका हाताने तिला धरून तिचं तोंड दुसऱ्या हाताने झाकलं होतं– पण आता त्याने जेव्हा तिच्या हातावर हात ठेवला तेव्हा त्या स्पर्शाला एक खास अर्थ होता.

"अरुणा, मी नीट काळजी घेईन. आणि थँक्‌ यू!"

२९.

सध्यातरी कामावर जाण्याचा त्याचा अजिबात विचार नव्हता. त्या जळीत वास्तूला एक भेट द्यायची होती; पण त्याआधी काहीही करून ती माहिती काढून घ्यायला हवी होती– पोलिसांना त्या जळलेल्या बंगल्याच्या अवशेषांत काय सापडलं? काही सापडलं का? त्यांच्या तज्ज्ञाचा अंदाज काय होता? एकदोन ओळखींचा उपयोग करून त्याने ती माहिती तर मिळवली.

बंगल्याला आग लागली त्या वेळी तिथे कोणीही व्यक्ती हजर नव्हती असे पोलीस तपासात निष्पन्न झालं होतं. आणि पेट्रोलचा वापर करून आग मुद्दाम लावण्यात आली होती. शॉर्टसर्किट किंवा गॅसची गळती यांच्यामुळे लागली नव्हती हीही गोष्ट सिद्ध झाली होती.

ज्याला इंग्रजीत 'पायरोमॅनियॅक' म्हणतात– जो मनातल्या एखाद्या गंडापायी ही आगी लावण्याची कृत्यं करीत असतो– अशा एखाद्या पिसाट माणसाचे हे कृत्य असावं असा निष्कर्ष काढून पोलीस केस फाइल करून टाकणार.

श्रीधरच्या दृष्टीने अत्यंत महत्त्वाची गोष्ट ही होती– जळालेल्या वास्तूत कोणाची जीवितहानी झाल्याचा कोणताही पुरावा पोलिसांना मिळाला नव्हता– पण त्याला माहीत होतं– तिसऱ्या मजल्यावर ते दोघं होते– त्यांचं काय झालं? त्याला माहीत होतं हा अनुत्तरित प्रश्न त्याला सतत सतावत राहणार आहे. कारण त्याच्या उत्तरात अनेक शक्यता सामावलेल्या होत्या- आणि त्यातली प्रत्येक पहिलीपेक्षा जास्त भीतिदायक होती.

संध्याकाळी भेटण्याचा अरुणाला शब्द दिला होता तेव्हा संध्याकाळी इतर कशाला वेळच नव्हता. संध्याकाळी सहाच्या सुमारास तो होस्टेलवर आला तेव्हा लाउंजमध्ये अरुणा त्याची वाट पाहत थांबली होती. ते दोघं बाहेर पडले.

"केव्हा परत यायचं वगैरे काही अटी-नियम नाहीत ना?"

"छे! हे काय कॉलेजचं वसतिगृह थोडंच आहे? जी ती आपापल्या जबाबदारीवर राहत असते. नावाला होस्टेल आहे– पण तशी चहाचीसुद्धा सोय नाही. समोर बोर्डिंग आहे– हवा तर तिथे डबा लावावा–"

"मग रात्रीचे जेवण करूनच आपण इथे परत येऊ– ओ. के.?"

"अर्थात ओ. के." ती हसत म्हणाली.

शहरात श्रीधरच्या दोनतीन आवडीच्या जागा होत्या. स्वच्छता, शांतता आणि चविष्ट भोजन. शिवाय तत्पर सेवा. पार्कमधली चक्कर झाल्यावर दोघं तिथेच जेवणासाठी गेले.

"आज कामावर गेला होतात?" अरुणाने विचारलं.

"नाही. आणि एवढ्यात जाणारही नाही. या प्रकरणाचे काही काही गुंते अजून उलगडलेले नाहीत– आज मला एवढं समजलं की बंगल्याच्या जळलेल्या अवशेषात मानवाचे अस्थी वगैरे सापडले नाहीत– तेव्हा पोलीस समजून चालले आहेत की आग लागली तेव्हा बंगला रिकामा होता; पण आपल्याला खरी गोष्ट माहीत आहे, नाही का? मागच्या त्या दोघांचं काय झालं हे तरी माहीत करून घ्यायला हवं, नाही का?"

"काय करायचा तुमचा विचार आहे?"

"बंगल्यावरून चक्कर टाकणार आहे– सरळ आतपर्यंत जाता आलं तर छानच! पण पोलिसांनी गेटला सील वगैरे ठोकलं असलं किंवा एखादा शिपाई पहाऱ्यावर ठेवला असला तर मग आपल्या चोरमार्गाचा वापर करावा लागेल– ती भिंतीला लावलेली शिडी!"

"श्रीधर, ती जागा धोक्याची आहे हे माहीत असूनसुद्धा तुम्ही तिथे जाण्याचा धोका का पत्करला?"

"आपल्याला तिथली काय माहिती आहे? तिथल्या रहस्याचा उलगडा नको का व्हायला? माझ्या आणि तुझ्या, दोघांच्याही जवळच्या आप्तांचे तिथे बळी गेले आहेत– ते कसं विसरता येईल?"

"श्रीधर, माझा जीव इकडे टांगणीला लागलेला असेल-" तिचा आवाज भावनावश झाला होता. तिच्या हातावर हात ठेवत श्रीधर म्हणाला, "अरुणा, तुला वचन देतो- कोणताही अविचारीपणा करणार नाही- नाही ते साहस करणार नाही- पण अरुणा, मला गप्प बसवतच नाही- मनात सतत एक सुडाची भावना जागती असते- आणि अरुणा, आता माझं पुराण पुरे झालं- तू स्वतःच्या भवितव्याबद्दल काय ठरवलं आहेस? काही विचार केलास का?"

"खरं तर त्या बाबतीतच मला तुमचा सल्ला हवा होता- पण बोलण्यात इतके वेगवेगळे विषय येत राहिले की-"

"उद्या! एका दिवसाने काही बिघडत नाही-" श्रीधर म्हणाला. "निघायचं का परत?"

त्याने अरुणाला परत होस्टेलवर आणून सोडली तेव्हा रात्रीचे नऊ वाजले होते.

ब्लॉकचं कुलूप उघडून आतल्या अंधाऱ्या खोल्यांकडे पाहत असताना श्रीधरला वाटलं, आज रात्री आपल्याही धैर्याची कसोटीच आहे. काला रात्रीचा भयकारक अनुभव याच जागेत आला होता- तिथेच सारी रात्र काढायची होती.

दिवा लागताच लखलखाट झाला. अर्थात आधी त्याची नजर त्या सोफ्याच्या पायथ्याशी गेली- जिथे आदल्या रात्री पैशांची आणि दागिन्यांची चिवडाचिवड झाली होती- ती जागा रिकामी होती.

मग त्याचं त्यालाच जरासं हसू आलं. माणूस स्वतःचा स्वतःलाच भिववतो हीच गोष्ट खरी. त्या धनाच्या मागावर काही काल इथे आलं असलं तर आता इथे धन नाही, काही नाही- आता काहीही येणार नाही. तसा त्याचा वैयक्तिक संबंध या प्रकरणात आलाच नव्हता (निदान अजून तरी आला नव्हता)- तेव्हा त्याला कशाला काळजी हवी?

शेवटी ती एक साधीच रात्र निघाली.

सकाळी नऊच्या सुमारास त्याने स्कूटर बंगल्याच्या गेटपाशी थांबवली. गेटला सील नव्हतं; पण पहाऱ्यावर एक पोलीस होता. स्कूटर जराशी पुढे थांबवून श्रीधर गेटपाशी आला.

"इथेच. परवाच्या रात्री आग लागली होती?"

"हं." पोलीस निर्विकार आवाजात म्हणाला.

"आत पाहून यायला हरकत आहे का?"

“काय वर्तमानपत्रवाले आहात काय?”

“अहं. ही माझी रोजची वाट; पण सतत गेट बंद असायचं. कधी माणसं दिसली नाहीत. कधी गाडी दिसली नाही. रोज वाटायचं– कोण राहत असेल? आणि आज वर्तमानपत्रात हे वाचलं– म्हटलं पाहून तरी यावं–”

“जा, पाहून या; पण आता तिथे काही नाही. नुसती जळकी खांडकं.”

“वा! आभारी आहे!”

श्रीधर पायीच गेटमधून आत शिरला. या वळणाच्या रस्त्यावरून तो कितीदा तरी गेला होता. कधी अपेक्षेने– विनीताला भेटायला. कधी कुतूहलाने– आत राहायला कोण आलं आहे ते पाहण्यासाठी. कधी धडधडत्या काळजाने– रात्रीचा एकट्यानेच चक्कर मारायला गेला असताना.

झाडीत प्रकाश नव्हता; पण वळण घेताच समोर अंगण आलं. गेली होती ती रुबाबदार तीन मजली इमारत. आता राहिलं होतं नुसतं जोतं आणि अर्धवट वर आलेले खांब. काही वेळ पायऱ्यांपाशीच उभा राहून मग श्रीधर जोत्यावर चढला. दारं-भिंती सर्व काही भस्मसात झालं होतं. आता केवळ अंदाजानेच कल्पना करावी लागत होती की इथे सोफा होता, इथे टीव्ही होता, हे स्वयंपाकघर होतं, ही जेवणाची खोली होती–

पाहता पाहता तो इमारतीच्या मागच्या भागापाशी आला. इथेच वर तिसऱ्या मजल्यावरची ती बंद जागा होती. आता त्या कोरीव कामाच्या दारामागचं रहस्य कधीच कोणाला कळणार नव्हतं–

श्रीधर खाली पाहून एक एक पाऊल टाकत होता म्हणून त्याला ते दिसलं– चांगल्या पाव इंच लांबीच्या काळ्या मुंग्या लक्षावधींच्या संख्येने त्या राड्यारोड्यात वावरत होत्या– नाही, एका ठराविक दिशेने जात होत्या– मागच्या अंगाच्या डाव्या कोपऱ्यात राड्यारोड्याखाली एखादी फट असली पाहिजे– दोनही-तीनही बाजूंनी येणाऱ्या मुंग्यांचा लोंढा राड्यारोड्याखाली गडप होत होता–

मुंग्यांच्या जाती, त्यांच्या समाजव्यवस्था, त्याचं वर्गीकरण यापैकी काहीच श्रीधरला माहीत नव्हतं. हा प्रकार संपूर्ण नैसर्गिकही असू शकेल. या मुंग्या चावऱ्या होत्या की नाही त्याला माहीत नव्हतं. त्याने ऐकलं होतं की एक मुंगी स्वतःच्या वजनाच्या तिप्पट किंवा चौपटही वजनाची वस्तू नेऊ शकते. कोणत्या तरी टीव्ही चॅनेलवर त्याने हजारो मुंग्या मिळून त्यांच्या तुलनेने अजस्र असा एक किडा ओढत ओढत नेताना पाहिला होता– दक्षिण अमेरिकतल्या सोल्डॅडो जातीच्या मुंग्या तीनचार फर्लांग रुंद पट्ट्यात सरकतात आणि त्यांच्या वाटेतले

पशू-पक्षी-जनावरं- माणसंसुद्धा फस्त करून मागे फक्त हाडंच ठेवतात असंही त्याने कुठेसं वाचलं होतं–

तेव्हा सावधान! तो एक पाऊल मागे सरला.

मागे काही खड्डा नाही ना पाहण्यासाठी त्याने मान मागे वळवली होती.

खट्ट! कसला तरी आवाज झाला.

श्रीधर केवढ्यांदा दचकला. तो आसपास अगदी बारीक नजरेने पाहू लागला. हे शक्य होतं की–

खट्ट! पुन्हा आवाज आला.

शरीरावर येत असलेला काटा श्रीधरला जाणवत होता. वास्तविक सकाळची वेळ, लख्ख ऊन पडलेलं, आसपास मोकळं आवार–

तरीही त्याच्या मानेवरचे केस शहारून ताठ झाले होते.

कारण त्याला माहीत होतं, ही जागा चांगली नव्हती.

एक एक पाऊल करत तो मागे सरला आणि खालच्या अंगणात उतरला. आलाच होता तर सर्व बाजूंनी चक्कर मारायचा त्याने विचार केला– डावीकडच्या बाजूसच ते शोभेचं तळं होतं–

आता वरवंडी तडकली होती, पाण्यावर राख-कोळशाचे कण– कागदाचे कपटे तरंगत होते–

पण तो तळ्याकडे पाहत असतानाच पाण्याच्या पृष्ठभागावर एक मोठा बुडबुडा आला आणि डुब् आवाज करून फुटला.

श्रीधर जरासा पुढे गेला, वरवंडीपाशी उभा राहिला.

पुन्हा एकदा पाण्याखालून एक चांगला तळहाताच्या आकाराचा बुडबुडा वर आला आणि डुब् करून फुटला. आणि यावेळी श्रीधर पाण्यापासून इतका जवळ होता की बुडबुडा फुटताना हवेत पसरलेली दुर्गंधी त्याच्यापर्यंत पोहोचली.

वरवंडीवरून वाकून त्याने पाण्यात खाली पाहण्याचा प्रयत्न केला; पण वाळकी पानं, होरपळलेले कागदाचे कपटे, राखाडी-काळपट रंगाच्या राखेचे कण– यांच्यातून खालचं काहीच दिसत नव्हतं.

तळापासून निघून पुन्हा एक बुडबुडा पृष्ठावर आला आणि फुटला.

जवळजवळ त्याच जागी वर येत होता.

तळाशी एखादी सडकी-कुजकी वस्तू असली पाहिजे– सडण्याच्या प्रक्रियेतून निघालेला वायू बुडबुड्यातून वर येत असला पाहिजे–

त्याच्या ध्यानात आलं, प्रत्येक लहानसहान आवाजाला, घटनेला, हालचालींना आपण एखादं नैसर्गिक कारण शोधण्याचा प्रयत्न करीत आहोत. समजा, तो एखाद्या पार्कमध्ये पिकनिकसाठी गेला असता, तिथे मुंग्यांची रांग दिसली असती, किंवा एखाद्या तळ्याच्या शेवाळलेल्या पाण्यात बुडबुडे येताना दिसले असते, किंवा एखादा फट्‌ असा लहानसा आवाज झाला असता– त्याच्या ध्यानातही ते आलं नसतं– कारण तिथे त्या गोष्टी नैसर्गिकच होत्या. पण इथे, या दुष्कीर्ती असलेल्या जळक्या वास्तूत त्या नैसर्गिक वाटत नव्हत्या– कारण त्याच्या डोळ्यावर भीतीचा चष्मा होता.

बंगल्याभोवती चक्कर पुरी करून तो वळणाच्या रस्त्याने गेटपाशी आला. दारापासचा पोलीस कंटाळून भिंतीला टेकून उभा होता. त्याचा औपचारिक निरोप घेऊन श्रीधर तिथून निघाला. इतक्यात घरी परत जायला मन घेत नव्हतं. आपला अनभिज्ञपणा त्याला क्षणोक्षणी जाणवत होता. हे सर्व अनुभवच इतके विलक्षण होते, इतके चाकोरीबाहेरचे होते की त्यांचा अन्वयार्थ लावणं, भविष्यात त्यांची दिशा काय राहील याचा अंदाज करणं– सर्वच त्याच्या आवाक्यापलीकडचं होतं. वेगवेगळ्या शास्त्रांची गाइडं असतात. यांत्रिकी म्हणा, वास्तुशास्त्र म्हणा, अर्थशास्त्र म्हणा– सर्वसाधारण बुद्धिमत्तेचा माणूसही चार पुस्तकं वाचून त्या त्या विषयातलं निदान प्राथमिक ज्ञान तरी खासच मिळवू शकला असता; पण त्याला जे अनुभव येत होते– त्याचं विवरण कुठे सापडणार? आणि या शास्त्रात काही काही तज्ज्ञ, पारंगत असतीलही– पण ते इंजिनिअर-आर्किटेक्ट-डॉक्टर-आर्थिक सल्लागार-वकील यांच्यासारख्या दारावर पाट्या लावून खासच बसलेले नसणार. कारण या घटनाही अंधारात होतात आणि त्यांचे तांत्रिकही स्वतःला अनामिक ठेवूनच वावरत असणार–

स्कूटरवर बसल्यावर पाऊच पुढच्या डिकीत ठेवण्यासाठी त्याने हातात घेतला. इतका जड का लागत होता? चेन उघडून त्याने आत नजर टाकली. आत खूप किल्ल्या होत्या. बंगल्याच्या कुलपासाठी त्याने बनवून घेतलेल्या, शिवाय त्या दासांनी दिलेल्या ऑफीसच्या किल्ल्या. त्यातच वखारीच्याही दाराची किल्ली होती.

तिकडे एक चक्कर टाकायला काय हरकत होती? नाहीतरी तो आता रिकामाच होता. त्याने स्कूटर त्या दिशेकडे काढली.

शाळा-कॉलेज-ऑफिस यांची वर्दळ सुरू झाली होती; पण जो तो आपापल्या कामात व्यग्र होता. वखारीच्या मोठ्या दारापाशी स्कूटर उभी करून वखारीचं दार उघडणाऱ्या श्रीधरकडे कुणाचंही लक्ष नव्हतं. वखारीचं मोठं दार करकरत आत उघडलं. बाहेर चकचकीत ऊन होतं– त्याच्या तुलनेने आतला भाग जवळजवळ अंधारातच होता. आतल्या अंधुक प्रकाशाची डोळ्यांना सवय होईपर्यंत श्रीधर दाराबाहेरच उभा राहिला आणि मग त्याने आत पाय टाकला आणि आपल्यामागे मोठं दार लोटून घेतलं.

उजव्या हाताची भिंत चाचपताच बटणाचं पॅनेल हाताला लागलं. त्यावरची दोनतीन बटणं खटाखटा दाबताच आतले दिवे लागले. पुढे टाकण्यासाठी त्याने पाऊल उचललं होतं; पण ते त्याने घाईने मागे घेतलं. कारण वखारीतलं सगळं सामान एखाद्या चक्रीवादळात सापडल्यासारखं अस्ताव्यस्तपणे सर्वत्र पसरलं होतं. हा शोध कुणी आणि कशासाठी घेतला होता याची श्रीधरला पूर्ण कल्पना होती आणि इथे ते दागिने-पैसे न सापडल्याने त्याचा रोख मग श्रीधरच्या ब्लॉककडे वळला होता. हा शोध कशासाठी? ज्याचं स्वरूप अमानवी आहे त्याला या मानवी अलंकारांची काय आसक्ती? आणि नोटा-पैसे हे तर केवळ मालकीचे संकेत– त्यांना स्वतंत्र मूल्य काहीही नाही– त्यांच्याशी काय कर्तव्य? पण त्याक्षणीही त्याला समजत होतं हे प्रश्न वाटतात तसे साधे नाहीत, आणि निरर्थकही नाहीत. भक्ष्य आणि शिकारी, मर्त्य आणि मारेकरी, शोषक आणि शोषित असं हे नातं होतं. या संपत्तीचा, दागिन्यांचा संबंध भक्ष्याशी होता– आणि कोणत्या ना कोणत्या अगम्य मार्गाने शिकारी अजूनही त्या मागावर येत होता–

तो विचार श्रीधरने सध्यापुरता बाजूला ठेवला. आपल्यामागे त्याने दाराला आतून कडी लावली आणि वाटेतलं सामान बाजूला करीत सर्व खोल्यांची नीट तपासणी केली. सामानावर, कपड्यावर, दारा-खिडक्यांवर राखट, काळसर रंगाचे डाग होते– शोधणाराचे हे ठसे मागे राहिले होते. त्यांना फिंगर प्रिंट म्हणा– किंवा क्लॉप्रिंट म्हणा–

सर्व खोल्या पाहून झाल्यावर श्रीधर वखारीतून बाहेर पडला. त्याची खात्री होती आता त्याला पुन्हा इथे येण्याची आवश्यकता नाही. या भेटीने एक मात्र साध्य झालं होतं– त्याच्या ब्लॉकला दिलेली भेट हा वखारीला दिलेल्या भेटीनंतरचा टप्पा होता– जणू काही हे सारं द्रव्य एका अदृश्य धाग्यातच गुंतलेलं होतं आणि त्या धाग्यावरून हा शिकारी त्याच्यापर्यंत पोहोचला होता–

श्रीधरचा विश्वास होता की आता आपला आणि अरुणाचा त्यात कोठेही संबंध येणार नाही. धनाच्या शोधाचा त्याचा असा एखादा अगम्य मार्ग असेलच, तर आता त्याला तो मार्ग सरळ नदीच्या तळाशी साचलेल्या चिखलातच घेऊन जाईल!

संध्याकाळी अरुणाची भेट झालीच.

"गेला होतात बंगल्यावर?" तिचा पहिलाच प्रश्न.

"गेलो होतो." श्रीधरने सर्व काही सांगितलं. सर्व समजण्याचा तिला हक्कच होता. आणि शिवाय ती जराशी सावधही राहील. त्या धनाचा विचार करता करता मनाला अस्वस्थ करणारा एक विचार मनात येऊन गेला होता. बंगल्यातल्या हत्याकांडात बळी गेलेल्यांची ही मालमत्ता होती– त्यांचा माग कसा लागत होता? एकच वाईट अर्थ निघू शकत होता– बळींचा स्वाहाकार झाल्यानंतर त्यांच्या स्मृतीचा काही ना काही अंश हत्याऱ्याला उपलब्ध होत होता– पण म्हणजे अरुणालाही धोका होता– कारण तिचे आई-वडीलच त्या सैतानी यज्ञात बळी गेले होते– आणि अरुणा तर त्यांची एकुलती एक मुलगी– तिची स्मृती– तिची स्मृती–

त्याने अरुणाला अप्रत्यक्षपणे शक्य तितकी कल्पना देण्याचा प्रयत्न केला– प्रत्यक्ष बोलला असता तरी सर्व आठवणी जाग्या होऊन तिला उगाचच क्लेष झाले असते. तिला त्या प्रकारातला गंभीरपणा बरोबर समजला असेल अशी आशाच फक्त तो करू शकत होता.

"आता काय करायचा तुमचा विचार आहे?" ती विचारत होती.

"सध्या तरी काही नाही–" त्याने एक थाप मारली. त्याच्या मनातला विचार त्याने बोलून दाखवला असता तर तिचा जीव अक्षरशः टांगणीला लागला असता.

हजारांच्या संख्येने राड्यारोड्यातल्या फटीत जाणाऱ्या त्या मुंग्यांच्या रांगा– आणि त्या तळयातून एकामागून एक येणारे दुर्गंधीयुक्त वायूने भरलेले बुडबुडे– त्याच्या डोळ्यांसमोरून ते दृश्य हलतच नव्हतं. मुंग्यांना ज्ञानी, सेंटियंट, विचारशील खासच म्हणता येणार नाही. त्यांची समाजरचना क्लिष्ट आणि विस्मयकारक असली तरी त्यामागे बुद्धी, कार्यकारणभाव नव्हता. लक्षावधी वर्षांच्या पुनरावृत्तीने निर्माण झालेल्या त्या इन्स्टिंक्ट होत्या– पण त्या मुंग्या कोणाचे हस्तक म्हणून कार्य करीत असतील तर त्यांचा नाश करता येईल. तोच प्रकार तळयाचा. एखादी वनस्पती वायू निर्माण करीत असेल– ती वनस्पती नष्ट करून टाकणं शक्य होतं–

मग पाहू, मग पाहू, तो स्वतःशी विचार करीत होता.

अंधार सहा-सव्वासहालाच पडला होता. श्रीधर अरुणाला होस्टेलवर सोडून परत आला. स्कूटर बाहेरच ठेवून तो वर ब्लॉकमध्ये गेला. दाराच्या आतच त्याने त्या दोन पिशव्या तयार करून ठेवल्या होत्या. त्यांचे बंध एकत्र बांधून त्यांना एक बरीच लांब दोरी बांधलेली होती. त्या पिशव्या घेऊन श्रीधर परत खाली आला.

स्कूटर बंगल्याच्या गेटपाशी न थांबवता शेजारच्या बोळात थांबवली. इथे तर गडद काळोख होता. बोळात वळतानाच त्याने इंजिन बंद केलं होतं. गार हवेत आवाज खूप लांबवर पोहोचतो.

सरावाने त्याला भिंतीपासची शिडीची जागा अंधारातही सहज सापडली. शिडी भिंतीला अजूनही तशीच लोंबकळत होती. दोन्ही पिशव्या एका हातात घेऊन तो सावकाश सावकाश शिडीवर चढला, भिंतीच्या माथ्यावर पोहोचला आणि तिथे बसला. दोन्ही पिशव्या बांधलेली दोरी हातात घेऊन त्या दोरीच्या साहाय्याने त्याने पिशव्या अलगद खालच्या आवारात सोडल्या. दोन्ही पिशव्यांत डबे होते. फक्त एकदाच डबा भिंतीवर आपटल्याचा अगदी बारीकसा आवाज आला. पिशव्या जमिनीला टेकताच हातातला दोर त्याने खाली सोडून दिला.

आणि मग त्याने समोर नजर वळवली. भग्न वाड्याच्या अवशेषांवर अगदी पातळसर धुक्याचा थर तरंगत होता. खट्! त्या धुक्याच्या थरातून आवाज आला. आणि त्याच्यामागोमाग डुब्!

परत जावं हे बरं. ही जागा चांगली नव्हती.

बंगल्याकडे पाठ फिरवून तो शिडीवरून सावकाश खाली आला.

३०.

सकाळी नऊला तो गेटपाशी आला तेव्हा तिथे पहाऱ्यावर पोलीस नव्हता, कोणीही नव्हतं. गेट नुसतं लोटलेलं होतं. तिथे शिपाई नेमलेला असेलही; पण एकटा एकटा उभा राहून कंटाळणारच– गेला असेल चहाच्या एखाद्या कपासाठी.

श्रीधर गेटमधून आत आला. गेट परत पहिल्यासारखं ओढून ठेवलं. गुलमोहराच्या झाडामागे भिंतीच्या पायथ्याशी त्या पिशव्या होत्या. त्या त्याने उचलल्या आणि त्या घेऊन तो चौथऱ्यावर आला. आता त्याने पिशव्यांच्यातले डबे बाहेर काढले. एका डब्यात अत्यंत जालिम असं कीटकनाशक होतं आणि दुसऱ्यात अत्यंत जालिम असं तणनाशक होतं. एकास शंभर या प्रमाणात पाणी

मिसळा अशी डब्यावर सूचना होती– श्रीधरने ते मिश्रण त्यापेक्षा जास्त तीव्र बनवलं होतं.

कीटकनाशकाचा डबा उघडून तो पुढे आला.

तकतकत्या काळ्या रंगाच्या मुंग्यांच्या रांगा आपल्या मार्गावरून चालल्याच होत्या, त्यांना दिवस-रात्र, विश्रांती हे काही माहीतच नसावं.

ज्या जागी त्या खाली जात होत्या तिथली एक अर्धी वीट त्याने दूर केली. एक मुंगी बोटावर चढली असावी. ती बोटाला अशी काही कडकडून चावली की तोंडून 'हाय' अशी आरोळीच निघाली. हातातला डबा जवळजवळ पडलाच. डबा खाली ठेवून त्याने हाताचं बोट पाहिलं. मुंगी अजून तिथेच होती. दुसऱ्या हाताच्या चिमटीने त्याने तिला खेचून काढली. बुटाखाली चिरडली. बोटाची आग आग होत होती. अशा मुंग्या शेकड्यांच्या-हजारांच्या संख्येने एखाद्याच्या अंगावर चढल्या तर?

वास्तविक मुंगी म्हणजे कीटक– खऱ्या अर्थाने निर्बुद्ध कीटक. आपणच भाबडेपणाने त्यांना नाना मानवी भावभावना चिकटवतो. त्यांना वेदना जाणवेल; पण त्यामागचं कारण समजणार नाही. त्या एका डंखाने त्याच्या मनातली भाबडी सहानुभूती पार गेली होती. सर्व डबाच्या डबा त्याने त्या राड्याखाली रिकामा केला. पुढच्या हजारो मुंग्या त्या विषाच्या प्रभावाखाली मेल्या तरी मागच्या हजारो त्याच वाटेने येत राहणार आणि जीव गमावणार. त्यांना कोणता कार्यकारणभाव?

श्रीधर जोत्यावरून खाली उतरला, त्या तळ्यापाशी आला.

डुब्! बुडबुडा पृष्ठावर आला, फुटला.

श्रीधरने तणनाशकाच्या डब्याचं झाकण उघडलं आणि तो सर्व डबाच त्या तळ्याच्या पाण्यात रिकामा केला.

या दोन कृतींचा काही परिणाम होणार होता का? परिणाम झाला तर तो श्रीधरला दिसणार होता का?

मग त्याला उमगलं– आपल्या सगळ्याच क्रिया काही काही गृहीतांवर आधारित आहेत. मुळातच गृहीतं चूक असली तर काहीच परिणाम होणार नाही.

खट्! मागे चौथऱ्यावर आवाज आला.

हे कसले आवाज होत होते त्याला कळत नव्हतं. एखादा लाकडाचा तुकडा कठीण खडकावर आपटल्यासारखा तो आवाज वाटत होता. योगायोगाने होत

होता, काही दगड-गोटे-डबर वजनाने एकमेकांवर सरकून होत होता का? त्याला माहीत नव्हतं.

एकदोन मिनिटं तो तिथे उभा होता. तळ्यातून वर येणारे बुडबुडे थांबलेले दिसले. दिसण्यासारखा तो एकमेव परिणाम होता.

सकाळची वेळ. बाहेर हमरस्त्यावरून शहरातल्या लोकांची ये-जा, धावपळ, क्रिया-कर्म चालू असतील; पण इथे हालचाल नव्हती, आवाज नव्हता, विलक्षण शांतता होती.

त्याला निघायला हवं होतं.

ब्लॉकवर परत यायला अकरा वाजले.

आता फोन खणखणत होता, त्याने घाई केली नाही. महत्त्वाचं काम असलं तर फोन करणारा फोन उचलला जाण्याची वाट पाहील किंवा काही वेळाने परत फोन करील; पण फोनची घंटी खणखणतच राहिली. त्याने फोन उचलला. फोन ऑफीसचा होता. 'पानसे' म्हणताच तिकडून 'जरा थांबा हं-' असा निरोप आला. मग फोनवर त्याचे साहेबच स्वतः आले.

"श्रीधर?" त्यांनी विचारलं.

"यस सर."

"अरे हा काय प्रकार आहे? गेले पाच दिवस-"

"सर, माझा नाइलाज आहे. यायला जमणारच नाही."

"पण आधी कल्पना नाही का द्यायचीस?"

"सर, मलाच कल्पना नव्हती-"

"श्रीधर, मला तुझं रेकॉर्ड माहीत आहे. खूप दिवसांत तू रजेवर गेला नाहीस हेही माहीत आहे- तू असं कर- चारपाच दिवसांपूर्वीची तारीख घालून एक फॉर्मल अर्ज पाठव रजेकरिता- ठीक आहे?"

"ठीक आहे सर. थँक्यू सर."

"करून टाक तेवढं."

श्रीधरने फोन खाली ठेवला न ठेवला तोच घंटी पुन्हा खणखणली.

फोनवर अरुणा होती.

"श्रीधर?" तिचा आवाज जरासा चमत्कारिक येत होता.

"अरुणा? काय ग?"

''किती तर वेळची मी फोन करायला प्रयत्न करते आहे– पण नुसती घंटा वाजत होती– आणि आता एंगेज टोन लागत होता–''

''मी बाहेर गेलो होतो– आताच परत येतो आहे– ऑफीसचा फोन होता– पण तू फोन कशासाठी करत होतीस?''

''जरा इकडे येता का?''

''पण निदान सांग तरी काय आहे ते?''

''नाही– फोनवरून सांगण्यासारखं नाही– तुम्हीच या–''

''येतो.''

वीसएक मिनिटात तो होस्टेलवर पोहोचला. अरुणा खालच्या लाउंजमध्येच होती. तिचा चेहरा ओढलेला वाटत होता. डोळयांखाली काळी वर्तुळं होती. डोळयांत लाली होती. तो आत येताच तिने त्याला बरोबर येण्याची खूण केली आणि ती वर निघाली. एकेका मजल्यावर तीन तीन प्रशस्त खोल्या होत्या. प्रत्येकीत तिघींची राहण्याची सोय होती. अरुणाने मधली खोली उघडली. तिच्या मागोमाग श्रीधर आत गेला. दारापाशीच उभी राहून अरुणाने भिंतीजवळच्या कॉटकडे बोट केलं. श्रीधर जवळ जाऊन पाहू लागला. पलंगपोसावर, उशीवर, कॉटच्या कठड्यावर राखट-काळसर रंगाचे डाग होते. घाणेरडा हात ओढावा तशा खुणा होत्या. आणि उशी-पलंगपोस दोन ठिकाणी फाटला होता. आखोटे गेले होते. बोटांच्या नख्या अणकुचीदार असतील तर त्या कापडात अडकून असे आखोटे गेले असावेत.

''माझ्याबरोबरच्या दोघी बहिणी बहिणी आहेत.'' अरुणा म्हणाली, ''संध्याकाळी इथे तुम्ही मला आणून सोडलं– तर वर येऊन पाहते तर त्यांच्यापैकी कुणीच हजर नाही. आठ वाजेपर्यंत वाट पाहिली आणि मग खाली बाईच्याकडे चौकशी केली– तर समजलं की त्या दोनतीन दिवसांकरिता गावी गेल्या आहेत– काहीतरी लग्न वगैरे आहे वाटतं– आधी काही विशेष वाटलं नाही– पण रात्रीची लवकर झोप येईना– एकटी एकटी होते– भीती वाटायला लागली–''

''अगदी स्वाभाविकच आहे.'' श्रीधर म्हणाला. ''गेल्या काही दिवसांत तू कितीतरी चमत्कारिक गोष्टी ऐकल्या आहेस– पाहिल्या आहेस– नर्व्हस वाटणारच– मग?''

समोरच्या भिंतीत एक दार होतं. ते आता लावलेलं होतं. तिकडे बोट करीत अरुणा म्हणाली, ''ते दार आहे ना– ते शेजारच्या खोलीत उघडतं– आणि ते दार होतं म्हणून मी वाचले.''

झोपताना तिने दाराला कडी लावली होती, वरचा बोल्टही सरकवला होता. खोलीच्या दोन्ही खिडक्या आतून बंद करून घेतल्या होत्या. गारवा तर होताच, त्यापेक्षा सुरक्षित वाटावं हे मुख्य कारण होतं. गेले दोन-तीन दिवस ती श्रीधरच्या ब्लॉकवर राहत होती– त्याचा केवढा आधार होता! आता इथेही पहिले दोन दिवस त्या दोघी बहिणींचा सहवास होता– प्रत्यक्ष बोलणी झाली नाही, तरी त्यांच्या केवळ खोलीत असल्यानेच केवढा दिलासा लाभत होता! तशी ती सर्वसाधारण तरुणीच– अतिशय धाडसी नाही किंवा अगदी भित्रीही नाही– पण गेल्या काही दिवसांतले प्रसंगच मनाचा धीर खचवणारे होते, म्हणून कंपनी हवी होती आणि आता अशी अचानकच तिच्यावर एकटीने रात्र घालवायची वेळ आली होती. खोलीत रातदिवा नव्हता– आणि खोलीतला दिवा मालवायची तिची हिम्मत होत नव्हती. शेवटी तिने बल्बवर एक दाट रंगाचा कपडा टाकला– त्याने प्रकाश खूपच सौम्य झाला.

आडवी झाली तेव्हा झोप येईल की नाही याची शंकाच वाटत होती; पण अर्थात झोप लागलीच.

रात्रीच केव्हातरी ती झोपेतून जागी झाली होती. खोली इतकी गरम झाली होती की अंगावरची शाल नकोशी वाटत होती. तरीही जाग अर्धवटच होती– मग कसला तरी वास जाणवला– जळल्यासारखा, करपल्यासारखा वास– अर्धझोपेतही मेंदू काम करीतच होता– आपल्या खोलीत काही गॅस वगैरे नाही– आपण चहासुद्धा इथे बनवत नाही– त्या दोघी बहिणीच– एकदम जाणीव झाली– आपण आज रात्री एकट्याच आहोत–

अरुणा खडबडून जागी झाली. पूर्ण शुद्धीवर आली. इथे थांबायला नको, मनात विचार आला. नजर दाराकडे गेली.

दाराच्या आतच काहीतरी उभं होतं.

तिथूनच तो जळका वास येत होता. आवाजही येत होता. संमिश्र आवाज. हसण्याचे, रडण्याचे, विव्हळण्याचे, बडबडण्याचे–

नजर सुटकेसाठी खोलीभर सैरभैर फिरत होती. खिडक्यांना गज होते. शिवाय दुसरा मजला. मग नजर शेजारच्या खोलीला जोडणाऱ्या दाराकडे गेली. अरुणा तशीच धावत धावत दारापाशी आली. दारावर बुक्क्या, थापा मारायला लागली. मागे वळून पहायची तिची हिंमतच नव्हती. दारावरच्या थापा चालूच होत्या– तिच्या बेभान अवस्थेत पलीकडच्या खोलीतून आलेल्या 'हो! हो! थांबा!' या शब्दांचीही तिला जाण नव्हती–

एकदम दार उघडलं गेलं. ती जवळजवळ आत पडलीच. दोन पावलं कशीतरी धडपडत आत गेली. मनात एकच विचार होता. आपल्या खोलीत काहीतरी आहे– दार लावायला हवं–

तिने आपल्यामागे दार बंद केलं, बोल्ट सरकवला आणि मग ती दाराला पाठ लावून धापा टाकत उभी राहिली.

"काय झालं? काय झालं?" खोलीतल्या दोघी विचारत होत्या.

"खोलीत– खोलीत–" तिने एकदम शब्द आखडते घेतले. कारण होतं. नेमक्या त्या दोघी दार उघडून पहायला जायच्या– आणि नको ते व्हायचं. आणि तो भास-भ्रम असला तर त्यांचा आणखीनच गैरसमज व्हायचा.

"मला– मला– काहीतरी वाईट स्वप्न पडत होतं–"

त्या दोघी जरा प्रश्नार्थक चेहऱ्याने तिच्याकडे पाहत होत्या.

"खोलीत मी आज एकटीच होते ना? त्या दोघी गावाला गेल्या आहेत– झोपतानाच नर्व्हस वाटत होतं– त्यानेच काहीतरी स्वप्न पडलं असेल–" आपलं स्पष्टीकरण लंगडं आहे याची तिला जाणीव होती; पण तिचा निरुपाय होता. 'मी– मी– उरलेली रात्र इथे थांबू का? तिकडे मला एकटीला अजिबात स्वस्थ वाटायचं नाही–"

"मग थांबा की! त्यात काय मोठं? नाहीतरी एक जास्तीची कॉट आहेच इथे– या–"

उरलेला रात्रीचा वेळ नुसता कूस बदलण्यात गेला होता. त्या भयानक अनुभवानंतर झोप येणार तरी कशी? नुसत्या आठवणीनेही अंगावर शहाऱ्यामागून शहारे येत होते.

तिला जाग आलीच नसती तर? किंवा उशिरा आली असती तर? किंवा हे मधलं दार नसतं तर? सर्वच शक्यता एकाहून दुसरी वाईट अशा होत्या– जिवाचा थरकाप करणाऱ्या होत्या.

आठच्या सुमारास त्या दोघी कामावर जात असत. तोपर्यंत तिने डोक्यावरून पांघरूण घेऊन झोपेचं नाटक केलं आणि त्यांची निघायची वेळ झाली तेव्हा तिने डोक्यावरचं पांघरूण काढलं.

"लागली होती का झोप?" एकीने विचारलं.

"हो आणि रात्री-अपरात्री तुम्हाला त्रास दिल्याबद्दल तुमची माफी मागायला हवी– अगदी ऐन वेळी–"

"अहो किती करता त्याचं? आमची जायची वेळ झाली–"

"नाही– नाही– जा ना– मी खोलीत जाते– मागे दार लावून घ्या– आणि थँक्यू!"

दार उघडून खोलीत पाय टाकण्याचा आविर्भाव तर ती अगदी मन लावून करत होती; पण क्षणाक्षणाला जीव गोळा होत होता–

खोलीत काय असेल?

पण तिने आपल्यामागे दार बंद करून घेतलं आणि खोलीभर नजर टाकली तेव्हा दिसलं की खोली रिकामी होती; पण नीट पाहिल्यावर तिच्या लक्षात आलं– आता रिकामी होती; पण रात्री रिकामी नव्हती–

कोणाच्या तरी वावराच्या खुणा सर्व खोलीभर उमटल्या होत्या. दाराच्या आतच काळपट राखाडी रंगाचे डाग होते तेच डाग खाटेपर्यंत आले होते– आणि खाटेवरचा पलंगपोस–

कपडे वगैरे जरा नीटनेटके करून केस नीट करून ती खाली आली होती आणि तेव्हापासून श्रीधरला फोन लावत होती–

जसा तास उलटून गेला आणि फोन उचलला जाईना तसतशी तिच्या जिवाची तगमग वाढतच चालली होती–

आधारासाठी, मदतीसाठी वळण्यासारखा श्रीधरच एकटा होता– आणि तोच भेटला नाही तर ती काय करणार?

शेवटी एकदाचा श्रीधर फोनवर आला होता–

सांगता सांगता तिच्या डोळ्यांना पाणी आलं होतं.

"स्टेडी! स्टेडी!" श्रीधर म्हणाला. "भयंकर प्रसंग आला होता– मी मान्य करतो. आणि अरुणा, मी तुला याबद्दल बोललो होतो ना? याचीच मला भीती वाटत होती– ज्या मार्गाने ते त्या दागिने पैसे यांच्यामार्फत पोहोचलं होतं त्याच मार्गाने तुझ्यापर्यंत पोहोचलं आहे– त्या मृतांच्या स्मृती–"

"मला तर काही कळतच नाही–" अरुणा म्हणाली.

"तुझे एखादे नातेवाईक नाहीत का परगावी? काही दिवस तरी तुला तिथे जाता येईल असे?"

"एकतर इतकं जवळचं कुणी नाही– आणि तिथे तरी सुरक्षितता असेलच याची काय खात्री? आणि मग मदतीसाठी कुणाकडे जाऊ? श्रीधर, इथे तुम्ही तरी आहात– तुम्हाला सर्वकाही माहिती आहे–"

"हो– तेही खरंच आहे– मग काय करायचं? ब्लॉकवरच राहायला चल सुचवलं असतं; पण–"

"पण काय?" अरुणा म्हणाली. "त्या बंगल्यावर नाही नाही ते प्रकार होत होते तेव्हा नव्हते का मी तुमच्याकडे राहिले?"

"मग चल! सामान आवर आणि चल– आणि ती चादरही बरोबर घे– इथे नाही नाही ते तर्ककुतर्क लढवायला नकोत लोकांनी–"

तिची आवराआवर व्हायला तासाभराचा तरी वेळ लागला. येतानाच दोघांनी जेवण करून घेतलं आणि मग ते श्रीधरच्या ब्लॉकवर आले. तिने तिचं सामान आतल्या खोलीत ठेवलं आणि ती बाहेर येऊन बसली. बसताना म्हणाली, "आता सांगा– सकाळी कुठे गेला होतात ते?"

आतापर्यंत श्रीधरने तिच्यापासून काहीही लपवून ठेवलं नव्हतं– मग आता कशासाठी? त्याने आदल्या दिवशीच्या भेटीची आणि सकाळी त्याने तिथे केलेल्या उपक्रमाची सर्व हकीकत तिला सांगितली.

"अरुणा, आज सकाळपर्यंत मी मनात एक जराशी सुडासारखी भावना वागवत होतो– तिथे जे काही आहे त्याचे बाहेरचे संबंध तोडून त्याला खच्ची करण्याचे हे प्रयत्न आहेत– कदाचित यश येत नाही असं पाहून मी ते सोडूनही दिले असते; पण आता सोडून चालायचं नाही– आता तुलाच धोकाच निर्माण झाला आहे–"

"पण– पण श्रीधर! आपल्यासारखी साधी माणसं काय करू शकणार? हे रात्री-अपरात्री कोठेही प्रकट व्हायचे प्रकार–"

"सुरुवात करण्याआधीच निराश होऊन कसं चालेल, अरुणा?" श्रीधर म्हणाला, "आज दुपारी पुन्हा एकदा त्या जागेला भेट देणार आहे–" ती काहीतरी बोलणार होती– तिला हातानेच अडवत श्रीधर म्हणाला, "अरुणा, धोका तर आहेच! पण आपण काही केलं नाही तरी धोका आहेच की! तुला मागेच सांगितलं आहे, आताही पुन्हा सांगतो– मी कोणतंही अविचारी साहस करणार नाही–"

अर्थात त्यावर ती काय बोलणार?

दुपारी तीन-साडेतीनच्या सुमारास श्रीधर निघाला.

बंगल्याचं गेट तसंच लावलेलं होतं. पोलिसांनी पहारा बहुतेक काढून घेतलेला दिसत होता. त्याच्या जाण्यायेण्याच्या दृष्टीने सोयीचीच गोष्ट!

पायथ्यांपाशीच स्कूटर उभी करून श्रीधर चौथऱ्यावर चढला आणि राडेरोडे तुडवीत मागे गेला. ज्या ठिकाणी सकाळी त्याने ते तीव्र कीटकनाशक ओतलं होतं तिथे त्याला एक काळसर डाग दिसला; पण जवळ जाऊन पाहिलं तेव्हा त्याला दिसलं की तो डाग नाही– त्या मुंग्या आहेत. लक्षावधींच्या संख्येने मरून पडलेल्या मुंग्या आहेत. एखाद्या शाईच्या डागासारख्या दिसत होत्या. मुंग्या मेल्याने काय साध्य होणार आहे याची त्याला कल्पना नव्हती.

जरा पुढे जाऊन तो चौथऱ्याच्या काठापाशी उभा राहिला. इथेच मागची भिंत उभी होती. तिथले खालचे विटांचे, डबराचे, काँक्रीटचे तुकडे एक एक करीत दूर करायला त्याने सुरुवात केली. वरचा तिसरा मजला– त्या मजल्यातली ती बंद खोली– आणि मागचं तळं– मनात सारखं वाटत होतं यांचा काहीतरी संबंध आहे– संबंध असला तर तो मागच्या भिंतीतूनच असावा– तळमजल्याची भिंत सहज दोन फूट रुंदीची होती–

हाताने राडेरोडे दूर करण्याचं काम चालूच होतं.

ते एकाएकी थांबलं.

भिंतीतच सुमारे फूटभर व्यासाचं एक विवर होतं. पूर्वी सिंमेटने बांधून काढलं असेल– किंवा एखादा ह्यूमपाइपही असेल– आता त्याच्या कडा वेड्यावाकड्या तडकल्या होत्या; पण आकार स्पष्ट होता.

डब्यांच्या पिशव्यांना बांधून आणलेली दोरी तिथेच होती. दोरी सहज वीस फूट लांब होती. दोरीच्या टोकाला चांगला नारळाएवढा दगड बांधून त्याने तो त्या विवरातून अलगद आत सोडला. साधारण बारा-तेरा फूट खाली गेल्यावर तो खाली कशावर तरी टेकला. श्रीधरने दोर सावकाश सावकाश मागे खेचला. दगड वर आला. दगडाला स्पर्श न करता त्याने तो नीट पाहिला. जरा जवळ जाताच तो कीटकनाशकाचा दर्प आला. म्हणजे एक दुवा तरी जोडला गेला होता; पण एक गोष्ट उघड होती. ज्या कशाचा या सगळ्या वास्तूवर प्रभाव होता ते जमिनीच्या गर्भात, खाली होतं– आणि अर्थातच म्हणून वरची वास्तू जाळली, पाडली, जमीनदोस्त केली तरी त्याला कधी धक्काही लागला नव्हता.

ते खरोखरच काय होतं याची श्रीधरला कल्पना नव्हती आणि त्याच्या रंग-रूप-गुणधर्म यांच्या तार्किक विश्लेषणात त्याला रसही नव्हता. आणि आता ही केवळ तार्किक विश्लेषणाची गोष्टही राहिली नव्हती. त्याच्यापासून अरुणाला धोका होता. दोन वेळा ती त्याच्या तावडीतून अगदी शेवटच्या क्षणी सुटली

होती. पुन्हा इतकी नशीबवान ठरेलच याचा भरवसा देता येत नव्हता. अरुणाबद्दलच्या त्याच्या भावना त्याला याक्षणी प्रखरपणे जाणवल्या. तिला धोका होता! तो टाळण्यासाठी इथे, जमिनीखालच्या बळदात, जे काही दबा धरून बसलं होतं त्याचा पुरा पुरा नाशच करायला हवा होता.

३१.

रोजच्या वर्तमानपत्रातून घातपाताचे इतके प्रकार वाचनात येत असतात की, सर्वसाधारण माणसालाही त्या साधनांची काही ना काही माहिती झालेलीच असते. स्फोट! श्रीधरला दिसत होतं की, केवळ तोच एक मार्ग उघडा होता.

विनीताने त्याच्या नावावर ठेवलेले बॉंड मॅच्युअर होऊन त्यांचे पैसे त्याला मिळाले होते. दोन लाख रुपयांच्यापेक्षाही जास्त. ते पैसे जमा करताना त्याला अगदी रडू आलं होतं. आता निदान तिच्या मृत्यूचा सूड घेण्यासाठी तरी त्याला त्या पैशांचा उपयोग होणार होता.

पैसा. पैशाने तोंडं बंद करता येतात आणि उघडताही येतात.

त्या संध्याकाळी सहा वाजेपर्यंत त्याचा शोध चालू होता. नाही नाही त्या ठिकाणी त्याला हा शोध घेऊन गेला. समाजाच्या एका वेगळयाच थरात त्याचा प्रवेश झाला. काही लोक सतत समाजाच्या नजरेआडच वावरणारे होते. उलट काही प्रतिष्ठित होते, उजळमाथ्याने वावरत होते, मानमरातब स्वीकारत होते. चौकशी करणाऱ्या त्याच्या प्रांजल पांढरपेशा चेहऱ्याकडे चमत्कारिक नजरेने पाहणारे लोक– प्रत्येक प्रश्नाच्या उत्तराची किंमत मोजली जाताच त्याला हवी ती माहिती देत होते– कधी शंभर, कधी पाचशे, कधी हजारही.

साडेसहा वाजता श्रीधर ब्लॉकवर परत आला.

अरुणा त्याची वाटच पाहत होती. दारात त्याला पाहताच तिचा चेहरा असा काही खुलला की, श्रीधरला आपल्या श्रमाचं चीज झाल्यासारखं वाटलं. ती काही बोलणार तोच त्याने एक हात वर केला.

"अरुणा, आता काहीही विचारायचं नाही. तुला सांगितलं होतं– कोणताही धोका पत्करणार नाही– तो शब्द पाळला आहे. आता एवढंच पुरे. आजच्या रात्रीचा प्रश्न आहे."

रात्रीचा विषय निघताच अरुणाच्या चेहऱ्यावर जराशी भीती आली.

"तू आज या ब्लॉकवर रात्रीची असूच नयेस असं मला वाटतं. माझा एक मित्र आहे. खूप मोठं एकत्रित कुटुंब आहे. घरात दहाबारा माणसं आहेत.

त्याच्या घरी आज रात्री तू मुक्कामाला राहा. मी त्याला आता फोन करणार आहे. आता भीडभाड, संकोच सगळं दूर ठेवायचं. थोडीशी गैरसोय होणार आहे ती सहन करायची– एक म्हणजे, तू कुठे आहेस हे मला माहीत असेल आणि अगदी सुरक्षित असशील याची खात्री असेल. हा मित्र, त्याचा भाऊ आणि वडील– सगळे नो नॉनसेन्स लोक आहेत. तू पाहशीलच–"

"श्रीधर–" अरुणा काहीतरी बोलणार होती; पण तिला श्रीधरने बोलूच दिलं नाही– सरळ फोन उचलला.

तिकडे कोणीतरी फोन उचलताच श्रीधर म्हणाला,

"हॅलो? कोण– बापू का रे? मी श्रीधर–"

तिकडून काहीतरी प्रतिसाद आला असावा.

"ते राहू दे–" श्रीधर म्हणाला. "हे बघ– मी आता संध्याकाळी तिकडे येतो आहे– जेवायला थांबणार आहे– आणि हे बघ– माझ्याबरोबर एक गेस्ट येणार आहे– लेडी गेस्ट आहे– ओके? ठीक आहे– तासाभरात येतोच आहे–"

त्याने फोन खाली ठेवला. अरुणा नवलाने म्हणाली,

"श्रीधर? असं एकदम–"

"अगं, तुला हा बापू देशमुख माहीत नाही– माझे त्यांच्याशी संबंधच असे हक्काचे आहेत– मी जास्त काही सांगत नाही– आता तयार हो–"

"ठीक आहे– मी रात्रीची तिथे असेन– आणि तुम्ही?"

"मी? मी कुठे असणार? मी इथेच असणार– ब्लॉकवर!"

"मग तुम्हाला धोका नाही का?"

"मला व्यक्तिगत धोका नाही–"

"नाही कसा म्हणता? माझ्या आठवणी आई-बाबांना होत्या म्हणून ते माझ्या मागावर आले– निदान असं तुम्ही म्हणता– मग तुमच्या बहिणीच्या तुमच्या आठवणी असतील की नाही?"

क्षणभर श्रीधर गोंधळला.

"खरंच, अरुणा, तो विचार मी केलाच नव्हता– तू म्हणतेस तेही खरं आहे– पण इथे राहायलाच हवं– काही होतं का पहायला हवं आणि आणखी सांगतो– अशी धास्तीखाली घालवायची बहुधा ही शेवटचीच रात्र असेल– उद्या त्याचा काहीतरी बंदोबस्त करण्याचा माझा विचार आहे– आणि हो! आधीच सांगतो– साहस नाही, अविचार नाही– झालं?"

साडेसात वाजता ते देशमुखांच्याकडे हजर झाले. अरुणाची कल्पना होती, देशमुखांचा एखादा ब्लॉक असेल; पण त्यांचा स्वतःच्या मालकीचा असा प्रशस्त बंगला असेल ही तिने कल्पनाही केली नव्हती. ऐसपैस आवार, आवारात दोन मारुती, दोन स्कूटर्स, एक सायकल. झाडं, कारंजं, झुला, एका लोखंडी ओतीव कामाच्या टेबलाभोवती सहा-सात गार्डन चेअर्स, वरती रंगीत छत्री–

बाहेरचं गेट उघडताच आत घंटा वाजली असावी; कारण ते दोघं अंगणातून येत असतानाच घराचा दरवाजा उघडला. दारातून एकामागोमाग एक अशी पाचसहा माणसं बाहेर आली– बहुतेक श्रीधरच्या येण्याचीच ते वाट पाहत असले पाहिजेत.

सगळ्यांनी या दोघांभोवती गराडा घातला. अरुणा बिचारी तर पार गांगरून गेली होती. साधारण तिच्याच वयाची एक तरुणी पुढे आली आणि तिच्यापाशी उभी राहून तिच्या खांद्यावर हात ठेवून बाकीच्यांना म्हणाली,

"हा काय प्रकार आहे? पाहा की ही किती गोंधळली आहे!"

त्यांच्यातला जो पुढे आला तोच श्रीधरचा मित्र असावा– त्याचा हात हातात घेत श्रीधर म्हणाला, "बापू, ही अरुणा– अरुणा जयस्वाल. अरुणा, हा बापू, हा तात्या, त्याचा थोरला भाऊ– ही तुझ्यापाशी उभी आहे ती बापूची पत्नी, रमावहिनी– बाकीच्यांची नावं मागून सांगेन– आता आत चलता, का इथेच आम्हाला उभं करणार आहात?"

रमा अरुणाला आत घेऊन गेली. बाकीचे सगळे बाहेरच्या खोलीतच थांबले. आतून चहाच्या कपाचा ट्रे आला. बापू आणि श्रीधर सोफ्यावर बसले आणि मग बाकीचे आपापल्या कामाला निघून गेले.

"बापू," श्रीधर म्हणाला, "आधी तुला एकदोन गोष्टी सांगणार आहे– ही अरुणा– अरुणा जयस्वाल– एवढ्यातच मोठ्या ट्रॅजिडीतून गेली आहे– अपघातात तिचे आई-वडील दोघंही मयत झाले आहेत– ती इथे अगदी एकटीच आहे– एका लेडीज हॉस्टेलमध्ये जागा घेऊन राहत आहे; पण आता ऐक– तिला आजची रात्र तुझ्याकडेच झोपायला सांगितलं आहे– तुला सांगतो ते ध्यानात ठेव– ती रात्री डिस्टर्ब होते– तेव्हा तिच्यावर सतत लक्ष ठेवायला हवं– जमेल ना?"

"न जमायला काय झालं? अर्थात जमेल! रमालाच आज रात्री तिच्याबरोबर झोपायला सांगतो– मग झालं की नाही?"

"छान! छान! बेस्ट!"

"श्रीधर! तू मला सगळं सांगितलेलं नाहीस–"

"नाही; पण सांगणार आहे. मला एका दिवसाची सवड दे. उद्या मी अरुणाला न्यायला येईन तेव्हा सर्वकाही सांगेन–"

"म्हणजे सांगतोस इतक्या गोष्टी साध्या-सोप्या नाहीत–"

"तिचे आईवडील अनपेक्षितपणे गेले आहेत हे खरं आहे. रात्रीची ती डिस्टर्ब होते. तिला रात्री सोबतीची आवश्यकता असते हेही खरं आहे; पण आणखीही काही काही आहे– ते उद्या सांगेन–"

अरुणाला समजलं की, या घरात श्रीधरचं स्थान अगदी खास आहे. केवळ त्याची गेस्ट एवढंसुद्धा त्यांना पुरेसं होतं– त्यांनी तिला आपल्या खास वर्तुळात सामील करून घेतलं. रमा तर तिच्या आसपास होतीच; पण बापूच्या दोन बहिणी, त्याचे दोन भाचे आणि आईसुद्धा– आणि संध्याकाळची जेवणं झाल्यावरसुद्धा तिच्याभोवतीचा हा गराडा गेलाच नाही. तिला सारखं वाटत होतं, श्रीधरला सांगावं, जपून राहा, त्या ब्लॉकमध्ये एकटेच आहात; पण त्याच्याशी जरा खासगीत असे दोन शब्द बोलायची तिला संधीच मिळाली नाही. आणि मग 'जातो– उद्या येतोच आहे' असा अगदी औपचारिक निरोप घेऊन श्रीधर गेलासुद्धा.

'श्रीधरची मैत्रीण' याचा त्या घरातल्यांनी खास अर्थ घेतला होता आणि त्यावरून त्यांच्या कोट्या चालल्या होत्या. क्षणभर तिला जरासा राग आला; पण मग वाटलं– ते म्हणतात किंवा सुचवतात त्यात काहीतरी सत्य नाही का? एखाद्याला वाटेल– तिची अशी अवस्था– आईवडिलांच्या मृत्यूला अजून पंधरवडाही लोटलेला नाही– हे तिला सुचतं तरी कसं? पण तिला वाटलं, अशा दुःखाच्या वेळी, अशा आघाताच्या क्षणीच कुणातरी अगदी जवळच्या माणसाचा आधार हवाहवासा वाटत असतो, नाही का?

आजवरचा तिचा अनुभव असा होता की, रात्रीचे नऊ-सव्वानऊ वाजले की, त्यांच्या घरात सामसूम व्हायची. इथे तर दहा वाजून गेले तरी कुठे टीव्ही लागला होता, कुठे कॅसेट वाजत होती, मुलांचा दंगा चालला होता. आदल्या रात्रीपासूनचा मनावर असलेला ताण त्या उल्हासी मोकळ्या वातावरणात पार विरघळून गेला. स्वतःचं दुःख आणि विरह– ती काही काळ तरी विसरून गेली.

तिला माहीत नव्हतं की, जेव्हा ती आपल्याच अंतर्मनात एखाद्या आवळलेल्या स्प्रिंगसारखी स्वतःला आकुंचित करून वागत होती तेव्हा रात्रीच्या अंधारातून तिचा वेध घेणाऱ्या त्या शिकाऱ्याला ती एखाद्या प्रखर लाल दिव्यासारखी जाणवत

होती; पण जेव्हा मनाभोवती करकचणारी ही स्प्रिंग उलगडली, जेव्हा मनावरचा सारा ताण गेला, जेव्हा ती स्वतःला पार विसरून बाकीच्यांच्या गप्पा, गोष्टी, कोट्या, कोडी यांच्यात सामील झाली तेव्हा ती आपोआपच सुरक्षित झाली. तिचा वेध घेणाऱ्याला काही खूणच राहिली नाही.

झोपताना बापूच्या दोन्ही बहिणींनी रमावहिनींना तिच्या खोलीत येऊच दिलं नाही. "आम्ही दोघी आहोत की तिच्या सोबतीला!" त्या म्हणत होत्या. आणि मग अकरा वाजल्यानंतर शरीरावरचा आणि मनावरचा सगळा ताण ओसरल्यावर अरुणा जेव्हा पलंगाकडे आली तेव्हा तिला एका सुखद थकव्याची जाणीव होत होती. त्या दोघी बहिणींच्या गप्पा चाललेल्या असतानाच तिला झोप लागलीसुद्धा आणि सकाळीच उन्हं अंगावर येईपर्यंत तिला जागच आली नाही. झोपेच्या कोषात तिची अस्मिता अदृश्य आणि अस्पर्श्य अवस्थेत गेली होती.

३२.

अरुणाला देशमुखांच्याकडे पोहोचती करून, मग जेवण करून श्रीधर परत निघाला, तेव्हा त्याला आपल्या शिरावरची एक मोठी जबाबदारी दूर झाल्याची जाणीव होत होती. अरुणाची सुरक्षितता ही त्याच्या दृष्टीने सर्वांत महत्त्वाची गोष्ट झाली होती. आता देशमुखांच्याकडे ती अगदी सुरक्षित असेल.

विनीताच्या आणि त्याच्या बहीणभावांच्या नात्यामुळे त्यालाही धोका होता हा अरुणाचा इशारा योग्यच होता; पण त्याची अशी समजूत होती की, विनीताच्या प्रकरणानंतर आता तीन वर्षे उलटली आहेत आणि त्या प्रमाणात त्या आठवणी क्षीण झाल्या असतील. अर्थातच हाही अंदाजच होता; पण सारासारविचार केला तर योग्य वाटत होता.

बंगल्याच्या मागच्या भिंतीतल्या विवराची खोली दहा-बारा फूट होती. व्यास साधारण एक फुटाचा होता. त्यातून आत प्रवेश करणं अशक्य होतं आणि धोक्याचंही होतं. अगदी सुरुवातीच्या क्षणापासूनच त्याच्या मनात एका प्रचंड स्फोटाची कल्पना आली होती आणि अनेक बाजूंनी विचार केल्यानंतरही तीच त्याला योग्य वाटत होती. मुख्यतः हल्लीच्या नवीन विकसित झालेल्या तंत्रज्ञानामुळे कितीतरी पर्याय उपलब्ध होते. दूर अंतरावरूनही स्फोट घडवून आणता येत होता. टाइम स्विच लावून काही ठरावीक वेळेनंतर अथवा एखाद्या ठरावीक वेळेला स्फोट घडवता येत होता. किंवा हालचाल, आवाज, उष्णता इत्यादींच्या किमान पातळीवरही स्फोट घडविण्याची व्यवस्था करता येत होती.

रात्री दहा वाजता त्याला एकाची गाठ घ्यायची होती. श्रीधर एक शिकला होता- इथे कोण आणि कसं हे प्रश्न विचारायचे नव्हते. त्याहूनही महत्त्वाचं- कोणाच्याही शब्दांवर अविश्वास दाखवायचा नव्हता- सोयीला, सेवेला किंवा वस्तूला एक किंमत होती- हो किंवा नाही म्हणा, इतकंच. जो मध्यस्थ होता त्याला त्याने आपल्या हेतूची कल्पना दिली होती- "ठीक आहे- अमुक अमुक ठिकाणी रात्री दहाला हजर व्हा- तुमचं वर्णन त्याला सांगतो- होऊन जाईल काम-"

दहाला दोन मिनिटं कमी असतानाच श्रीधर तिथे हजर झाला होता. आधी रेस्टॉरंटच्या दारापाशी तो तीनचार मिनिटं उभा राहिला आणि मग आत एका बूथमध्ये जाऊन बसला. पाचसात मिनिटांतच एक बराच उंच, शरीराने किडकिडीत असा इसम बूथमध्ये आला. त्याच्याजवळ साधारण बारा बाय बारा साइजची सूटकेस होती- ती त्याने मधल्या टेबलावर ठेवली.

सूटकेस उघडून त्याने श्रीधरला आत पहायची खूण केली. आत साधारण आठ बाय आठ बाय चारची जस्ताची वाटावी अशी पेटी होती. तिच्यावरच्या अंगास विजेची तार लावता येईल असे वॉशर-नट होते. श्रीधरचं पाहून झालं आहे असं दिसताच त्याने सूटकेस बंद केली. खिशातून एक चपटी डबी काढली. चपट्या डबीत एक घड्याळ होतं, चालू होतं, वेळ बरोबर दाखवत होतं. घड्याळाच्या मागच्या बाजूने दोन तारा निघाल्या होत्या.

"तारा कुठे जोडायच्या समजलं? प्लस खुणेपाशी ही लाल रंगाची आणि दुसऱ्या नटला ही हिरवी- समजलं? आता हा घड्याळातला तिसरा काटा पाहा. या किल्लीने तो हलतो. ज्या आकड्यावर आणून ठेवाल तितके वाजता करंट सुरू होईल. समजलं?"

"हो. मी साधारण कल्पना दिली होती-"

"त्याच्या दसपट पॉवरफूल आहे. ठीक आहे?"

"हो."

"पसंत?"

"हो."

"सोळा हजार रुपये." तो गृहस्थ थंड आवाजात म्हणाला आणि पैसे हातात येताच एक शब्दही न बोलता निघून गेला.

ती बॅग श्रीधरसमोर टेबलावरच होती. त्याने हातावरच्या घड्याळात पाहिलं. साडेदहा वाजले होते. एक धाडसी विचार त्याच्या मनात आला. आता उशीर कशासाठी? आतासारखी चांगली संधी पुन्हा मिळेलच कशावरून?

या रात्रीच्या वेळी तिथे पडक्या वाड्यावर जायचं हा विचार मनाला जरा भिववणाराच होता; पण केव्हातरी धाडस करावंच लागणार होतं. दिवसा निवांतपणा लाभेलच याची काय खात्री? पण मनातला खरा विचार हा होता– पुन्हा एकदा एक सारी रात्र त्या ताणाखाली काढायला मन नाखूश होतं.

मनाशी त्याने हा उपाय योजला होता खरा; पण त्याने बंदोबस्त होईलच याची काय खात्री होती? निदान आजच्या आज त्याचीही शहानिशा होऊन जाईल.

श्रीधरने बॅग उचलली आणि तो बाहेर पडला.

बंगल्याचा शेजारचा बोळ अगदीच अंधारात होता. श्रीधरने स्कूटर भिंतीपाशी लावली, डीकीतनं पाऊच उघडला– आत इमर्जन्सीमध्ये वापरता येण्यासारखा एक लहान टॉर्च होता. त्याच्या प्रकाशात त्याने त्या माणसाच्या सूचनांप्रमाणे तारा जोडल्या; घड्याळांची ती किल्ली फिरवून तो लाल काटा बरोबर बारावर आणला. आता मागे फिरणं नाही.

एका हातात बॅग घेऊन तो शिडीवरून वर चढला आणि भिंतीवर बसला. शिडी भिंतीवरून ओढून आतल्या बाजूस सोडण्याआधी त्याची नजर समोरच्या भग्न वास्तूवर गेली.

बंगल्याची रूपं वेगवेगळया वेळी वेगवेगळी दिसत असत.

आता त्या अवशेषांभोवती गूढतेचे, रहस्यमय, भीतिदायक असं वलय होतं. अंधाऱ्या एकाकी जागांनी मानवाच्या मनावर नेहमीच दडपण येत असतं आणि एखाद्या वास्तूमागे जर अशी भीषण पार्श्वभूमी असेल तर परिणाम आणखीच गडद होणार–

विलंब लावायला नको होता.

श्रीधर शिडीवरून खाली उतरला. गुलमोहराच्या झाडाला वळसा घालून जोत्याच्या चौथऱ्यापाशी आला.

लांबवरून एखाद्या घोळक्याचा आवाज कानावर आल्यासारखं वाटत होतं– ही काजळमाया त्याच्या परिचयाची होती–

तो चौथऱ्यावर चढला, मागच्या बाजूस गेला–

आवाज जवळ जवळ येत होता. पृथक पृथक आवाज जाणवू लागले होते. त्यांचा प्रभाव वाढत चालला होता.

त्याला घाई करायला हवी होती.

तिथेच त्याने सकाळीच ठेवलेली दोरी होती. दोरीच्या टोकास तो दगड तसाच होता. त्याने दगडाभोवतालची दोरीची गाठ सोडली– बोटं किती वेळा दोरीवरून निसटली! आसपासच्या कोलाहलात विचार करणंसुद्धा कठीण जात होतं. शेवटी एकदाची गाठ सुटली. त्याने ती दोरी त्या पेटीभोवती बांधली, दोरीच्या एका विळख्यात ते घड्याळही बांधलं आणि ती पेटी त्या विवरात सावकाश सावकाश खाली सोडली.

खट्! आवाज आला.

इतका अचानक की, श्रीधर दचकलाच. हातातून दोरी जवळजवळ निसटलीच. कडाक्याच्या थंडीतही त्याला कपाळावरचा, मानेजवळचा घाम जाणवला होता. दातओठ गच्च आवळून त्याने लक्ष हातातल्या कामावर एकाग्र केलं.

खट्! पुन्हा आवाज आला.

डुब्! डुब! डुब! तळ्यातून बुडबुड्यांचा आवाज आला.

पेटी खालच्या खडकावर पोहोचली. हातातली दोरी श्रीधरने अलगद विवरात सोडून दिली.

आता परत जायचं होतं.

क्षणभर त्याला आसपास, मागेपुढे पहायची भीतीच वाटली.

काय दिसेल काहीही सांगता येत नव्हतं.

पण मग मनाला विलक्षण धीर देणारा एक विचार मनात आला.

कदाचित त्याच्यावर एखादा सैतानी घातकी हल्ला होऊ शकेल– कदाचित त्याला प्राणही गमवावा लागेल–

पण काही हरकत नाही. त्याने आपलं कार्य पुरं केलं होतं. यशापयश हे त्याच्या हाती नव्हतं. प्राण पणाला लावून प्रामाणिकपणे प्रयत्न करणं– हे त्याचं कर्तव्य त्याने केलं होतं–

तो सावकाश उभा राहिला. मागेपुढे, डावीउजवीकडे न पाहता नजर फक्त पायांवर ठेवून चौथऱ्यावरून खाली उतरला आणि भिंतीच्या दिशेने चालायला लागला.

खट्! मागे आवाज आला.

घाई न करता, धावपळ न करता, श्रीधर भिंतीपाशी पोहोचला. शिडीवरून चढणं एक कसरतच होती. हातांना पकड येत नव्हती, पाय लाकडी पायरीवरून घसरत होता.

पण शेवटी तो वर पोहोचला.

मागे पाहणं शहाणपणाचं ठरलं नसतं.

त्याने शिडी भिंतीवरून बाहेर सोडली, शिडीवरून एक एक पायरी करीत तो खाली पोहोचला.

सारं अंग घामाने निथळत होतं.

रुमालाने चेहऱ्यावरचा, मानेजवळचा जमला तेवढा भाग कोरडा केला.

आणि मग घरची वाट धरली.

ब्लॉकवर पोहोचल्यावर त्याने घड्याळाकडे नजर टाकली.

सव्वाअकरा.

एक प्रकारच्या तिरीमिरीत त्याने मनात योजलेला बेत पार पडला होता. शारीरिक आणि मानसिक ताणाची प्रतिक्रिया आता जाणवत होती. एक स्ट्रॉंग ड्रिंक घेण्याची फार फार इच्छा होती; पण त्याने तो विचार दूर केला. मेंदू आणि शरीर ताळ्यावर असायला हवं होतं. यावेळी कॉफीच योग्य.

कॉफीचा मोठा जग हातात घेऊन तो बेडरूममध्ये येऊन बसला.

झोपेचा विचारही मनाला शिवला नाही.

ही रात्र निर्णायक ठरण्याची शक्यता होती.

एकापेक्षा अनेक अर्थांनी.

कदाचित त्याचा प्रयत्न यशस्वी होईल आणि सर्व काळज्या आणि कटकटी कायमच्या मिटतील. शिवाय सूड घेतल्याचं एक समाधानही मिळेल.

पण कदाचित तो अयशस्वी होईल– मग काहीही होऊ शकेल.

घड्याळाचा काटा पुढे पुढे सरकतच होता.

साडेअकरा. पावणेबारा.

आधी आवाज आला. बाहेरच्या खोलीतून आला. खूप लोकांच्या घोळक्यांचा आवाज. हसण्याचा. रडण्याचा. विव्हळण्याचा.

मग बेडरूमचं दार आत ढकललं गेलं.

श्रीधरची नजर दाराकडेच गेली.

हातातला कॉफीचा मग घट्ट आवळला गेला.

दाराच्या आतच ती उभी होती.

सुनील म्हणत होता ती 'फेअर लेडी.'

उंच. तशीच आडवी. शरीराचा वर्ण तकतकीत पांढरा होता. पूर्वी मिळत असत तसल्या कचकड्याच्या बाहुलीसारखा. गालांच्या आणि कपाळाच्या गोलाईवरून परावर्तित प्रकाशाच्या ठिणग्या उडत होत्या. डोळे मोठे होते, उघडे होते, काळ्या रंगाचे होते, त्यांच्यात बुबुळं नव्हती. उघडलेल्या तोंडातली जीभ काळी होती. दातही काळे होते. पुढे आलेल्या हातांना लांब लांब लाल रंगाच्या अणकुचीदार नख्या होत्या.

ती आपल्याबरोबर खोलीत आवाज आणि दर्प आणि भीती घेऊन आली होती. आणि अर्थात मृत्यूही.

ती जवळजवळ येत होती.

श्रीधरच्या हातातला मग खाली पडला, फुटला.

त्याच्या मनातली सर्व घालमेल थांबली होती.

हा आपला शेवटचा क्षण तर, त्याला वाटलं.

म्हणजे त्याचा प्रयत्न फसला होता. अर्थात असा प्रयत्न करणारा तो काही पहिला खासच नसणार; पण त्यांच्यासारखाच तोही अपयशी झाला होता आणि त्याचाही बळी जाणार होता.

कोणास ठाऊक तो कितवा होता तो.

ही कीड नाहीशी होणार नाही. दर तीन वर्षांनी आपली सैतानी भूक भागवून घेणार होती. मानवांच्यापैकीच कोणी कोणी आपल्या वंशाशी बेइमानी करून तिची गुलामी पत्करणार, तिच्यासमोर दरवेळी नवनवीन सावज आणून बांधणार—

ते कठीण हात गळ्याला येऊन भिडले.

डोळे मिटून घेऊन त्याने देवाचं नाव घेतलं, श्रीराम!

त्याचक्षणी पायांना एक हलकासा धक्का जाणवला.

एक सेकंद गेला. दोन, तीन, चार, पाच.

श्रीधरने डोळे उघडले.

समोरची आकृती त्याच पवित्र्यात गोठली होती आणि मग शरीरावरची तकाकी गेली. कचकड्याच्या चेहर्‍यास तडे गेले. मग तो सारा आकारच आत आत आक्रसल्यासारखा झाला... मग नाहीसा झाला.

नुसती पांढरी-काळी-करडी भुकटी हवेतून तरंगत खाली पडली.

काय झालं आहे याचा अर्थ उमगायला पाचसात सेकंद जावे लागले.

आणि मग उमगलं– त्याने लावून ठेवलेल्या उपकरणाने आपलं काम केलं होतं– यशस्वीपणे केलं होतं– तिकडे तो स्फोट झाला होता– आणि त्याच्यासमोर आलेली ही हिंस्र आकृती विरघळून गेली होती– नाही, नुसती विरघळून नाही– तिचा चक्काचूर झाला होता–

सर्वस्वाच्या परित्यागासाठी तो काही क्षणापूर्वी सिद्ध झाला होता–

पण एखाद्या लंबकासारख्या घटना एकदम दुसऱ्या टोकाला गेल्या होत्या– सर्व गमावण्याच्या ऐवजी त्याला सर्व साध्य झालं होतं-

हा झोका मनाला भोवंड आणणारा होता–

त्याने दोन्ही हातांनी चेहरा झाकून घेतला आणि पलंगावर अंग झोकून दिलं. त्याक्षणी त्याला तो निखळ स्वैर आनंद उपभोगायचा होता. विनीता गेल्यापासूनची जवळजवळ तीन वर्षे त्याच्या मनावर सतत एक दडपण होतं– त्या प्रकरणात त्याचा जरी काडीइतकाही दोष नव्हता तरी केवळ निष्क्रिय निरीक्षकाची भूमिका त्याला असह्य होत होती. आता प्रत्यक्ष हस्तक्षेपाचं समाधान होतं.

भूतकाळ आणि भविष्यकाळ– मन एखाद्या झोके खाणाऱ्या लंबकासारखं या फेऱ्या घालत होतं. ज्या गोष्टींचा विचारसुद्धा अशक्य होता त्याला आता शक्यतेच्या मर्यादा आल्या होत्या.

फक्त उद्या सकाळी प्रत्यक्ष तिथे जाऊन खात्री करून घ्यायला हवी होती.

आदल्या रात्रीपासून मन आणि शरीर ताणाखाली होतं. पाहता पाहता त्याला झोप लागली. तसे एकदोनदा अर्धवट जाग आली– संध्याकाळपासूनचे काही काही प्रसंग आठवत होते– त्या अर्धजागृतीच्या अवस्थेत खरोखरच काय घडलं आणि कदाचित त्याला स्वप्नातच काय काय दिसलं याचा उलगडाच होत नव्हता.

३ ३.

सकाळच्या वर्तमानपत्रात पहिल्याच पानावर ती बातमी होती. अगदी सोळा पॉइंटमध्ये छापली होती. स्टेशन रोडवरील बंगल्यात स्फोट.

मग खाली तपशील होता–

गेल्याच आठवड्यात स्टेशन रोडवरील एका बंगल्याला मोठी रहस्यमय आग लागली होती. आगीत कोणतीही जीवितहानी झाली नसल्याचे निष्पन्न झाले होते. त्या रहस्यमय प्रकाराचा पोलीस तपास करीत असतानाच त्याच ठिकाणी काल रात्री बाराच्या सुमारास एक प्रचंड स्फोट झाला.

स्फोटाची तीव्रता इतकी भीषण होती की, तिथे जमिनीत सुमारे चाळीस चौरस फूट व्याप्तीचा आणि सुमारे वीस फूट खोल असा खड्डा पडला आहे. दोन्ही बाजूंच्या बंगल्यांच्या दाराखिडक्यांची तावदानं या प्रचंड स्फोटामुळे तडकली आहेत.

पोलीस अधिक तपास करीत आहेत.

श्रीधर वर्तमानपत्र खाली ठेवतो तोच फोनची घंटी खणखणली.

फोनवर अरुणा होती. ती अतिशय एक्साइट झाली होती.

"श्रीधर! श्रीधर! तुम्ही बातमी वाचलीत?" ती इतकी उत्तेजित झाली होती की, तिचा श्वास धापांनी येत होता.

"हो. वाचली."

"बस? एवढंच? आणखी काही नाही बोलण्यासारखं?"

"अरुणा, मी आता तिथेच जातो आहे– तिथून सरळ बापूकडे येतो– मग सांगतो–"

"नाही! मला पण पहायचंय!"

त्या बंगल्याबद्दल श्रीधरच्या मनात जेवढा राग होता त्यापेक्षा काकणभर जास्तच तिच्या मनात असणार. तो तिला दोष कसा देणार?

"ठीक आहे– तयार होऊन राहा– दहा मिनिटांत मी येतोच–"

खरोखरच देशमुखांच्या बंगल्याच्या गेटपाशी ती उभी होती.

वीसेक मिनिटांत ते बंगल्याकडे पोहोचले.

पण बंगला? बंगला कसला? आग लागल्यानंतर मागे काही सांगाडा तरी शिल्लक होता. आता तिथे काही नव्हतं. काही म्हणजे काही नव्हतं. त्या जागी जमिनीत एक मोठा खोल खड्डा पडला होता. बंगल्याजवळची झाडं उन्मळून पडली होती. ते गुलमोहराचं झाडही पडलं होतं. त्याच्या मागची भिंतही ढासळली होती. (आता ती शिडी कुणाला दिसायला नको आणि नसते तर्क लढवायला नकोत, श्रीधरला मनोमन वाटलं.)

बघ्यांची ही गर्दी झाली होती. त्यांना आता पोलीस अडवू शकत नव्हते, आणि कारणही नव्हतं. त्यांच्यातून वाट काढत काढत श्रीधर आणि अरुणा अगदी पुढेपर्यंत पोहोचले. खरोखरच बांधकामाची, कशाचीच खूणही मागे राहिली नव्हती. श्रीधरने लावलेल्या उपकरणाचा अर्थात मागमूसही नव्हता. स्फोटाने उधळले गेलेले दगड, विटा, राडेरोडे चारी दिशांना भिरकावले गेले होते. श्रीधरच्या समोरही त्यांचा खच होता. त्याला त्या ढिगात काही काही पांढरे तुकडे दिसले. खाली वाकून त्याने त्यातले एकदोन उचलले. तुकडे ठिसूळ होते, त्यांच्यावर लालसर डाग होते. पुरावा नव्हता; पण त्याची जवळजवळ खात्री होती की, हे छिलके अस्थींचेच आहेत– मानवी अस्थींचेच आहेत. त्याने ते तुकडे अरुणाला दाखवले नाहीत आणि त्याबद्दल तो तिच्याशी काही बोललाही नाही. तिला विनाकारण क्लेश कशासाठी द्यायचे?

लोकांच्या हत्या झाल्यानंतर पुढे त्या निष्प्राण शरीरांचं काय होत होतं त्याचा प्रत्यक्ष पुरावाच समोर होता. त्याच्यासाठी तेवढं पुरेसं होतं.

"जाऊ या का?" तो म्हणाला, "आता इथे पाहण्यासारखं काही नाही."

"आता कुठे जायचं?"

"आधी ब्लॉकवर जाऊ या. एकदोन गोष्टींबद्दल बोलायचं आहे– तिकडे बापूकडे एकांत असा मिळायचा नाही. मग–"

"मग परत बापूंच्याकडेच."

"अं?"

"निघतानाच आईनी सांगितलं– त्यांना सांग की तुला परत इथेच आणून सोड– किती चांगली माणसं आहेत, नाही?"

"ठीक आहे तर. चल."

बरोबर नेण्यासाठी अरुणा आपल्या कपड्यांचं पॅकिंग करत होती तोपर्यंत श्रीधरने कॉफी बनवून आणली होती. दोघं सोफ्यावर शेजारी शेजारीच बसून कॉफी घेत होते. श्रीधर म्हणाला,

"आजच्या या स्फोटाबद्दलच काही काही सांगायचं आहे–"

"तुम्हाला काय माहीत असणार?"

"मला माहीत नसणार तर कुणाला माहीत असणार? अरुणा, तो स्फोट मीच घडवून आणला आहे–"

"तुम्ही?"

"हो."

"पण हे केलंत तरी केव्हा? तुम्ही तर सर्व संध्याकाळभर माझ्याच बरोबर होतात–"

"तिथून निघालो– रात्री दहा वाजता एकाची भेट ठरली होती– त्याने हे सर्व एक्स्लोझिव्ह, टायमर, तारा, सगळं काही आणून दिलं– तसे गेले दोन दिवस मी त्या शोधातच होतो–"

"मग?"

"मग तसाच रात्री तिथे बंगल्याच्या जागी गेलो. तिथे मी शोध घेतला होता. वरच्या तिसऱ्या मजल्यावरच्या बंद खोलीतून पार खाली तळघरापर्यंत जाणारी फूट-सव्वाफूट व्यासाची एक पाइप लाइन होती– तिथे दोरीने खाली तो बॉम्ब सोडला–"

"रात्री? अकरा वाजता?"

"हो."

"पण– पण तिथे काही जाणवलं नाही?"

"जाणवलं की! गलका होता, वास होता, इतरही काही काही होतं–"

"श्रीधर! तुम्ही म्हणाला होतात की, कोणतंही साहस करणार नाही!"

"तुझ्या पाठलागावर ते जर असं दररोज रात्रीचे यायला लागलं तर मला चैन कशी पडणार? गप्प कसं बसवणार?"

"मग?"

"मग काय? इथे परत आलो–"

"एवढ्यात संपत नाही– काहीतरी झालेलंच असणार–"

"हो– इथेही ते आलं होतं– पांढऱ्या कचकड्याच्या एखाद्या बाहुलीसारखं– पण मोठं– जवळजवळ माणसाच्याच आकाराचं–"

अरुणाच्या तोंडून शब्दच निघत नव्हता.

"बाराचा टायमर लावला होता. बारा वाजत आले होते. मला तर खरोखरच वाटलं, आपला प्रयत्न अयशस्वी झाला– अगदी शेवटची घटका आली होती–

आणि त्याच क्षणी तो स्फोट झाला– समोरची बाहुली तडकली– आणि मग भुगा भुगा होऊन खाली पडली– आता सर्व प्रकरण मिटलं आहे अशी माझी खात्री झाली आहे–”

अरुणा स्वतःशीच मान हलवत होती.

“पण मला एक कळत नाही– आपल्या बंद दाराखिडक्यांतून याचा प्रवेश होतोच कसा?”

“ते तर अगदी सोपं आहे–”

“सोपं?”

“पाहा की. समज, एखाद्या अगदी पातळ दोऱ्यावर अतिशय लहान मुंग्या राहत आहेत. त्यांचं विश्व त्या दोऱ्यापुरतंच मर्यादित आहे– एका मितीचं विश्व. त्याखेरीज आणखी एखादी मिती असू शकते याची त्यांना कल्पनाही नाही; पण आपण त्यांच्यापैकी एखादी हवेतून मागेपुढे करू शकतो की नाही? त्यांना तो चमत्कारच वाटणार; पण आपण फक्त एक मिती जास्त वापरली.

“किंवा समज– एका अत्यंत पातळ पृष्ठावर द्विमित प्राण्यांची एक संस्कृती उभी राहिली आहे. त्यांच्यात जर काही गणिती असतील तर ते पृष्ठावरील त्रिकोणांच्या कोनांची बेरीज किंवा एका रेषेला काढलेल्या एकच किंवा अनेक समांतर रेषा यावरून त्यांचा पृष्ठ सपाट आहे का वक्र आहे इत्यादी अनुमाने काढू शकतील; पण त्यांचं विश्व त्या सपाट द्विमित अवकाशाने सीमित आहे; पण त्यांच्यातला एखादा आपण हवेतून, म्हणजे तिसऱ्या मितीतून इकडे तिकडे हलवू शकलो– तो त्यांना चमत्कारच, नाही का?

“आता आपलं जग पाहा. त्रिमित आहे. आपण जास्त मितींच्या घनांची कल्पना करू शकतो, त्यांची प्रमेयं मांडू शकतो; पण आपण या त्रिमित अवकाशात बंदिवान आहोत; पण चौथी मिती नाहीच, अस्तित्वात नाही, असं आपण खात्रीने म्हणू शकतो का? अर्थात नाही! त्या मितीत वावरणारी काही अस्तित्वं असतील तर त्यांना आपली बंद दारं थोडीच अडवणार आहेत? आपल्याला कल्पनाही नाही अशा वाटांवरून त्यांच्या हालचाली होऊ शकतील–”

“मला तर काही समजतच नाही–” अरुणा म्हणाली.

“माझी कल्पना अशी आहे की, त्यांचा काही भागच आपल्या जगात होता. ज्या भागाला आपले नियम लागू होते– ज्या भागांची कालच्या त्या स्फोटात

राखरांगोळी झाली. अगदी ठिकऱ्या ठिकऱ्या उडाल्या आणि माझा असा विश्वास आहे की, आता आपला धोका टळला आहे."

"श्रीधर, या तुमच्या दोरीवरच्या मुंग्या आणि कागदावरचे प्राणी आणि चौथी मिती– हे सारं राहू द्यात– पण– पण हा स्फोट वेळेवर झाला नसता तर? किंवा स्फोट होऊनही त्याचा नाश झाला नसता तर? तर मग काय झालं असतं? माझा जरा तरी विचार केला होतात का?"

"अगं अरुणा, तुझाच तर विचार चोवीस तास मनात असतो आणि तुला हा जो सततचा धोका निर्माण झाला होता तो दूर करण्यासाठीच तर ही माझी सारी खटपट होती– मीच तुला उलट विचारतो– तुला जर काही झालं असतं तर? मग अरुणा, माझ्या आयुष्याला काय अर्थ उरला असता?"

अरुणा त्याच्याकडे पाहतच राहिली.

"यापेक्षा स्पष्ट शब्दांत सांगायला हवं का? या ना त्या कारणाने तू माझ्या ब्लॉकवर दोनतीन दिवस राहिलीस– असं वाटलं की, तुझ्यामुळेच ब्लॉकला शोभा येते– तुझ्यामुळेच आयुष्याला अर्थ येतो– तुझ्यामुळेच प्रत्येक क्षणाला सोनेरी स्पर्श होतो– आणि शेवटचं ऐक– यात कोणतीही मर्दुमकी नाही– काल रात्री अगदी निर्वाणीचा क्षण आला, तेव्हाही मनात विचार हाच होता– हरकत नाही माझा बळी गेला तरी– पण जर त्यामुळे तू कायमची सुरक्षित होणार असशील तर माझ्या आयुष्याचं चीज झालं, बलिदान फुकट गेलं नाही, असंच मी समजेन–"

"श्रीधर!!"

■■■